MỆNH TỬ

AZ VIETNAM
Công ty TNHH Văn Hóa và Truyền Thông

AZ VIETNAM COPYRIGHT 2022
I LOVE BOOKS

MỆNH TỬ

I LOVE BOOKS

Brand Manager: NGUYỄN HÀ THU
Mọi phản hồi và hợp tác vui lòng liên hệ:
Email: ilovenovel.azgroup@gmail.com
Fanpage: https://www.facebook.com/ILoveBooks.TiemsachToiYeu
Địa chỉ: Số 33 đường 6, TT F361, An Dương, Yên Phụ, Tây Hồ, Hà Nội

ĐỔNG KHẢI CHƯƠNG

Nguyễn Phúc An *dịch*

MỆNH TỬ

I LOVE BOOKS

Nhà xuất bản Thanh Niên

Mãi mãi hoài niệm

Ba

Đổng Tiển Nghiêu

Mệnh tử: Quả

SỰ KIỆN 261

Tôi không thích trẻ con cho lắm. Bởi lẽ tôi sợ tiếng khóc la ỏm tỏi vô cớ, hay là tiếng gào thét một cách không thể nào kiểm soát được của chúng. Nhưng, dù gì đi nữa tôi cũng là một người ba, cho nên không thể bảo rằng mình không hề thích trẻ con một chút nào, hoặc hoàn toàn không có sức chịu đựng gì với trẻ nhỏ. Cũng may mà, con tôi rất ít khi khóc nhè, có thể nói là hầu như chưa từng gào thét. Nhưng, điều này không có nghĩa là con tôi hết sức thân thiện hòa nhã, hay dễ gần, chỉ là từ lúc còn nhỏ thì thằng bé đã thích lấy việc nổi giận và trách móc để thể hiện sự không hài lòng của mình mà thôi. Đối với tôi mà nói, khóc lóc chưa chắc đã là yếu đuối, còn hét to thì quả thật là quá kém cỏi. Do đó, con tôi trước giờ cũng không thể nào chịu nổi tiếng khóc và âm thanh la hét của những đứa trẻ khác. Đây hẳn là điểm chung hiếm có giữa hai ba con.

Nói đến chịu đựng, có thể nói đó là cảm nhận chủ yếu trong quá trình làm ba. Ít nhất, khoảng thời gian chịu đựng nhiều hơn rất nhiều so với thời gian hưởng thụ. Đương nhiên cũng không thể nào nói là hoàn toàn không có hưởng thụ, nếu không thì thật là quá đau khổ, chi bằng không làm cha thì tốt hơn. Nhưng thành thực mà nói, tâm trạng chủ yếu vẫn cứ là chịu đựng. Tôi đã từng tự khoe khoang rằng mình có sức chịu đựng không ai bì được. Trong các mối quan hệ giao tiếp giữa người với người thì tôi đặc biệt giỏi nhịn, trong trí nhớ của cuộc đời tôi, hầu như không có sự kiện cãi vã hay xung đột nào với người khác, có thể nói là một tấm gương hòa đồng của xã hội. Mãi cho đến sau khi tôi làm ba, lần đầu tiên tôi mới trải nghiệm mùi vị chịu đựng điều không thể chịu đựng nổi, dần dần cũng nhận ra, nhẫn nại vốn dĩ là một bộ môn tri thức rất lớn.

Đối với thằng bé con tôi mà nói, nhẫn nại chẳng bao giờ là một sự lựa chọn. Có lẽ ban đầu tôi nên đặt tên cho nó là "Bất Nhẫn" mới phải. Tuy có tí gì đó mang hơi hướng Đông Dương, nhưng thực sự là một cái tên rất có khí phách. Đại khái người nghe sẽ liên tưởng theo hướng lệch lạc, sẽ cho rằng nó gửi gắm một cái nghĩa từ bi. Trên thực tế, đương nhiên có nghĩa là đối với chuyện không thuận lòng thì không thể nhẫn nhịn, chắc chắn phải tuôn xả ra thì mới hài lòng. Trông vào ý nghĩa phụ của những "trầm mặc" trong xã hội, cái tên này cũng có lẽ sẽ được coi như là tiếng gọi của thời đại. Đến khi nào "nhẫn nhịn" trở thành một thái độ không hợp thời nữa, thì nhìn từ một góc độ nào đó, "bất nhẫn" cũng là một gợi ý chính xác nhất lúc bấy giờ.

Tôi cũng không cần phải giải thích quá cao siêu. Trở lại với cuộc sống thực tế, cái gọi là "bất nhẫn" của con trai tôi, nói cho đơn giản một chút thì đó chính là sự thiếu tính nhẫn nại, nói cho cầu kỳ là thiếu tính mềm dẻo, còn nói một cách thẳng thắn thì chính là cố chấp vậy. Người có ý đồng tình thì lúc này sẽ an ủi rằng: cố chấp cũng chẳng có gì là không tốt, cố chấp lựa chọn theo hướng thiện chính là đức tính tương đối cao thượng mà! Còn nói từ góc độ chủ quan thì lẽ tự nhiên của việc "lựa chọn" chính là cái mà người ta cho rằng "thiện", chẳng ai chủ động đi "lựa chọn điều ác". Nếu như "lựa chọn điều thiện" mà không có một tiêu chuẩn khách quan, thì tính cao thượng của sự "cố chấp" phải chăng rất khó được bảo đảm.

Bỏ qua vấn đề thiện hay bất thiện, "lựa chọn" và "cố chấp" chính xác là chủ đề nhân sinh của thằng bé cho đến nay (tạm thời tôi không nói là vấn đề). Nhìn từ góc độ nhà Phật, thì hành vi của việc lựa chọn xuất phát từ lòng phân biệt, có lòng phân biệt thì mới có lựa chọn. Nếu như không có lòng phân biệt, thì sẽ lựa cái này chọn cái kia; cái này cũng được, cái kia cũng không tồi, không cưỡng cầu, không so đo việc thành bại hay được mất, dù điều tốt hay điều xấu thì bản thân cũng đều đồng ý hết. Do đó, vì cố chấp mới phải lựa chọn, lựa chọn chính là biểu hiện của sự cố chấp. Cố chấp là nhân, lựa chọn là quả; nhân quả tương sinh, lựa chọn và cố chấp theo nhau. Lựa chọn điều thiện cũng được, lựa chọn điều bất thiện cũng được, bản thân của sự lựa chọn đã là không hay, chính là cố chấp, chính là căn nguyên của sự phiền não. Do đó, con trai tôi được đặt tên là "Quả", bất luận là nhìn từ mặt chữ hay là mặt tượng trưng, bản thân cũng chính là sự vật có thể lựa chọn cũng có thể cố chấp đó mà! Thực sự ban đầu không hề tính tới.

Thành thật xin lỗi, bất giác giọng điệu lại giương cao lên rồi! Đây chính là thói quen rất khó mà thay đổi được. Trong tiểu thuyết châu Âu xưa, thường hay nói một người rất thích philosophizing , khua môi múa mép, bép xép không thôi, nông cạn nhàm chán, khô khan vô vị, đại khái cũng như là sự miêu tả bằng một đống lời lẽ ở trên vậy. Vốn dĩ là tôi định sẽ bắt đầu từ một cục diện. Dựa theo tiêu chuẩn văn chương của con trai tôi, những thứ ở đằng trước đều có thể xóa đi.

Tôi đứng ở trạm xe buýt phía ngoài ga xe lửa Thượng Thủy. Có mười mấy người đang xếp hàng ở dưới tấm biển trạm xe buýt số 261. Vẫn còn có mười mấy tuyến xe buýt khác, người ta xếp hàng đầy cả ven đường từ trước ra sau tấm biển trạm. Mười mấy hàng người xếp ngoằn ngoèo mênh mông không bờ bến, trông cứ như là đang chơi trò chơi rồng rắn, co ngắn lại rồi lại giãn dài ra, nhưng không hề đùn đẩy lẫn nhau, cũng có thể coi như là trong rối loạn có trật tự của nó. Trên đường, mười mấy chiếc xe buýt đầu nối đuôi nhau, lần lượt tấp vào trạm rồi rời đi; có người lòng nóng như lửa đốt, thấy có khoảng trống thì liền chen vào; có người lại bình tĩnh thư thả hơn, cứ lẳng lặng chờ đợi. Những con thú to lớn gồ ghề lần lượt tấp vào bên lề đường, nhả ra một đoàn người, rồi lại nuốt vào một đoàn người. Ting tong ting tong, mở cửa ra rồi đóng cửa lại. Có người vội vã đuổi theo được, hai tay chắp lên đầu cảm ơn; có người bị kẹt bỏ lại khi cửa đóng, thì to tiếng hỏi thăm mẹ của bác tài xế.

Hôm ấy là vào một buổi chiều trước ngày Giáng Sinh, ấm áp như buổi đầu hè, chẳng có không khí gì cả, chỉ có khí thải, và một đoàn người nheo nhúc không rõ động cơ. Ga Thượng Thủy là một nơi nổi tiếng hỗn loạn. Gần khu vực La Hồ, là nơi tập trung những thương khách buôn hàng hóa bằng đường thủy; ngựa xe tấp nập, nước chảy còn không thông nữa là, có nói bao nhiêu lời thừa thãi cũng không thể hình dung cho hết được. Tôi móc điện thoại ra, mở phần mềm ứng dụng phục vụ xe buýt, tra thời điểm đến trạm của tuyến số 261. Lúc bấy giờ, con trai tôi gửi đến một tin nhắn tức thời, hỏi về định vị của tôi. Tôi hỏi thằng bé mấy giờ tới. Nó trả lời: Năm phút nữa. Vừa tắt máy thì thằng bé gọi đến, việc đầu tiên là hỏi ngay:

- Chuyến tiếp theo tuyến số 261 mấy giờ đến?

- Ba phút.

- Có Wifi không?

- Có.

- Còn chiếc sau đó?

- Sao con không cài app?

- Chuyến tiếp theo mấy giờ đến?

- Hai mươi ba phút… Con được lắm, tại sao xóa app? Rồi lại hỏi ba?

- Chuyến tiếp theo có Wifi không?

- Không có đâu!

- Vậy thì tốt! Đón chuyến không có Wifi vậy!

- Tại sao ngồi chuyến không có Wifi? Trước đây chẳng phải con toàn chọn chuyến có Wifi mà đi sao?

- Mấy chiếc xe đời mới ấy đi đến phát chán rồi, ở đâu cũng vậy, chẳng có nghĩa lý gì nữa! Tuyến đường này có một chiếc xe cũ hết sức quý báu, bình thường rất ít khi có cơ hội được ngồi. Hôm nay nhất định phải thử.

- Nhưng ba đang xếp hàng rồi, chuyến ba phút nữa tới thì ba sẽ lên xe.

- Sao không đợi con chứ? Cùng nhau bắt chuyến kế tiếp không được sao?

- Vô lý vô cớ bắt ba phải đợi thêm hai mươi phút nữa…

- Cũng chỉ là đợi thêm chút nữa thôi mà! Ba cũng có gấp gáp gì đâu.

- Chẳng phải ba đã bảo với con rồi sao? Ba muốn tới sớm một chút, ba phải ra hậu trường thăm hỏi, lại có một cuộc phỏng vấn phải làm.

- Cũng không trễ bao nhiêu đâu! Đang còn rất sớm! Bắt chuyến tiếp theo cũng còn dư khối thời gian.

- Thực ra là ba còn muốn đi taxi kia kìa!

- Sao có thể bắt taxi được chứ? Rõ ràng là có xe buýt, tuyến 261 nhanh lắm mà, chưa đến nửa tiếng là tới Đồn Môn.

- Hôm nay ba không khỏe! Hồi trưa bị đau bụng, ba không muốn bị nhốt trên xe buýt…

- Sao đột nhiên lại đau bụng chứ? Lắm vấn đề như vậy! Giờ có còn đau bụng không?

- Giờ thì không, đau hồi trưa.

- Giờ không đau bụng thì chẳng phải là không sao rồi còn gì? Đi xe buýt cũng được mà.

- Ba đã nói là ba có việc gấp phải đến sớm một chút để làm. Phía bên kia đường là bãi taxi, có rất nhiều taxi đang xếp hàng đậu ở đó mà không ai đi kìa!

- Thì vậy! Không ai muốn đi taxi hết, toàn chọn bắt xe buýt.

- Ba không muốn đi xe buýt.

- Con cũng không hiểu là xe buýt có vấn đề gì nữa?

- Ba… nói chung là không muốn đi xe buýt vậy thôi!

- Ba chẳng hề nói đến lý lẽ gì cả.

- Ba không nói lý lẽ?

- Rõ ràng là ba đã bảo cùng bắt xe buýt mà!

- Thôi đi! Thôi đi! Không nói nữa!

Tôi tắt máy, rời khỏi đám đông, lui tới chỗ phía trước những chậu hoa bên lối người đi bộ. Trong chậu trồng những bụi cây tàn lụi héo rũ u sầu, còn dưới gốc vứt đầy những mẩu thuốc lá. Tôi nhét điện thoại vào túi quần, rồi lại móc ra, mở phần mềm báo trạm như ma xui quỷ khiến. Chuyến dự kiến ba phút nữa sẽ tới lúc nãy đã biến mất, chuyến tiếp theo hiển thị mười ba phút sau sẽ đến. Theo thông tin hiển thị, không có Wifi, vậy nó là loại xe đời cũ. Tôi vội vàng tắt điện thoại.

Tôi nhận thấy hơi thở của mình có hơi gấp, nhịp tim đập cũng có vẻ nhanh hơn, có chút bí tức ở lồng ngực, đầu cảm thấy choáng váng nhẹ. Trong người có một luồng sức mạnh mơ hồ đang tích tụ, chuẩn bị phát nổ. Một cảm giác vừa quen thuộc vừa khiến người ta bất an ập tới. Đó chính là ký ức tiêu cực, được tích lũy trong mười mấy năm trời của một người suốt ngày phải luẩn quẩn trong việc đón phương tiện giao thông công cộng như xe buýt và tàu điện ngầm, từ đó tạo ra cảm giác ức chế vốn dĩ không liên quan đến bản thân xe buýt hay tàu điện ngầm nào đó; một cảm giác khủng hoảng không hoàn toàn tương ứng với sự việc trước mắt, mà cho dù có nói ra cũng không ai có thể hiểu được và thông cảm. Tôi thử chuyển hướng chú ý đến một sự việc đáng mong chờ hơn.

Chiều hôm nay có một buổi nhạc kịch được cải biên từ tiểu thuyết của tôi, trình diễn ở tòa nhà hội nghị Đồn Môn. Con trai tôi vui vẻ đi xem, có một nửa lý do là vì được nhân cơ hội này mà đón xe buýt đến Đồn Môn. Đó là tuyến xe mà thường ngày nó rất ít khi sử dụng. Đối với việc nó có hứng thú đi xem kịch, thì cho dù có thế nào đi nữa, tôi cũng cảm thấy được an ủi. Còn về việc mình đã hứa là cùng đón xe buýt với nó, thì tôi lại bắt đầu cảm thấy hối hận.

Bóng dáng con trai tôi hiện ra từ trong đám đông. Một cậu trai cao gầy, mặc chiếc sơ mi sọc xanh và chiếc quần dài màu kaki. Quần áo của nó luôn luôn là do tôi mua, bởi vậy mà phong cách cũng từa tựa như tôi. Mái tóc dài ngắn đều nhau như một trái bóng màu đen, cũng luôn là tôi cắt cho nó. Hôm nay tôi phải lên sân khấu để nói lời cảm ơn khi buổi biểu diễn kết thúc, ăn mặc cũng trang trọng hơn một chút, không xảy ra tình huống bất cẩn là "cha con đồng bộ". Kiểu tóc của tôi đương nhiên là khác hoàn toàn với nó.

Đầu của Quả hình như bị một lực hấp dẫn nào đó lôi kéo, vừa tiến về phía trước, vừa ngoảnh sang hướng mặt đường bên phải, như một quả bóng bowling đang lăn quẹo một bên. Đồng thời nó cũng lưu ý đến hướng di chuyển của tôi, ánh mắt cho thấy có chút gì đó nghi hoặc. Đợi nó đến trước mặt, tôi nói với vẻ tiu nghỉu, chuyến xe vừa rồi đã bị hủy không lý do, nên những người đang xếp hàng cũng bị đẩy xuống chuyến tiếp theo. Thông tin này khiến cho thằng bé có phần lo âu. Tôi không chịu xếp vào hàng rồng rắn cùng với nó. Thằng bé hỏi mượn tôi điện thoại để tra cứu về sự điều phối xe cộ mới nhất, rồi nói với giọng an ủi:

- Không gấp! Chuyến kế tiếp không thay đổi, vẫn còn có hy vọng!

Ý của thằng bé là sẽ đón chuyến xe buýt mà nó quan tâm. Tôi nhớ lại vô số hình ảnh cùng với nó xếp hàng trên đường đón chuyến xe buýt mà nó thích, bắt đầu từ khi nó năm sáu tuổi. Tình huống như thể là đang đánh bạc, đánh thắng thì đương nhiên là hết sức vui vẻ với nhau, nếu như đánh thua thì kết quả có thể sẽ giống như là gặp phải tai nạn. Hôm nay thì thằng bé không còn là đứa trẻ như ngày nào hở chút là nổi trận lôi đình trên đường nữa. Nó đã trở thành một thiếu niên mười lăm tuổi, còn cao hơn cả tôi. Thằng bé sẽ không làm lớn chuyện ở nơi công cộng, hiểu được cách che giấu cảm xúc của mình. Chỉ là, sự "cố chấp lựa chọn cái thiện" của nó hầu như chưa từng được sửa đổi. Tiêu chuẩn "thiện" của thằng bé đối với xe buýt, lẽ dĩ nhiên là người bình thường có thể sẽ không hiểu được. Xin lỗi, trải qua ngần ấy năm tháng "hành thiện với người", tôi cảm thấy có lẽ là đã đến lượt tôi phải tùy tiện không nói đến lý lẽ. Tôi nói dứt khoát:

- Con tự mình đón chuyến tiếp theo, ba bắt taxi.

Bằng một thái độ ôn hòa và lý trí, nó thử thuyết phục tôi thay đổi ý định:

- Xe đến ngay bây giờ kìa, đợi thêm xíu nữa đi! Con chắc chắn là xe rất nhanh, nhất định sẽ không làm lỡ thời gian của ba đâu.

- Ba không khỏe trong người, không muốn đi xe buýt.

- Ba còn đau bụng không?

- Bụng không đau, mà là đau tim.

- Đừng có vậy chứ, làm gì mà đột nhiên lại đau tim? Sống phải thả lỏng một chút, đừng có căng thẳng quá.

- Ba vốn không căng thẳng, là con khiến ba phải căng thẳng đấy!

Bất giác tôi trở nên kích động, một người đàn bà trung niên đang xếp hàng ở phía trước tò mò ngoái đầu lại. Con trai tôi tỏ vẻ hơi sượng sùng, nói:

- Nhỏ tiếng một chút được không? Kìm nén cảm xúc của mình lại một tí nào!

Tôi đã sắp sửa phát điên lên. Tôi cố gắng hết sức để duy trì hình tượng người cha biết nói lý lẽ, nhưng vẫn không cách nào cất cao giọng nói:

- Con đã lớn như vậy rồi, hoàn toàn có thể tự mình bắt xe đi đến bất cứ đâu. Con thích chọn chuyến xe nào, cũng tùy ý con, ba hoàn toàn không can thiệp gì. Vấn đề ở chỗ, tại sao cứ phải bắt buộc ba phải làm mấy cái việc tào lao này cùng với con vậy chứ?

Quả tỏ vẻ kinh ngạc, cứ như tôi vừa mới nói ra một lời nhảm nhí không hợp logic gì vậy. Nó đáp với vẻ mặt vô tội:

- Chẳng qua là con chỉ muốn ba cũng được trải nghiệm cái hay của xe buýt thôi mà!

Nội dung tranh luận và thái độ kịch liệt hoàn toàn không cân xứng với nhau, tạo ra cảm giác hết sức ngớ ngẩn. Tôi từng nghĩ rằng, mình đã quá quen thuộc với cảm giác ngớ ngẩn này rồi, cứ nhẹ nhàng lướt qua, nhưng mà vốn dĩ đã đến mức không thể nào nhịn nổi nữa. Tôi gần như đã hét lên:

- Xin lỗi, ba đã trải nghiệm đủ rồi! Ba nghĩ là ba có quyền lựa chọn phương tiện giao thông phù hợp với mình.

Lúc này, xe buýt đến trạm. Tôi hoàn toàn không nhận ra chiếc xe ấy có điểm gì đặc biệt độc đáo, cũng chẳng có tâm trạng để quan sát nó tỉ mỉ. Sự việc đã đi đến giới hạn, van an toàn trong cơ thể cũng sắp sửa bị phá vỡ. Descartes cho rằng, điểm liên kết giữa linh hồn và thể xác của con người, chính là tuyến tùng ở trung tâm não bộ. Nếu quả thật là như thế, thì ngay lúc này tuyến tùng của tôi chắc chắn là đang trong trạng thái sắp sửa nứt toạc ra, nếu còn tiếp tục nữa thì sẽ xảy ra hiện tượng linh hồn thoát khỏi thể xác. Tôi biết rằng, nếu như tôi ngồi lên chiếc xe buýt này, thì chứng rối loạn lo âu đã ổn định trong khoảng một năm rưỡi nay chắc chắn sẽ tái phát, tất cả mọi việc chữa trị sẽ bị coi như là công cốc.

Tôi nói với con, tôi qua phía bên kia đường đón taxi, mạnh ai nấy đi, gặp nhau ở tòa nhà hội nghị Đồn Môn vào lúc năm giờ.

Đoàn người rồng rắn bắt đầu di chuyển đến cửa lên xe buýt. Quả vừa bước lên phía trước, vừa quay đầu lại, gửi cho tôi thông điệp khó hiểu bằng ánh mắt và thủ ngữ. Tôi kiên quyết mặc kệ thằng bé, tự mình rời đi. Khi đến bãi taxi, chẳng thấy chiếc taxi nào, cũng không thấy có hành khách nào đang đợi xe, chỉ có một cảm giác trống trải mênh mông. Bên kia đường, chiếc xe buýt màu vàng kim vừa nãy, chở con trai tôi và những hành khách khác, từ từ chuyển bánh rời đi. Tôi không kịp tìm thấy bóng dáng của nó ở bất cứ ô cửa nào.

Đợi khoảng năm sáu phút đồng hồ, cuối cùng cũng có một chiếc taxi đi vào bãi. Sau khi ngồi lên xe taxi, toàn thân tôi bỗng chốc thả lỏng ra được ngay. Cho dù vậy thì thâm tâm cũng vẫn cứ cảm thấy có chút mệt mỏi, nhưng cảm giác bị ức chế kia cũng đã biến mất. Linh hồn của tôi vẫn còn dính chặt với thể xác của mình. Sự an toàn của thể tùng tạm thời được bảo đảm.

Taxi đi với tốc độ nhanh trên con đường Phấn Cẩm, đi đến đoạn tiếp giáp với đường Nguyên Lãng, vượt qua mặt một chiếc xe buýt số 261. Tôi không thể không móc điện thoại ra, nhắn cho con trai tôi một tin nhắn:

- Con ở trên chiếc KR6080 phải không?

- Yes.

- Taxi của ba qua mặt con rồi.

- So?

- Rõ ràng taxi nhanh hơn xe buýt.

Nó ngưng một lúc rồi trả lời:

- Ba chưa từng hiểu việc tôn trọng xe buýt!

Tôi lại nổi điên, trả lời rằng:

- Con thì chưa từng hiểu việc tôn trọng ba!

Sau khi gửi tin nhắn đi, tôi bực dọc tắt điện thoại. Nhìn đồng hồ đeo tay, lúc này là bốn giờ mười lăm. Tôi tính toán, mình sẽ tới trước Quả mười lăm phút. Buổi biểu diễn bắt đầu vào lúc năm giờ mười lăm. Thời gian quả thật là có thừa thãi dư dật. Nhưng đó không phải vấn đề về thời gian.

XE BUÝT 1

Con trai tôi bắt đầu mê xe buýt kể từ lúc còn học mẫu giáo. Đầu tiên là nó học nhận biết phân biệt các loại hình của xe buýt, rồi lúc nào cũng chọn những chiếc mình thích mà đi. Ban đầu, phân vùng yêu ghét hết sức đơn giản: màu vàng kim là thích, màu trắng thì không thích. Tôi hiểu như thế này: xe màu vàng kim mới hơn, thiết kế cũng đẹp hơn; còn xe màu trắng thì cũ, thiết kế hơi đơn điệu. Nhưng mà, có lẽ chỉ là vì màu sắc, chứ không liên quan đến yếu tố khác.

Thích quá thì dần dần biến thành luật sắt, chiếc màu trắng tuyệt đối không được bắt, chỉ được bắt màu vàng kim. Nếu như cố ép lôi nó lên chiếc xe buýt màu trắng, nó sẽ thề sống thề chết mà phản kháng, chống đối trên suốt tuyến đường, cho đến khi nào người chăm sóc (thông thường là tôi) chịu không nổi với ánh mắt bực bội của những hành khách khác, đành phải nhanh chóng đưa nó rời khỏi xe. Trước sách lược của nó thà là ngọc vỡ chứ không chịu làm ngói lành, thì chế độ thưởng phạt đã được đặt ra trước đó cũng hoàn toàn sụp đổ, rốt cuộc thì tôi cũng thất bại, đành phải xuống xe, đợi chiếc màu vàng kim.

Đến giai đoạn tiểu học, suy nghĩ có hơi phát triển, sự phân biệt đối với xe buýt càng tỉ mỉ hơn, yêu cầu cũng nâng cao nhiều lên tương ứng, ngoài hai sự phân biệt lớn là màu vàng kim và màu trắng, trong mỗi loại cũng có sự phân biệt cả về thương hiệu và loại hình. Và ngoài loại hình ra, còn xuất hiện sự lựa chọn về việc có quảng cáo trên xe hay không nữa. Có trang trí trên thân xe với một chủ đề đặc biệt, ví dụ như chiếc xe buýt trên thân có dán hình mười hai con giáp lịch âm, chính là một trong những đối tượng tìm kiếm quan trọng. Không bao lâu sau, để tìm kiếm xe năm rắn hay xe năm rồng, đã tốn mất không biết bao nhiêu là mồ hôi và nước mắt, trải qua bao lần cảm xúc kích động.

Lớn hơn một chút, lên cấp hai, kiến thức về xe buýt cũng càng mở rộng uyên thâm hơn, bắt đầu chú trọng đến hãng xe và bảng số xe. Đối với bất cứ tuyến đường và tình hình điều phối của một chiếc xe buýt nhất định nào đó, cũng rõ như lòng bàn tay. Từ xa trông thấy bóng dáng của xe buýt, ngay lập tức có thể nói được mã số trên bảng số xe của nó. Nhớ được các tuyến xe buýt trên toàn Hong Kong đã thuộc về tri thức của khoa nhi đồng. Còn kết quả của việc lưu ý về bảng số xe, là vô cớ ghét một số dãy số nào đó mà thích một số khác, xuất hiện dãy số may mắn và dãy số không may nhất định. Nói kỹ hơn một chút, nó thậm chí sẽ quan tâm đến mô thức bảng tuyến đường của xe buýt (từ bảng thông báo chuyển động đến bảng điện tử, cho đến cả màu sắc của màn hình hiển thị điện tử), vị trí và kích cỡ của đèn xe, hình dạng của cửa sổ, sự sắp xếp của gác tay, sơ đồ ghế ngồi, thiết kế của thang, cách thức đóng và mở của cửa xe, màu sắc của đèn trong khoang xe, v.v... Với người bình thường thì chiếc xe buýt nào cũng như nhau, trên thực tế mỗi một chiếc xe đều có điểm độc nhất vô nhị, có một cá tính riêng biệt độc đáo.

Nguồn gốc của những thông tin có liên quan, ngoài việc đích thân mình trải nghiệm thường ngày, còn nhờ vào những tin tức của một số đông người nghiện xe buýt công bố lên mạng. Những người nghiện xe buýt hoạt động ở những khu vực khác nhau, mỗi ngày mỗi giờ mỗi khắc đều sẽ đăng tải lên mạng những điều tâm đắc mà mình quan sát được. Ví dụ như tại một tuyến đường bất kỳ, phát hiện thấy sự sắp xếp đặc biệt gì đó, hoặc là một loại xe đặc biệt nào đó xuất phát ở một khu vực nào đó. Thế là hình thành một hệ thống giám sát xe buýt hết sức nghiêm ngặt và dày đặc. Ngoài ra, chính là đa dạng những sản phẩm được xuất bản có liên quan đến xe buýt. Ngoài các niên giám xe buýt mỗi năm, còn có những chuyên đề đặc biệt, nội dung trong đó hầu như đều trùng lặp, nhưng cũng sẽ có những thông tin độc quyền của những nhà ấy, trở thành lý do không thể nào bỏ sót. Những loại sách này phần lớn đều do các chuyên gia xe buýt hoặc những người nghiện xe buýt biên tập ra, nội dung nghiêm cẩn, tư liệu phong phú, hình ảnh đa dạng như nhau; đều có bán tại các buổi triển lãm sách Hong Kong mỗi năm, chợ tết âm lịch, hoặc ở những tiệm chuyên về xe buýt. Quả mua hết thảy những bản ấy, trở thành một bộ sưu tập sách chỉ riêng mình có.

Về việc đặt tên và xưng hô cho xe buýt, có vài hệ thống. Xuất hiện sớm nhất đó là cách gọi mà tụ con trai ở nhà phát minh ra, ví dụ như ma bạch, phiến bạch, công công, đầu tròn, đầu nhọn, đầu lồi, đạt chuẩn, đầu phù, v.v... Trong đó có một vài nguyên do là ấn tượng ngoại hình của xe buýt, còn một số thì chỉ là những liên tưởng tùy ý không có ý nghĩa gì cả. Kế đến là xưng hô dựa vào hãng sản xuất và loại hình của nó, trong đó có hai thương hiệu lớn lần lượt là Dennis và Volvo, chiếm phần lớn số lượng xe buýt toàn Hong Kong. Một số ít sử dụng gồm các hãng Scania, Neoplan, Guy, Albion... Sau đó từ từ bước vào thế giới mạng của người nghiện xe buýt, mới biết được thì ra đã tồn tại một loại hình thuật ngữ chuyên dụng cho xe buýt. Trên mạng "Đại điển Buýt Hong Kong" bao la bát ngát, có "bảng liệt kê tên gọi yêu thích của từng loại hình xe buýt", liệt kê hơn một trăm cái biệt danh mà dân nghiện xe buýt thích dùng. Thử nêu vài ví dụ trong đó: dưới "rồng" (cự long của Dennis) có hơn mười loại như rồng mật, rồng mở, rồng dài...; dưới "độn" (trident của Dennis) có các loại độn nhựa, độn rồng, độn hào, độn lùn...; dưới "hào" (Volvo Olympian) có hào ngắn, hào chín đầu, hào khang, hào bạc...; dưới "heo" hoặc "heo lột" (Super Olympian cao cấp của Volvo) có heo điện, heo nhựa, heo họa...; "trứng" có trứng đỏ, trứng cam. Còn có nhiều cách gọi mà người ngoài ngành không rõ là như thế nào, ví dụ như: máy giặt, máy lên xuống, mụ gà chết, ông chủ mày, quan tài, chuột, lao phổi, rồng uy móng sắt, dầu thần Ấn Độ, bà béo, xe gà, tạp bò...

Tuy thường xuyên lên mạng tham khảo thông tin xe buýt, vậy nhưng con trai tôi lại là một kẻ độc hành, không có tương tác giao tiếp với những dân nghiện xe buýt khác. Nếu có tham gia những hoạt động do dân nghiện xe buýt tổ chức, cũng là được cha mẹ đưa đi, chưa hề kết giao với bạn bè có cùng sở thích. Một mặt nó có thể coi như là một con nghiện xe buýt điển hình, nhưng mặt khác, cách mà nó thích xe buýt hình như lại có hơi cá biệt. Nếu như dân nghiện xe buýt đã thuộc vào loại cá biệt trong xã hội, thì Quả lại là một loại cá biệt trong đám cá biệt ấy. Về sở thích đối với xe buýt, nó vừa không đa dạng hóa, vừa không bác ái. Nói cách khác, nó không hề tìm thấy được thú vui trong toàn bộ tri thức và thể nghiệm có liên quan đến xe buýt, mà là như đang tham gia một trò cờ bạc, mong muốn tìm được sự kích thích thử thách vận may trong hệ thống phức tạp nhiều biến đổi nhưng lại có một quy luật nào đó. Đương nhiên, thử thách thất bại là sự việc thường xảy ra.

Trước khi Quả tự mình biết đi xe buýt, tôi luôn luôn phải đồng hành với nó để tiến hành những cuộc cờ bạc điên loạn này. Tình huống thường gặp nhất là, sau khi tan học ra đứng đợi ở trạm xe buýt thì liên tục có ba chiếc màu trắng, cả hai đều không kìm nén được cảm xúc phẫn nộ. Tình huống còn bất hạnh hơn nữa là, tận mắt chứng kiến một chiếc xe ngon chạy ở trước mặt, hoặc là sau khi xuống xe thì phát hiện chiếc ở phía sau xịn hơn, hoặc là lại có tình huống đang ngồi trên xe chạy thì trông thấy một chiếc xe tâm đắc đang chạy bên kia đường theo hướng ngược lại; hoặc giả cùng ở một trạm, nhưng xe của những tuyến khác lại xịn hơn xe của tuyến mình. Nói về xác suất cho thấy, thì hầu như mọi tình cảnh đều đã xảy ra, và trong đó phần lớn đều thấp hơn cả tiêu chuẩn nữa. Nói chung, vì tiêu chuẩn mong muốn đặt ra quá cao, cơ hội thất vọng sẽ chiếm một số lượng lớn. Nhưng tôi không có cách nào khiến Quả hạ thấp kỳ vọng. Một tình huống khác nữa là, vào những ngày nghỉ mà ra ngoài, toàn bộ đều phải nhờ vào xe buýt, kết quả là cược mười ván thì thua hết chín; hoặc có lúc thắng liên tiếp mấy ván, nhưng đến ván cuối cùng thì thua sạch sành sanh. (Lần trải nghiệm cuối cùng chi phối toàn bộ ấn tượng chung, hình như là một hiện tượng tâm lý phổ biến.) Được to toàn thắng, trận nào cũng hấp dẫn, trong trí nhớ của tôi thì tuyệt đối không có. Nếu có, cũng nhanh chóng bị sự xui xẻo tiếp theo che lấp mất.

Thử nêu một ví dụ kinh điển xem. Vào khoảng thời gian Quả học lớp hai, lớp ba gì đó, trong một ngày Chủ nhật, đã hứa với nhau là sẽ đi công viên Thấp Địa. Tuyến số 276B đi từ Thượng Thủy đến Thiên Thủy Vi, lúc bấy giờ có hai chiếc xe buýt vàng kim là Volvo và Dennis đang vận hành. Con trai tôi lúc nào cũng kiên quyết phải bắt chiếc Dennis, tuy nhiên theo tôi thấy, ngoại hình của hai chiếc xe buýt đều giống nhau như đúc. Hôm ấy đứng ở trạm xe buýt đợi một loạt ba chuyến xe đều là Volvo, tôi bèn thử thuyết phục Quả, có lẽ là tuyến đường này hôm nay không có xe Dennis. Đây cũng là việc không phải không thể xảy ra. Quả không còn cách nào khác đành lên chiếc Volvo kế tiếp. Đến Thiên Thủy Vi thì xuống xe, băng qua cầu vượt dành cho người đi bộ trên không, đi thẳng đến cổng công viên Thấp Địa, một chiếc Dennis đột nhiên chạy băng ngang trên đường phía đối diện. Quả hoàn toàn không thể nào chịu được cái điều trớ trêu của vận mệnh thế này, từ chối bước vào công viên. Ý thức của tôi tê liệt ngay tức khắc, không an ủi, cũng chẳng giận mắng, chỉ có thể trách là thời cơ không đến với mình, tại sao không đi nhanh hơn vài bước. Kết quả là chúng tôi quay trở lại trạm xe buýt, bước lên chiếc Dennis đầu tiên vào trạm bằng một thái độ ngớ ngẩn. Đó là chiếc xe đường dài đi Kim Chung (Golden Bell). Vô duyên vô cớ, địa điểm vốn dĩ muốn đi và địa điểm đến quả thực là trời Nam đất Bắc.

Từ đó mới hiểu được mô hình bất biến của con trai tôi khi bắt xe buýt, đó chính là gốc ngọn đảo lộn. Công cụ trở thành mục đích, mục đích vốn dĩ lại trở nên chẳng hề quan trọng. Bất luận là ở điểm đích có vui vẻ đến thế nào đi nữa, chỉ cần trải nghiệm bắt xe không được tốt, thì niềm vui của cả ngày hôm đó ngay lập tức tan tành như mây khói. Đóng vai trò là cha mẹ dẫn dắt Quả, tâm trạng của chúng tôi thường là ảo não thê thảm. Nói lý lẽ, khuyên giải, khen thưởng, trừng phạt, giả vờ ngoảnh mặt làm ngơ, cách nào cũng đã thử qua, nhưng không hề có hiệu quả. Suy nghĩ về mặt này của nó kiên cố như là gang thép.

Từ chối thỏa hiệp với số mệnh vốn là một đức tính đáng kính phục, nhưng mà, lãng phí ý chí vào sự kiên trì nhàm chán như thế này, thì quả là khiến cho người ta khó lòng chấp nhận nổi. Đối mặt với tảng đá không cách nào di chuyển được này, khi sự việc nổ ra thì khó tránh khiến cho người ta nổi điên, sau đó thì cùng lắm cũng chỉ là lẳng lặng lắc đầu bật cười. Qua một khoảng thời gian mà nhìn lại, thậm chí sẽ hóa thành ký ức tràn đầy ý vị, hoặc giả là những câu chuyện hài hước hết sức thú vị. Dù gì đi nữa, bắt xe buýt chính là một phần quan trọng trong việc cùng nhau trải nghiệm giữa tôi và con trai. Bất luận là trong việc này có bao nhiêu tranh chấp và khó chịu, cũng chẳng bàn đến việc tôi và Quả có hiểu nhau hay không, thì đó cũng chính là việc mà nó coi trọng, cũng là suối nguồn lớn nhất tạo ra niềm vui cho nó.

Tôi nghĩ về những nơi mà tôi từng đi với Quả bằng xe buýt trong mấy năm gần đây. Hình như là hầu hết các tuyến đường trong tất cả các khu vực ở Hong Kong, chúng tôi đều đã từng ngồi xe buýt qua. Trong nhiều ngày nghỉ, chúng tôi chọn một tuyến đường lạ, nhìn ra phong cảnh mới mẻ bên ngoài cửa kính, cứ mặc cho xe buýt đưa chúng tôi tới một nơi chưa từng đến. Có một vài trạm cuối hết sức hẻo lánh, hoặc giả không thuộc về địa điểm để vui chơi, chỉ là những khu vực mà người bình thường sinh sống. Xuống xe ở một trạm cuối không quen thuộc, vào những ngày mà thời tiết ấm lạnh mưa ráo khác nhau, cảm giác như là đang tùy tiện thám hiểm ở khắp nơi, tìm một quán có thể ăn một bữa cơm, hoặc chỉ là muốn đi nhà vệ sinh. Và cứ như thế, một cậu bé nắm lấy tay ba, trở thành một thanh niên còn cao hơn cả cha mình. Sự trưởng thành của Quả vốn dĩ chính là một chuyến đi xe buýt. Có lẽ tôi không phải là người hướng đạo tốt. Có thể tôi sẽ lạc đường, sẽ đi vào ngõ cùng. Tôi không cầm chắc được việc có thể dẫn Quả đi về hướng tốt hơn. Có lẽ, mà kỳ thực là Quả đã dẫn dắt tôi trải nghiệm những hành trình khác nhau. Bất kể là đường đi có gập ghềnh ra sao, tôi cũng chưa bao giờ nghĩ rằng tôi đã lên nhầm xe.

Loại xe buýt màu trắng mà lúc nhỏ Quả từ chối và không chịu ngồi, đã hoàn toàn dừng phục vụ vào năm ngoái. Trước lúc đó có loại xe buýt truyền thống không có điều hòa màu đỏ được gọi là “buýt hotdog”, cũng đã dừng phục vụ vào mấy năm trước. Nhưng mà, vào năm ngoái thì công ty xe buýt lại một lần nữa đưa ra loại xe buýt màu đỏ với thiết kế phục cổ. Thế là, xe buýt đỏ lại trở thành đối tượng theo đuổi của con trai tôi, tống loại xe buýt vàng kim từng hết sức yêu mến vào lãnh cung. Thế giới xe buýt thiên biến vạn hóa, mỗi ngày một mới hơn, đến bao giờ nó mới có thể tìm thấy một tình yêu đích thực ở trong lòng dây chứ?

ĐỌC SÁCH

Mấy năm gần đây, con trai Quả hễ cứ bước vào tiệm sách là chóng mặt. Chóng mặt thì bèn tìm một chỗ mà ngồi, lướt điện thoại, xem clip, chúng tôi tách nhau ra mà làm việc riêng của mình, thông thường là hẹn nhau mười lăm phút sau gặp. Hầu như tôi chỉ đảo qua một vòng cho có lệ là xong chuyện. Nhiều lúc nó lẽo đẽo theo bên cạnh tôi, nói vanh vách không ngừng, vả lại thông thường còn là những chủ đề giống nhau, tôi càng không thể chuyên tâm mà xem sách, thật như là cưỡi ngựa xem hoa. Nhờ đó mà lúc nào tôi cũng tiết kiệm được không ít tiền, ngăn chặn được mối họa sách đầy trong nhà.

Nếu như tiệm sách ấy có sách liên quan đến xe buýt, thì sự thể sẽ không giống như vậy. Thằng bé có thể đứng đó mà coi cọp, xem một cách hứng thú, nửa tiếng đồng hồ cũng không biết mệt, cũng chẳng hề chóng mặt. Có khi xem xong thì đặt xuống, đơn thuần chỉ là giết thời gian, nhiều lúc phát hiện thấy quyển đặc biệt hấp dẫn, hoặc là quyển mới vừa xuất bản, thì nhất định sẽ mua, về đến nhà lại tỉ mỉ đọc tiếp. Đối với những người ngoài cuộc như tôi mà nói, sách về xe buýt chẳng phải đều từa tựa như nhau sao? Chẳng có gì ngoài việc ghi chép loại xe, ngoại hình, linh kiện máy móc, chức năng, tuyến đường xe buýt, và có phụ lục thêm một số thông tin bằng hình ảnh v.v… Loại sách như thế này tại sao lại nhiều vô cùng tận, trải qua bao nhiêu lâu cũng mới như thường? Thậm chí còn nghiễm nhiên trở thành một thể loại riêng, chiếm hơn nửa tầng của giá sách. Từ đó có thể thấy được, sự hùng hậu của cộng đồng nghiện xe buýt ở Hong Kong, đủ để có thể chống đỡ cho thị trường xuất bản phẩm này. Hong Kong không chỉ là thành phố có nhiều loại hình xe buýt nhất trên toàn thế giới, mà còn là nơi thông tin có liên quan đến xe buýt phong phú và phát đạt nhất. Xe buýt còn phổ cập hơn cả văn học, là một hiện tượng tự nhiên. Số người là độc giả của sách xe buýt chắc chắn cũng sẽ nhiều hơn số lượng độc giả sách của tôi.

Nhờ ơn xe buýt đã ban cho, mà rốt cuộc thì con trai tôi cũng trở thành một người đọc sách. Trong một lần đi tiệm sách gần đây với Quả, nó bước nhanh như tên bắn đến khu vực giải trí, hứng thú tìm loại yêu thích nhất của nó, còn tôi cũng nhân đó mà có được chút thời gian nhàn rỗi, xem tỉ mỉ khu vực sách văn học. Phát hiện quyển Khởi nguyên văn học cận đại Nhật Bản của Karatani Kojin vừa mới xuất bản phiên bản ở Đài Loan như bắt được vàng, tôi lật sơ qua một lúc bèn quyết định mua. Trong lúc chuẩn bị đi tính tiền, tôi trông thấy Quả đang đứng ở xa xa phía bên kia, cúi đầu, mắt kính đã trễ xuống đến chóp mũi, đọc một cái gì đó như đói khát. Ai mà không biết nội tình, hẳn sẽ cho rằng thằng bé là một học sinh giỏi ham học không biết mệt mỏi.

Trên đường trở về nhà, xe buýt vốn vẫn là lựa chọn tốt nhất. Con trai tôi vừa ngồi xuống, bèn vội vàng lấy cuốn Đội xe buýt Hong Kong vừa mới mua được ra đọc, đồng thời thỉnh thoảng lại giải thích cho tôi nghe những chỗ đặc biệt thú vị. Thằng bé mở cho tôi xem hai tấm hình xe buýt, hỏi tôi rằng giữa hai chiếc xe này có gì khác biệt. Tôi nhìn qua loa một lúc, cảm thấy cả hai hoàn toàn như nhau. Quả liền chớp lấy thời cơ, giở giọng điệu chuyên gia, chỉ cho tôi thấy ở phía dưới đuôi xe, có gắn thêm một chiếc quạt tản nhiệt động cơ nho nhỏ. Nó còn thể hiện sự thán phục từ ngữ sử dụng trong cuốn sách, ví dụ như "tương ánh thành thú", "lạ mắt lạ tai", "đại phái dụng trường"… cho rằng đọc sách xe buýt cũng có thể học tốt tiếng Trung. Sau một hồi bình đầu luận chân và tấm tắc ngợi khen, Quả lật đến bảng biểu nhãn hiệu xe hiện đang phục vụ trong phần phụ lục phía sau sách, bắt đầu nghiên cứu các loại số hiệu sản phẩm xe buýt xem có những hãng xe và số hiệu nào. Tôi liếc thấy lúc nha lúc nhúc những con số, cảm thấy quả thực đó như là quyển Ulysses trong ngành xe buýt học.

Từ hồi con trai còn rất nhỏ, tôi và vợ tôi đã cố gắng bồi dưỡng hứng thú đọc của thằng bé. Trong nhà để sẵn một lượng lớn sách thiếu nhi và sách tranh ảnh đẹp đẽ. Sau bữa cơm tối, vợ tôi luôn tìm cách khéo léo dẫn dụ thằng bé cùng nằm đọc sách ở sô pha. Vợ tôi quả thật là một người kể chuyện hấp dẫn, lần nào cũng kể nội dung trong sách một cách đầy diễn cảm, còn thằng bé lúc nào cũng có phản hồi hồn nhiên và hóm hỉnh. Tôi ngồi một bên quan sát, trong lòng từng dào dạt tâm trạng mãn nguyện và vui vẻ lạc quan. Thậm chí từng xuất hiện cảnh tượng kỳ dị là thằng bé nghe mẹ kể tác phẩm kinh điển Thần khúc (nguyên nhân hình như là Quả muốn biết địa ngục là gì), khiến tôi có lúc đắm chìm trong ảo tưởng về thế giới thần đồng trong Thế thuyết tân ngữ. Nhưng mà phản ứng điển hình nhất là, khi mẹ giở hết các ngón nghề của mình để cố giữ lấy hứng thú đọc của Quả, thì đột nhiên thằng bé lại chỉ vào góc chỗ số trang mà hỏi: "Tại sao số trang của quyển sách này lại có font chữ khác với quyển sách trước?"

Khả năng ăn nói của tôi hiển nhiên là kém xa vợ tôi, kỹ năng kể chuyện cũng rất kém. (Đúng vậy, cho dù tôi là một tiểu thuyết gia.) Khi đến lượt tôi hỗ trợ đọc, thì con trai tôi lại muốn vọt đi cho mau, hoặc là không gượng nổi mà nhắm mắt lại. Nếu như phải đọc sách được chỉ định ở trong trường học, thì đó rõ ràng là một việc khổ sai. Người nói thì khổ nhọc, người nghe thì khó chịu; không những là chưa từng thấy qua mặt chữ của một từ vựng, đến âm thanh vốn dĩ cũng chưa từng lọt vào tai. Kể từ lúc đó, tôi liền biết rằng mình không có tư cách để bàn luận công khai về bất kỳ chủ đề gì liên quan đến "làm thế nào để dẫn dắt trẻ con đọc sách" hay là "làm sao để nâng cao hứng thú đọc của trẻ nhỏ" nữa.

Tôi rất nghi ngờ về cách nói "mưa dầm thấm lâu". Tôi và vợ tôi đều là những người yêu thích sách vở, nhà của chúng tôi vốn dĩ là một thư viện. Một đứa trẻ lớn lên trong một gia đình đọc sách, nhưng ngược lại không hề thích đọc sách, chỉ có thể giải thích bằng câu nói vật cực tất phản . Nếu như không có cảm giác gì với sách vở trong nhà, thế thì hãy thử đổi môi trường xem sao, dẫn nó ra ngoài đọc sách.

Thằng bé không kháng cự gì với thư viện, nhưng hiển nhiên là vì thích hành vi "đi thư viện" này nhiều hơn là việc thực sự đi đọc sách. Về sau thì trở thành một loạt động tác chỉ định, ví dụ như hễ bước vào thư viện thì đi tìm vài ba cuốn sách như nhau, ngồi ở cùng một vị trí, lật một lượt từ đầu đến cuối, chỉ ra những thứ tương đồng, cười ở những chỗ buồn cười như nhau, sau đó đóng sách lại rồi rời khỏi đó. Không thể coi đó là việc đọc sách mà chỉ là một thông lệ. Nhưng mà, thông lệ như thế này còn khiến cho người ta có thể cân nhắc được. Lúc đó tôi và thằng bé xem hết lần này đến lần khác, bao gồm cả Ở nơi xa xôi ấy của Maurice Sendak và The Tin Forest của Helen Ward và Wayne Anderson.

Ở nơi xa xôi ấy là bản gốc của tiểu thuyết Đứa con bị đánh tráo của Ōe Kenzaburō, là một truyện tranh thiếu nhi được nhà văn yêu thích. Thằng bé thích nhất là xem nhân vật tiểu yêu tinh vô diện lén tráo đứa bé ở trong sách, và bộ dạng hoảng sợ khi trẻ đóng băng tráo trở bị tan chảy, nhưng lại không hứng thú với việc người chị làm cách nào để cứu em gái mình về ở trong truyện. Hình như thằng bé cũng rất quan tâm, về việc tại sao người cha lại bỏ nhà ra đi và đi đâu ở trong truyện. The Tin Forest cũng là một câu chuyện rất đẹp. Một cụ già cô độc sống trong một bãi rác, ảo tưởng rằng mình đang ở trong một khu rừng rậm tràn đầy sức sống. Cụ già bèn bắt tay vào việc lấy các phế liệu kim loại để tạo thành cây cối và động vật trong khu rừng rậm. Thế nhưng, cụ già vẫn cứ buồn bã không vui. Mãi đến một hôm, có một chú chim mang đến một hạt giống. Hạt giống nở hoa, hoa phát triển thành cây. Những loài động vật khác cũng lần lượt xuất hiện, khu rừng thật và giả lẫn lộn với nhau, sự vật tự nhiên và nhân tạo đan xen. Không biết tại sao, mỗi lần cùng đọc cuốn sách này với Quả, trong lòng tôi đều dấy lên một niềm đau buồn bi thương sâu sắc. Những nội dung này đối với tôi là vô cùng quý báu, nhưng thằng bé có lẽ đã quên sạch sẽ cả rồi.

Ngoài thư viện ra, nhà sách cũng là nơi buộc phải đi trong những ngày nghỉ. Nhà sách lớn đều có khu vực sách thiếu nhi, rất nhiều trẻ em coi đó là thư viện, vớ được cuốn sách yêu thích thì lập tức ngồi luôn xuống đất mà xem, bầu không khí cũng rất náo nhiệt. Con trai tôi đương nhiên là không chịu xem một mình, lúc nào cũng phải kéo cho được cha hoặc mẹ để kể cho nó nghe. Hầu như thằng bé đều chọn sách về Thomas và những người bạn. (Lúc còn nhỏ thì thằng bé vẫn chưa hoàn toàn dành hết tình cảm cho mỗi một mình xe buýt, mà còn có hứng thú với xe lửa nữa.) Một loạt những nhân vật đầu xe lửa như Thomas, James, Gordan, Percy… Lần lượt xem rồi lại xem nữa, kể rồi lại kể nữa. Lúc bấy giờ thằng bé đã vào những năm đầu tiểu học, những cuốn sách nhỏ ấy cũng chưa có bao nhiêu chữ, toàn là xem tranh ảnh. Dù có giúp cho thằng bé phát triển một chút hứng thú, chọn một vài đề tài khác, thì thằng bé cũng không chịu đụng tới. Nghĩ về việc kích thích và phát triển việc đọc của thằng bé, nhiều lúc khó tránh khỏi cảm thấy thất vọng.

Có một lần, đột nhiên tôi không còn nhịn được nữa và nổi điên lên. Trước đó hình như là đã xảy ra chuyện phiền toái gì đó, khiến cho tâm trạng tôi không được tốt. Có thể là chuyện "gắp trứng" (trong quả trứng nhựa lại gắp ra được một máy gắp trứng mini) nhưng lại gắp không được màu mà thằng bé thích (nó thích màu xanh lá), thằng bé liền trách móc nheo nhẻo không ngừng, gào thét là buộc phải gắp tiếp; cũng có thể là đã lên cơn vòi vĩnh có liên quan đến phương tiện giao thông công cộng. Nói chung, tôi đã buồn bã đến cực điểm về việc "đọc sách" hữu danh vô thực, bèn ném quyển sách xuống đất, đứng dậy và rời đi. Thằng bé đuổi theo sau, hình như là có vẻ bị cơn giận của tôi làm cho hoảng vía. (Chiêu này đến thời trung học thì hoàn toàn không còn hiệu quả với nó nữa.) Tôi bèn thừa thế mà dạy cho nó một trận, bảo nó không có lòng học tập, không có hứng thú đối với bất cứ thứ gì, chỉ ngoan cố nghĩ đến những việc tào lao. Đương nhiên là thằng bé không cam chịu bị mắng, giương chiếc lưỡi chưa đầy ba tấc ấy của nó, phản kháng lại một cách không cần biết là vô lý hay là có lý. Thế là, ngay lập tức diễn ra một vở kịch hoạt kê bằng súng môi giữa hai cha con ở trong tiệm sách, cho những quan khách khác được thưởng thức miễn phí. Hai người vừa đi vừa đấu với nhau giữa giá sách, bất giác đến khu vực sách tôn giáo. Trong khi tôi ngơi một chút để thở, thằng bé chỉ vào một cuốn sách trên giá sách trước mặt, nói với vẻ đầy nghiêm nghị:

- Ba, ba thử đọc cuốn sách này đi!

Tôi cúi người xuống xem rõ tựa trên gáy sách, đó là cuốn *Ta có thể không giận* của thiền sư Nhất Hạnh.

Ngay tức thì hai cha con không thể không phá lên mà cười.

CON CỦA NGÔI SAO

Rất ít bậc cha mẹ mong muốn con cái của mình là một người bình thường dung dị. Trong quá trình trưởng thành của con trẻ, lúc nào cha mẹ cũng tìm kiếm điểm hơn người ở vài phương diện nào đó của chúng. Đương nhiên tôi cũng không ngoại lệ, vắt hết sức lực để phát hiện được những tài năng thiên phú của con mình. Phát hiện cuối cùng của tôi đó là, cái gọi là tài năng thiên phú cũng chính là cái trời ban cho, có thì là có, không có thì là không có, không bắt buộc phải liên quan đến việc con cái uống sữa gì (hay là có bú sữa mẹ hay không), và việc cha mẹ đã áp dụng cách giáo dục như thế nào.

Bảo trẻ con sinh ra là một tờ giấy trắng, cái gì được viết lên đó hoàn toàn là do môi trường và giáo dục tạo ra, lập luận do văn hóa tạo nên này không hề đứng vững. Không sai, điều kiện và cơ hội có ảnh hưởng cực kỳ lớn đối với sự trưởng thành và học tập của mỗi một cá nhân. Mặc cho bạn có là thiên tài gì đi nữa, nếu như bạn không có môi trường thích hợp về mặt kinh tế, xã hội và văn hóa, thì tài năng tiềm ẩn ấy sẽ bị chôn vùi suốt cả một đời. Nhưng, khi một người may mắn có cơ hội học được nhiều thứ khác nhau, thì điều này nói lên việc họ đánh đâu cũng thắng đó chăng? Đương nhiên cũng không phải. Thế là tôi nghĩ lệch sang một hướng khác, mỗi người đều có một "cài đặt gốc" của riêng mình. Thứ mà trong cài đặt của bạn không có, thì tốt nhất bạn đừng nên cưỡng cầu; còn thứ mà bạn có, thì bạn cũng đừng nên coi thường hay lẩn tránh. Cái gọi là cá tính, đại khái chính là như vậy đấy. Đương nhiên, vấn đề khó khăn nhất chính là, làm thế nào để ta biết được trong cài đặt của mình có những gì, không có những gì?

Thật ra tôi không phải là người tuyệt đối theo thuyết quyết định sinh học, hay thuyết ưu sinh và sự phân biệt sinh học theo sau nó. Cái gọi là cài đặt hay là khuynh hướng, thông thường rất phức tạp và đa dạng. Cài đặt của mỗi một con người lúc nào cũng là tổ hợp không giống nhau giữa mạnh yếu ưu nhược, cho đến cuối cùng vẫn là chuyện thông thường trong cuộc sống của việc nhận thức chính mình và phát huy sở trường. Trong hầu hết các trường hợp, đối với mọi người, khả năng thích nghi của các loại năng lực vẫn là tương đối lớn. Rốt cuộc thì thiên tài và kẻ ngốc chỉ chiếm một số lượng cực kỳ ít. Điều này chính là lý do tại sao chúng ta cần đến học tập và giáo dục.

Tuy có tồn tại cái gọi là "cài đặt gốc", nhưng kỳ thực đây cũng là điều không dễ nói. Hiển nhiên không phải cứ quy con người về các loại hình, hay là phân chia thành các kiểu mẫu thì có thể giải thích được. Càng không phải là do thời gian và địa điểm được sinh ra đời, hoặc là do sức mạnh của các vì sao gì đó ảnh hưởng. (Tôi chưa bao giờ tin vào sao mạng, cũng giữ một lòng hoài nghi cao độ về hệ thống Human Design lưu hành gần đây.) Học thuyết di truyền là lời giải thích hợp lý duy nhất, nhưng vì sự vận hành thực tế thì quá phức tạp, cho nên cuối cùng vẫn là không thể giải thích được. Ít nhất đến ngày nay, chúng ta vẫn chưa thể thông qua việc phân tích ADN để triển khai quy hoạch cuộc sống của mình.

Vào lúc con cái ra đời, không có việc tặng kèm theo một quyển sách hướng dẫn sử dụng khi xuất xưởng, để chúng ta có thể hiểu trước về chức năng và thiết kế của nó. Bởi vậy mà các bậc cha mẹ cũng chỉ biết suy đoán và mò mẫm không ngừng. Gần với thực tế nhất, đó là dựa vào đặc trưng cá tính và năng lực của hai bên cha mẹ để làm căn cứ phán đoán. Nhưng, kết quả lúc nào cũng nằm ngoài dự kiến của chúng ta. Nguyên nhân có lẽ là các tổ hợp khả năng di truyền thực sự quá nhiều, hoặc là do cha mẹ nhận thức được về chính mình quá ít. Cho dù ba mẹ không có sự hoang tưởng quá phi thực tế, sự kỳ vọng sai lầm hầu như cũng trở thành chuyện bình thường. Do đó, bậc làm cha làm mẹ không những không nên hy vọng xa vời là con trai mình sẽ hóa rồng, con gái mình sẽ hóa phụng, mà còn phải chuẩn bị về tâm lý là con cái mình sẽ không bao giờ lớn lên theo cách mà mình mong đợi.

Nói thì là nói vậy, cha mẹ vẫn là những người cố chấp và tùy tiện nhất. Chúng ta sẽ không bỏ qua bất cứ cơ hội nào, "làm cho đến cùng vì tương lai các con". Chủ nghĩa hoàn mỹ của các bậc cha mẹ ngày nay (hay là sự hoang mang rằng mình không làm tròn được bổn phận), đã trở thành một trạng thái bệnh lý.

Lúc mà Quả còn là một đứa bé con, đêm nào tôi cũng đều mở nhạc bên cạnh giường nó để ru nó ngủ. Đó là những bài nhạc do con trai Oe Kensaburo là Oe Hikaru sáng tác, nhẹ nhàng du dương, hoạt bát vui tai, đơn giản tinh khiết, thích hợp với trẻ nhỏ hơn là những bài nhạc cổ điển quá phức tạp. Cho đến bây giờ tôi vẫn còn nhớ rõ ràng những buổi tối ấy, cảnh tượng trong một căn phòng đã tắt đèn, bên cạnh giường của một đứa bé con, trong sự nâng niu của âm nhạc êm ái dịu dàng, vỗ nhè nhẹ lên lưng của con trai bé bỏng, nhìn thấy đôi mắt nhỏ nhắn từ từ khép lại trong bóng tối. Có lẽ tôi đã đánh giá quá cao cái uy lực tiềm ẩn. Chúng tôi nhanh chóng phát hiện, âm nhạc không tạo nên tác dụng gì cho thằng bé. Học một nhạc cụ cũng chỉ là việc qua loa nếm thử rồi ngưng, chỉ cần bỏ ra ba buổi học là biết ngay rằng không cần phải lãng phí thời gian nữa. Ở trường Quả từng bị giáo viên chọn để tham gia vào đội ca ngâm, nhưng chưa đến hai tháng trời thì đã mất tư cách vì vắng mặt tập luyện. Trước năm mười tuổi, về cơ bản thì thằng bé đã hết duyên phận với âm nhạc. Đến hồi mười mấy tuổi, thì thằng bé bắt đầu tự mình lên mạng nghe nhạc. Sự thưởng thức của nó tương đối đặc biệt, ngoài những ca khúc nhạc Pop đang thịnh hành, còn đặc biệt thích những ca khúc nhạc xưa mà đến tôi cũng còn chê là già. Ngoài ra, thích nhất là nhạc quảng cáo và nhạc tuyên truyền của chính phủ.

Tình hình hội họa cũng tương tựa như vậy. Con trai tôi chưa từng chủ động cầm bút lên vẽ thứ gì. Đưa nó đến lớp dạy vẽ, thì thằng bé chỉ biết cầm cọ vẽ mà ngơ ngẩn ra đó, đến việc vẽ lung tung bậy bạ cũng không thèm. Những năm cuối cấp một từng học một lớp vẽ khác, có thể nói là vẽ được hai ba bức tranh cỡ lớn, có chút màu sắc của trường phái ấn tượng, khiến người ta phấn chấn trong một hồi, nhưng mau chóng không có sự tiếp tục nữa. Cái mà thằng bé chủ động vẽ duy nhất đó chính là xe buýt, không ngờ nét vẽ tương đối chuẩn xác tỉ mỉ; rồi cũng từng vẽ lại bản giấy trò chơi thuộc loại của Monopoly, đổi toàn bộ tên đường và tên đất trở thành Singapore mà nó thích. Vẽ đồ vật đối với thằng bé mà nói hình như chỉ có tác dụng mang tính chức năng, không bao giờ có thể coi như là sáng tác. Vào lúc đi xem triển lãm tranh ở tòa nhà nghệ thuật, nó thích ra vẻ là chuyên gia, bình phẩm đầu đuôi gốc ngọn tác phẩm một loạt.

Vào cái năm sáu tuổi, Quả từng bị mẹ gạt đi học múa ba lê một thời gian. Là một đứa con trai duy nhất trong lớp, từ đó được chú ý và cưng chiều một cách đặc biệt, nhưng cũng khiến nó kháng cự còn dữ hơn. Lúc nào nó cũng giữ khoảng cách với những đứa trẻ cùng lứa tuổi, rất ít khi chơi đùa với chúng. Các động tác của cơ thể càng là điểm yếu của thằng bé. Không khó để tưởng tượng ra được, những bậc cha mẹ lớn gan thử sẽ nhanh chóng thu dọn tàn quân ảo não quay về. Học múa có thể là hơi quá to tát, nhưng nếu coi nó như là một sự vận động thông thường, cũng khó mà tạo nên hứng thú cho thằng bé. Những môn vận động với banh bóng cần đến sự nhịp nhàng cao độ của cơ thể, đối với thằng bé mà nói là một nhiệm vụ không thể nào thực hiện. Học bơi liên tục trong mấy năm, đến nỗi huấn luyện viên cũng suýt chút nữa đầu hàng, cuối cùng cũng phải bơi hết cự li năm mươi mét với tư thế không được chuẩn cho lắm. Xe đạp thì đến năm mười mấy tuổi cũng biết, nhưng kỹ thuật thì thường thường, cũng không được coi là yêu thích. Môn từng được rèn luyện tập trung nhất đó chính là leo vách đá, tổng cộng cũng được hơn một năm, mỗi tuần đều đến lớp học leo vách đá. Cũng từng có biểu hiện rất tốt, tôi cứ tưởng rằng rốt cuộc thằng bé cũng đã tìm được môn thể thao yêu thích nhất, nào có ngờ đâu sự nhiệt tình ấy vẫn cứ ngày một nguội lạnh đi. Sau đó chẳng biết tại làm sao mà đã nhiễm thói ngứa chân đi xa, tuần nào cũng leo núi, mỗi lần leo một đường núi khác nhau, khiến cho tôi và vợ mình cũng phải mệt mỏi cố sức đuổi theo. Cha mẹ không rảnh thì tự mình lén đi, hơn nửa ngày trời không thấy bóng dáng ở đâu, khiến cho người nhà sốt ruột đến đứng ngồi không yên. Cái con người này làm việc lúc nào cũng phải bẻ cong thành thẳng, còn không thì không làm, hễ làm là làm điên cuồng, muốn cản cũng cản không được. Vả lại thích leo núi chẳng phải là vì yêu thích thiên nhiên gì, cái tính ghét côn trùng và sợ động vật vẫn không đổi. Lúc nào cũng quan trọng tuyến đường xe đi lại từ nhà ra núi, đây lại chính là một điểm kỳ dị khác.

Đối với con cái của người khác, mọi người hầu như là có những giả thiết tốt bụng nhưng sai lầm. Nếu nói rằng con trai tôi không thích âm nhạc, người ta sẽ nói chắc là nó thích hội họa; bảo nó cũng không có hứng thú với hội họa, người ta sẽ nói vậy thì có lẽ là nó ưa thể thao không chừng; lại bảo rằng nó ghét nhất là thể thao, người ta lại nói một cách chắc chắn hơn nữa: "Vậy nhất định là một đứa ham học". Thành tích học tập trong cả quãng đời tiểu học của Quả có thể nói là đội sổ cho các bạn. Trong sáu năm ấy, khi trở về nhà làm bài tập hay ôn tập thì tôi nhất định phải ở bên cạnh hỗ trợ, nhưng bất luận cho dù tôi có ân cần dẫn dụ hay là la mắng nghiêm khắc như thế nào đi nữa, thì kết quả cũng không tiến bộ hơn một chút nào. Mãi cho đến năm thứ ba của bậc trung học, thằng bé không thể chịu nổi với sự trầm kha của mình được nữa, bỗng nhiên cần cù học tập một cách đột phá, dần dần tiến bộ lên đến vị trí trung du, thậm chí còn hướng đến mức trung thượng, cuối kỳ còn đạt được một bằng khen tiến bộ như long trời lở đất. Bài học rút ra từ đó hết sức rõ ràng - thành tựu của con cái hoàn toàn dựa vào sự nhận thức của chính chúng nó, cho dù cha mẹ có can dự đến thế nào cũng đều phí công không được gì.

Thôi được, có thể nói là nghệ thuật không được, thể thao thì không giỏi, thiếu đam mê, thành tích học tập cũng thường thường, thế thì cũng chẳng sao. Cha mẹ là nhà văn mà, mẹ lại là giảng viên khoa Trung Văn, khả năng thiên phú về ngôn ngữ của con trai có được cơ hồ cũng như là một cuộc xổ số đã định sẵn. Thật lòng mà nói, trong lòng của tôi, lúc nào cũng nghĩ như vậy cả. Tương lai có làm bác sĩ, luật sư hay là nhân sĩ chuyên nghiệp gì đó, hoàn toàn đều không nằm trong mắt tôi. Quả biết nói từ rất sớm, mà còn nói rất hoàn chỉnh, ngữ khí như một người lớn, hầu như không từng nói những lời của trẻ con. Tôi cứ tưởng đó là biểu hiện của sự sớm thành thục về ngôn ngữ. Vào năm hai tuổi rưỡi, đọc vài bài thơ Đường với thằng bé, có thể nói là hoàn toàn không hiểu nghĩa, nhưng hầu như nó đều nhớ ngay tức khắc, đọc thuộc lòng lại như thể đang chơi một trò chơi. Ghi nhớ cao nhất là có thể học thuộc được hơn ba mươi bài. Khi nó biểu diễn trước mặt người thân và bạn bè, nhận được rất nhiều tiếng vỗ tay, khiến cho cha mẹ cũng có chút mừng thầm trong dạ. Không tới nửa năm, đột nhiên lại không chịu đọc nữa, rồi sau đó quên sạch sành sanh. Việc đọc thơ vốn dĩ chỉ là một ngọn lửa nhỏ. Lớn lên rồi cũng không thấy có sự nhiệt tình bao nhiêu đối với văn học, cũng không chịu đọc sách, cũng không chịu viết chữ, nhưng cũng chẳng biết tại làm sao mà thằng bé lại lên mạng để xem đoạn băng ghi lại buổi tọa đàm văn học, bất giác đọc một bài thơ của Ẩm Giang một cách ngơ ngác.

Vào kỳ nghỉ hè năm thứ ba bậc trung học, đột nhiên vùi đầu vào viết mười mấy đoạn văn ngắn, rồi tự mình dàn trang và in ra, đóng lại thành một tập tản văn. Quả còn tổ chức một buổi ra mắt sách mới ở tại nhà, mời bạn bè và người thân đến tham gia, làm một buổi phát biểu một tiếng đồng hồ, sau đó là chuyên mục đọc sách và ký sách, mỗi quyển giá 25 đô Hong Kong. Ai ai cũng nghĩ rằng gen văn học của thằng bé cuối cùng cũng đã được bộc phát, nhưng kết quả thực chất chỉ là một phát đạn mù khói sương. Nhưng mà, thực ra việc này không hẳn là chuyện không hay. Trong phạm trù văn học, sự kế thừa thành công cực kỳ ít thậm chí còn là một ví dụ của sự vượt qua. Chẳng phải tôi nói mình ghê gớm gì, tôi chỉ lo là thế hệ sau lại sống một cuộc sống vô vị trong sự nghiệp văn học không xác định này. Viết không được tốt đương nhiên là đau khổ, viết tốt cũng chưa chắc là sẽ được vui vẻ. Giữa việc khiến cho người ta thất vọng và việc khiến cho mình thất vọng, văn học chính là một con đường đã gài đầy ắp địa lôi.

Nhưng mà, nếu nói rằng mình hoàn toàn không có sự kỳ vọng nào với thằng bé thì thật là giả dối. Nhiều lúc khó tránh khỏi việc than phiền vài câu với người ta, cũng giống như việc chúng ta mua phải một sản phẩm có vấn đề nhưng không thể trả hàng vậy. Khi những vấn đề đó vẫn còn hơi mới mẻ, có một lần tôi đề cập với một người bạn trong giới văn hóa, anh ta cau mày lại, nói một cách nghiêm túc: "Thực ra thì anh có từng nghĩ không, chẳng phải là con trai anh có vấn đề sao? Những đứa trẻ như thế này là một hiện tượng đặc thù. Đúng lúc vợ của tôi đang thực hiện mảng nghiên cứu này, do đó mà tôi cũng biết sơ qua một ít. Theo cách bà ấy nói, những đứa trẻ như thế này có trí tuệ và năng lực nhận thức vượt xa người bình thường, vì không thể thích ứng được với thế giới bình thường dung dị này, nên mới bị coi như là một đứa trẻ dị thường và có vấn đề. Anh hay nói với vợ của mình, quả thật hai người đã sinh ra một vị Chúa cứu thế rồi đây!" Nói xong, người bạn ấy cười to lên ha hả. Tôi cũng không biết là anh ta đang nói thật hay đang đùa.

Gần đây, trong một lần họp mặt các bạn học thời trung học, nói đến tình trạng trưởng thành của con trai tôi. Trong đó có một bạn học là người có nghiên cứu sâu về chủ nghĩa thần bí, tân kỷ nguyên và vấn đề về linh tính, sau hôm ấy anh ta gửi đến cho tôi vài đoạn phim, trong đó có một đoạn phim nói về tân nhân loại và trẻ em siêu trí tuệ. Đoạn phim là một buổi ghi hình diễn giảng, cô gái người phương Tây với vai trò giảng chính ấy là một chuyên gia trong mảng này. Buổi diễn giảng chưa hẳn là có lý, được tổ hợp lại bằng nhiều nhân vật và sự kiện được nêu ra, quan điểm cũng nhiều lần được lặp lại, nhưng có lẽ chính là như vậy, nên mới có hiệu quả gần như là thôi miên. Điểm trọng yếu rất đơn giản: con người được tạo ra bởi người ngoài hành tinh đã trải qua việc thay đổi về gen; người ngoài hành tinh luôn luôn giám sát hoạt động của con người, cũng có lúc người ngoài hành tinh đã từng thống trị một số nền văn minh cổ đại nào đó; trong khoảng mười năm trở lại đây, hoạt động của người ngoài hành tinh ở Trái Đất càng lúc càng dày đặc, tần suất tiếp xúc với con người cũng ngày càng gia tăng; trong những "người đã từng" tiếp xúc với người ngoài hành tinh, có rất nhiều trẻ nhỏ và thanh thiếu niên; những đứa trẻ này thực ra là có gen của con người và người ngoài hành tinh, là loại lai tạp (hybrid). Do đó, chúng có nhiều loại siêu năng lực, giao tiếp từ xa, khả năng đọc suy nghĩ, siêu cảm quan cảm tri, xuyên thời gian…; kỳ thực thì tất cả mọi người đều có những năng lực này, nhưng bị chèn ép bởi sự hạn chế của điều kiện vật chất thế giới ba chiều và thói quen tư duy của con người, cần phải thông qua trình tự khởi động đặc biệt mới có thể khôi phục được; chức năng ADN hay là sự khởi động của linh hồn này, được gọi là vực tỉnh; nhân loại đã bước vào thời đại vực tỉnh, nếu có thể thực hiện một cuộc vực tỉnh tập thể, sẽ mang đến một sự đột phá về phát triển tiến bộ; trong cuộc vận động vực tỉnh này, "con của ngôi sao" (Star Children) giữ một vai trò quan trọng, vì chúng nó chính là sứ giả mà người ngoài hành tinh sai đến Trái Đất để cứu vớt loài người; do đó, xin các bậc làm cha làm mẹ chú ý, con của các vị có thể chưa hẳn là con của chính các vị, mà là do người ngoài hành tinh tạm thời gửi ở nhà các vị thôi; một khi các vị phát hiện rằng con của các vị không hề giống với mình và người bạn đời của mình ở các phương diện, rất có thể chúng là một dạng lai tạp giữa người ngoài hành tinh và người của Trái Đất. Các bậc phụ huynh không thể đối đãi với "con của ngôi sao" bằng phương thức truyền thống, không thể cản trở sự trưởng thành và phát triển của chúng nó bằng sự giáo dục của loài người; chúng nó còn hiểu biết và có trí tuệ nhiều hơn cả cha mẹ; dạng trẻ con này thường hay bị xã hội loài người quy vào loại kỳ dị, như những người mắc chứng tự kỷ, chứng Asperger và chứng rối loạn tăng động, đó chỉ là vì, chức năng của chúng thực sự là quá mạnh, cũng quá đặc biệt khác người, do đó chúng khó mà thích ứng được với các loại hạn chế của sự tồn tại ba chiều. Tổng kết sơ lược là như vậy.

Tôi nhớ là, tôi đã từng nói đùa với Quả, có thể thằng bé là người ngoài hành tinh. Ở đất nước mà nó từng ra đi, tất cả mọi sự vật đều có quy luật và trật tự tuyệt đối, không có hỗn loạn và ngẫu nhiên, cũng vì thế mà không xuất hiện những sự kiện mang tính ngẫu nhiên không thể nắm bắt được. Hay là, vì có thể vượt qua giới hạn của không gian và thời gian, nên không có cục diện không thể dự kiến được. Ở đó, nhất định sẽ bắt được chiếc xe buýt mà mình thích, sẽ không phải bị việc ngoài ý muốn và sự điều động không thể nào dự đoán được làm cho nổi cáu, cũng không thể bỏ lỡ bất cứ cơ hội nào. Đó chính là thế giới được hệ thống hóa một cách hoàn mỹ. Tôi lại hỏi thằng bé, nếu như có một ngày nào đó người ngoài hành tinh đến tìm nó, bảo rằng muốn đón nó về nhà thực sự của mình, thì nó sẽ đi với họ chứ. Tôi cũng không nhớ là thằng bé đã trả lời như thế nào. Có lẽ là: "Nếu như hành tinh bên ngoài thực sự hoàn mỹ như thế, đương nhiên là con sẽ đi thôi. Nhưng có lẽ sẽ rất nhớ cha mẹ, có dịp con sẽ quay trở lại thăm cha mẹ." Hầu như là không thể dứt khoát phủ định khả năng này. Nghĩ đến điều ấy thì có hơi đau lòng.

Nghĩ về bộ dạng của Quả, đầu rất là tròn, mặt nhọn, mắt to nhưng xếch, cổ dài, người cao và gầy, quả thật là rất giống với một tộc người ngoài hành tinh nào đó. (Dựa vào những đoạn phim trên mạng mà nói, vốn dĩ E.T. không chỉ có một loại, "đã biết" được hơn mười loại, đến từ rất nhiều hệ sao khác nhau trong vũ trụ, có nhiều ngoại hình, tên gọi và tính chất khác nhau.) Sự khác biệt giữa cá tính của thằng bé với tôi và vợ tôi lại rất lớn, hoàn toàn không giống như là thừa hưởng sự di truyền của chúng tôi. Ây da! Đó chẳng phải là những chứng cứ chính xác hay sao? Nhưng mà, ngược lại thì chưa từng nhận thấy thằng bé có siêu năng lực, hay là một thiên tài hơn người gì hết; cũng chưa từng nghe thằng bé nói rằng mình thấy được thứ gì kỳ quái cả, hoặc giả là từng đi đến một nơi nào đó kỳ quái. Nó cũng chưa từng đột nhiên lại chơi một chương nhạc tuyệt diệu nào trên cây đàn piano, cũng chưa từng vô cơ vẽ lên giấy một hình thù gì đó thần bí cả, hoặc giả mở miệng ra nói một thứ ngôn ngữ mà không biết là ở ngôi sao nào nữa. Nói thực, xét về mặt năng lực thì thằng bé là một người Trái Đất rất đỗi bình thường. Nhưng mà, nói cũng chưa biết chừng, là do gen siêu năng lực của thằng bé vẫn chưa được khởi động. Vậy, bao giờ thì người ngoài hành tinh của thằng bé mới đến khởi động cho nó chứ?

Tôi lựa một dịp, là khi đi ăn sushi băng chuyền cùng với Quả, thong thả hỏi thằng bé rằng:

- Gần đây con có nhìn thấy thứ gì đặc biệt không?

- Thứ đặc biệt gì chứ?

- Ví dụ như là một người lạ mặt.

- Ba thấy đó, chung quanh ai cũng là người lạ hết.

- Ý của ba là, người có hơi kỳ lạ, đến tìm con, nói một vài điều kỳ lạ.

- Có á!

- Thật sao?

- Ba á! Hiện giờ những gì ba đang nói với con quả thật là có hơi kỳ lạ!

- Có nằm mơ, rồi mơ thấy mình đi đến một nơi nào đó thú vị, ví dụ đại loại như là phi thuyền không gian, hay là một ngôi sao ở trên trời không?

- Nằm mơ? Hầu như là tối nào con cũng mơ, con đợi xe buýt ở dưới nhà. Quả nhiên có một chiếc xe buýt bảy sắc cầu vồng đẹp đẽ chưa từng thấy chạy đến. Con lên xe buýt, ngồi xuống. Tất cả những phụ kiện trên xe đều rất tiên tiến, còn tiên tiến hơn cả những thứ hiện giờ. Ngồi không bao lâu, xe buýt bỗng dưng bay lên. Con nhìn ra cảnh vật ở bên ngoài cửa kính, cảm giác giống như là đang ngồi trên máy bay. Cuối cùng thì xe buýt đi đến một nơi và dừng lại, ở đó có rất nhiều chiếc xe buýt có ngoại hình mới mẻ kỳ lạ. Con nghĩ, đó có lẽ là một xưởng xe loại hình lớn.

- Còn người thì sao? Tài xế xe buýt thì sao? Bộ dạng trông như thế nào?

- Điều này thì... thì con lại không để ý tới. Có lẽ cũng không khác mấy với những bác tài xế thông thường.

- Trên xe buýt, ngoài con ra còn có người nào khác không?

- Có chứ, một vài dân nghiện xe buýt nè! Mọi người đều bàn tán rất phấn khởi, còn liên tục chụp hình, bảo rằng khi về họ sẽ đăng tải lên mạng xe buýt.

- Những dân nghiện xe buýt ấy, đều là những đứa trẻ?

- Đương nhiên rồi. Giống như con vậy, mười mấy tuổi.

- Ây da! Thật như thế à!

- Chỉ là nằm mơ thôi, làm gì có thật chứ?

- Trong xưởng xe to lớn ấy, có xảy ra việc gì không? Có ai đó dạy cho các con thứ gì không? Ví dụ như là thay đổi gen, hay là đại loại như thuật cảm ứng tâm linh?

- Chuyện này thì, không nhớ nữa, rất là mơ hồ. Có lẽ có chút giới thiệu gì đó. Cũng giống như những lần đi tham quan xưởng xe thông thường vậy.

- Vậy thì, sau khi con tỉnh dậy, có cảm giác đặc biệt gì không?

- Có chứ! Rất là mệt mỏi! Thật sự không muốn ngồi dậy để đi học.

- Đúng, đúng là như vậy.

- Đúng là như vậy? Ba, tối nay ba nói chuyện thật là kỳ cục.

- 26475 nhân cho 39681 bằng bao nhiêu?

- Sao thế? Chủ đề của ba nhảy rất nhanh, con e là ba mắc chứng thiếu tập trung.

- Con tính xem! Bằng bao nhiêu?

- Làm thế nào con biết được đáp án chứ? Ba tưởng con là thần đồng toán học sao?

- Con thực sự không tính ra à?

Quả bắt đầu cảm thấy khó chịu với tôi, nhíu đôi chân mày lại, cắn một miếng sushi cá hồi. Tôi bèn thở phào nhẹ nhõm, thò tay lấy một đĩa cá cam có xương từ trên băng chuyền, nói lẩm bẩm trong miệng:

- Uhm!... Xem ra vẫn chưa được khởi động!

Trên băng chuyền, những chiếc đĩa màu sắc sặc sỡ vẫn không ngừng chuyển động, có hơi giống với đội hình đĩa bay của người ngoài hành tinh. Nhìn rồi lại nhìn, bất giác trong lòng bỗng dưng hốt hoảng.

CÔNG TY TRÁCH NHIỆM HỮU HẠN XÍ NGHIỆP HỌ ĐỔNG

(TUNG'S CORPORATION LIMITED)

Theo trí nhớ của con trai tôi, công ty trách nhiệm hữu hạn xí nghiệp họ Đổng được thành lập vào tháng 9 năm 2012, lúc đó thằng bé được mười tuổi, đang học lớp 5. Vốn dĩ là vào buổi tối hôm ấy thằng bé xem được tình tiết văn phòng trong một bộ phim truyền hình, trong đó có một người cấp trên thích mắng người bừa bãi, khiến cho thằng bé cảm thấy hứng thú, thế là nó bèn quyết định thành lập một công ty ngay ở trong nhà, bắt chước kiểu này kiểu kia để học làm một người quản lý. Trong khi con cái của người ta đều mắc phải cái bệnh công chúa và hoàng tử thích được yêu thương chiều chuộng, thì con trai nhà tôi lại mắc chứng cuồng chủ quản, quả thật cũng chẳng biết là họa hay là phước.

Con trai tôi bắt chước một việc tuyệt đối không phải như chơi trò chơi, mà thực sự là đang coi đó như một việc thực thụ. Công ty trách nhiệm hữu hạn xí nghiệp họ Đổng hồi mới ban đầu thành lập đã xác định được sự phân công của các bộ phận, và cả sự phân phối đến từng nhân viên của các bộ phận. Tổng giám đốc của công ty đương nhiên là bản thân Quả. (Cách gọi giám đốc hiển nhiên có hơi lỗi thời, bây giờ toàn gọi là tổng tài hành chính, nhưng mà thằng bé lại thích cách gọi hoài cổ này hơn.) Hồi ban đầu thì mẹ là chủ nhiệm phòng phát triển, sau đó lại trở thành tài xế kiêm nhiệm. Ông nội phụ trách bộ phận bảo trì và nguồn vốn, còn bộ phận mà bà nội phụ trách chính là phòng ăn uống và vệ sinh. (Ông bà nội ở gần nhà, mỗi buổi chiều đều đến nhà tôi để phụ giúp nấu nướng và coi sóc nhà cửa, sau đó thì cùng ăn bữa tối với chúng tôi.) Với vai trò là một người cha như tôi, để duy trì quyền uy của một bậc gia trưởng, kiên quyết không để mình là nhân viên, mà là ông chủ của công ty, tức là người có tiếng nói cao nhất. Đương nhiên, thường thì ông chủ sẽ không tham gia vào công việc quản lý và hành chính thực tế, chỉ đảm nhiệm vai trò là người giám sát. Sau đó vì nhân công không đủ, mới gọi thêm người chú đảm nhiệm vai trò cố vấn tài chính (cuối cùng vẫn rơi vào vị trí tài xế), đồng thời người thím đảm nhiệm chức vị đại loại như là phát triển và quản lý kế hoạch. (Quả vẫn còn có một người cô, vì tính tình có hơi ngang ngạnh, cũng ít khi gặp mặt, nên trước giờ thằng bé luôn không dám đụng tới.) Nói chung, nghiễm nhiên là một cuộc làm ăn gia đình thông thường.

Giám đốc, chủ quản R&D (mẹ) và ông chủ (tôi) đều có văn phòng làm việc của mình, trên cửa dán bản chức vụ và tên của mỗi người. Sau đó thì giám đốc phát cho mỗi một nhân viên một thẻ làm việc, trên đó in cả thông tin về hình ảnh và mã số..., cách làm có thể nói là không hề câu nệ. Mỗi một thành viên của công ty đều có một giấy chứng nhận tuyển dụng, trong đó ghi rõ phạm vi chức trách và cả chế độ đãi ngộ lương bổng, đồng thời còn được chủ tuyển dụng (là giám đốc) và người tuyển dụng ký tên làm chứng thực, quy trình hết sức nghiêm ngặt. Thử lấy ví dụ là hợp đồng của ông bà nội để nói rõ:

- Lương: mỗi tháng 5.400 đồng;

- Quy tắc công việc: giờ làm việc vào đúng 18:55 (đến trễ 5 phút sẽ bị trừ vào lương cá nhân), vào phòng giám đốc phải gõ cửa trước, làm bất cứ việc gì cũng đều phải cẩn thận, trễ nhất là 21:30 tan sở, thái độ phải ôn hòa, thứ bảy và trong những tình huống đặc biệt sẽ được phê duyệt nghỉ phép, chủ nhật làm công ở khu nghỉ dưỡng (tức là nhà chính của cha mẹ, đối với thằng cháu mà nói thì nghỉ lại ở đâu đó thì chính là khu nghỉ dưỡng);

- Phục vụ: (với tư cách là khách hàng) có cơ hội nói chuyện phiếm, miễn phí bữa ăn và xem ti vi;

- Ưu đãi và phúc lợi: cung cấp tiền ăn vặt ngoài ngạch vô điều kiện.

Phải biết rằng trong phần lớn tình huống, người thuê và khách hàng (người kinh doanh và người tiêu dùng) đều là một loại người như nhau, tư cách trùng lặp và thay đổi tùy thời điểm.

Còn về quy tắc trong phòng làm việc, ban đầu là viết bằng tiếng Anh, được dịch ra là:

1. Tư thế ngồi chuẩn xác;

2. Đối xử lễ độ;

3. Trước khi vào phòng giám đốc vui lòng gõ cửa;

4. Làm việc cẩn thận, không được sai sót;

5. Mỗi lần sai sót trừ vào lương 6 đồng, lần đầu có thể được khoan hồng miễn cho;

6. Sau bữa cơm tối thì mỗi thành viên chỉ được phép nghỉ đến 21:35, sau đó phải tiếp tục làm việc;

7. Ngoài thứ bảy và những sắp xếp đặc biệt, không có ngày nghỉ;

8. Không được hủy hoại đồ đạc và trộm cắp;

9. Mỗi khi về đến phòng làm việc, đều phải nói "Hi!" với mọi người;

10. Khi họp phải phát biểu luân phiên.

Phụ lục thêm lời cổ vũ "So simple, you can do it." (Quá dễ, bạn có thể làm được.) và cười một cái Ha Ha. Phần nội dung tuân thủ quy tắc và hợp đồng tuyển dụng có xung đột, có lẽ là do khả năng biểu đạt bằng tiếng Anh có sai sót. Trong đó có vài điều đặc biệt thích hợp để áp dụng cho bản thân giám đốc.

Thôi được rồi, nói một loạt cơ cấu và vận hành của công ty, rốt cuộc thì nó kinh doanh loại hình nghiệp vụ gì chứ? Rồi kiếm tiền dựa trên cái gì? Nói một cách đơn giản, tài sản của công ty chính là điều kiện vật chất và tiền bạc được cung cấp từ phía cha mẹ, ví dụ như "lương" của ông bà nội chính là phí nấu nướng và tiền mỗi tháng trên thực tế. Còn nói về phục vụ hay khách hàng của sản phẩm, thì lúc nào cũng chính là bản thân người thuê. Trong thời gian đầu thành lập công ty, cũng chính là hai năm đầu, nghiệp vụ cũng tương đối đơn giản và qua loa sơ sài. Còn nhớ là, sự sắp xếp ban đầu được gọi là "tiệm sản phẩm tinh tế họ Đổng" (Đổng thị tinh phẩm điếm), thực ra chính là những món đồ được cất ở dưới hộc tủ lâu ngày không dùng đến trong nhà, tất cả đều được lôi ra và dán giá tiền để bán. Trong đó bao gồm tất cả những đồ tạp nham như thư từ, tiền giấy, móc khóa, những bộ bài bằng giấy..., tốt hơn một chút còn có một số món đã từng dùng. Nhưng về sau thì do buôn bán kém quá, mới tiến hành cải tổ, đưa ra một loại hình sản phẩm nhà làm, bao gồm một món đồ được làm từ việc lấy vài tấm giấy trắng để bên trong, tờ A4 màu xanh dương bên ngoài là bìa, sau đó lấy ghim bấm đóng lại thành một cuốn trông có vẻ hơi giống như vở bài tập ở trường, được gọi là "sổ ghi chép đa năng" (giá bán của mỗi quyển là 15 đô) (sở dĩ được gọi là "đa năng" vì nghe nói bên trong toàn là giấy trắng, có thể dùng để viết bất cứ thứ gì cũng được); "bút chì họ Đổng" được làm bằng cách lấy giấy màu xanh dương gói một chiếc bút chì thông thường lại (giá bán mỗi cây là 5 đô, ba cây 12 đô); "Album ảnh cất giữ ký ức đẹp họ Đổng" đặt trước (giá 40 đô) (ảnh chụp chung gia đình trong ngày lễ tết). Ngoài ra, còn thiết lập ở phòng khách một "vị trí VIP" đặc biệt thoải mái để khách hàng lựa chọn (mỗi lần 5 đô). Ghế có gắn thêm thùng thu phí bằng cách bỏ tiền vào trong đó, nhiều năm trời thưa thớt người ủng hộ. Sau đó lại tiến hành khuyến mãi với giá 100 đô một năm có thể ngồi bất cứ lúc nào, đương nhiên cũng có khi có khách.

Công ty vận hành không lâu, giám đốc lại nghĩ ra việc có xe buýt đưa đón phục vụ, tức là giữa ba vị trí kinh doanh (nhà mình, nhà ông bà nội và nhà chú), lấy xe nhà để đưa đón những thành viên khác, bắt buộc phải thu phí dựa trên tuyến đường. Xe chuyên dụng bao gồm xe của nhà mình và xe của chú, tài xế lần lượt là mẹ và chú. Cả hai người đều buộc phải điền vào bảng nhận việc, đồng thời phải ký hợp đồng. Trong hợp đồng nêu rõ vài điều khoản về phương thức tính phí tổ hợp vài tuyến đường khác nhau, đồng thời sẽ được chia tỷ lệ giữa tài xế và công ty. Phí thu dao động khoảng vài đô đến mười mấy đô mỗi hành khách, trong đó người già và hội viên (chế độ hội viên lát nữa sẽ được giới thiệu sau) có chiết khấu và giá đặc biệt. Tuyến đường và chuyến xe đều có mã số riêng, trong khi vận hành buộc phải dán giấy phép lái xe và bản tuyến đường ở chỗ trước mặt kính xe. Tất cả mọi phục vụ và thu phí đều được ghi chép, đồng thời kết toán theo tháng.

Sau khi Quả lên trung học, thì nghiệp vụ của công ty trách nhiệm hữu hạn xí nghiệp họ Đồng càng ngày càng được đa dạng hóa, quyết tâm phát triển mở rộng cũng trở nên nhiệt huyết hơn. Trong đó, nguồn thu nhập chủ yếu chính là tổ chức hoạt động mô hình lớn. Hoạt động bao gồm những buổi dạ tiệc chúc mừng ngày lễ tết, ngày tổ chức trò chơi, và những buổi triển lãm chuyên đề đặc biệt. Hình như còn nhớ là ngày trò chơi được tổ chức hai lần, mỗi lần đều hao phí hết hai ba trăm đô phí vật tư, cộng với thời gian chuẩn bị mất vài ngày. Chủ yếu là để làm các loại đạo cụ và sân chơi, ví dụ những trò chơi có thưởng đại loại như ném banh vào lỗ, máy bắn đạn, ném tiền. Hình thức được bắt chước từ những ngày hội ở trường học hay là những thiết kế trò chơi ở sân chơi. Hình thức thực hiện máy trò chơi hay là sân bãi có hơi thô sơ, nhưng cũng có vài phần giống như thật. Thêm một vài cách tính điểm và chế độ thưởng..., cũng là một việc hao tâm tổn trí. Ngày hội trò chơi, ngoài việc thu phí vào cổng, mỗi một trò chơi cũng phải mua vé chơi. Quà thưởng là những món kẹo bánh hoặc là văn phòng phẩm không có giá trị và công dụng là bao nhiêu. Điều đáng được nêu ra đó là vé vào cổng và vé trò chơi cũng được thiết kế tỉ mỉ ở trên máy vi tính, rồi in ra, lần lượt dán số khác nhau lên trên đó một cách thủ công, rồi dùng máy scan lại và photocopy ra. Tất cả những công việc này đều do tận tay giám đốc làm, ông chủ phụ trách việc ra tiền, còn mẹ thì chỉ là tình nguyện viên, thành viên của gia đình khác thì đóng vai trò là khách hàng. (Mỗi lần có hoạt động cỡ lớn này, đều mở rộng đến người thân bên gia đình ngoại, bao gồm từ người lớn đến trẻ nhỏ hơn mười người, một con số hết sức khả quan.)

Ngoài ngày hội trò chơi, Đổng giám đốc còn từng tổ chức ba buổi hoạt động với tiêu chuẩn cao siêu. Trước tiên là hoạt động bắt chước bên ngoài gọi là "đối thoại trong bóng tối". Quả từng tham gia hoạt động này ở trường, ấn tượng rất sâu sắc, quay về nhà bèn bắt tay vào trang trí giống như vậy ở phòng của mình. Đầu tiên là buộc phải che kín mít phòng lại, không được để cho một nửa tia sáng nào lọt vào, để tạo nên hiệu quả tối hoàn toàn. Sau đó bố trí những cảnh tượng khác nhau ở những vị trí khác nhau trong căn phòng, tạo nên hiệu ứng cảm quan khác nhau như bãi cỏ, rừng cây, dòng sông… có thứ thì phải sờ vào, có thứ thì phải nghe, có thứ thì phải ngửi; nói chung, chính là phải cảm nhận những sự vật khác nhau trong tình huống không có thị giác. Cuối cùng của cuộc hành trình, còn có tình tiết một người mò mẫm ra tiền mua đồ ăn vặt. Ý muốn ban đầu của trò chơi này là muốn để cho người tham gia trải nghiệm cuộc sống của người khiếm thị. Thằng bé đã thu nhỏ thiết kế với diện tích mấy ngàn mét vuông của người ta thành phòng ngủ mấy chục mét vuông của mình, nhưng cuối cùng cũng tái chế lại ra trò ra trống. Ít nhất, bạn bè thân hữu đã tham gia cũng khen không ngớt lời, hô hào thú vị. Đương nhiên, hoạt động có thu phí, mỗi người tốn 20 đô.

Vào kỳ nghỉ hè năm thứ ba trung học, trông thấy một nhà văn tổ chức một buổi ra mắt sách trong một cuộc triển lãm sách, cảm thấy mê mẩn cái tư thái phát biểu ngạo nghễ trước mặt quan chúng, đột nhiên cũng muốn bắt chước. Nhưng, trước giờ lại rất ít khi đọc sách, càng không có thói quen viết lách, làm gì có tác phẩm để mở một buổi ra mắt sách chứ? Đổng giám đốc ra sức thể hiện chính mình, bỏ ra mười mấy ngày trời, vùi đầu viết ra hai mươi mấy đoản văn, dàn trang đàng hoàng trên máy vi tính, chèn hình vào, in ra, đóng chúng lại thành cuốn, nhanh chóng làm thành hai mươi cuốn Tản văn Đổng Tân Quả, mỗi quyển giá 25 đô Hong Kong. Quyết định thời gian tổ chức một buổi ra mắt sách ở tại nhà, mời rộng rãi bạn bè đến dự, rốt cuộc quả nhiên có mười mấy người đến, ngồi chật ních phòng khách. Bên này có một cái bàn dài, đằng sau cái bàn là bản thân tác giả, trên bàn có đặt sẵn danh thiếp, tập tản văn và ly nước, bên kia có hai hàng ghế dài, còn lại thì hoặc là ngồi dưới đất, hoặc là đứng ở hàng phía sau, một đám độc giả chen chúc náo nhiệt. Trước đó đã mua tác phẩm của tác giả họ Đổng, mỗi người cầm trên tay một quyển, vừa xem vừa nghe, phản ứng hết sức sôi nổi. Tác giả say sưa nói về ý tưởng sáng tác, phân tích trọng điểm thủ pháp của vài tác phẩm trong sách, thuyết trình một mạch những một tiếng đồng hồ. Sau đó, quan khách giơ tay nêu câu hỏi, người trên kẻ dưới thảo luận qua lại nửa tiếng đồng hồ. Sau trận vỗ tay nhiệt liệt mọi người còn hoàn thành đầy đủ bước xếp hàng để xin chữ ký, hoàn toàn không giống như đang đùa. Tôi với vai trò là cha của tác giả đứng một bên suốt quá trình, cũng lén đổ mồ hôi.

Kỳ nghỉ hè năm sau, Đổng giám đốc lại đưa ra sáng kiến mới, tổ chức một buổi triển lãm tiền Hong Kong trong phòng ngủ của mình. Trong hai ba năm gần đây, Quả say mê môn sưu tập tiền cổ, bạn bè biết được điều này, bèn lũ lượt đem tiền cất giữ một cách quý giá ở nhà mình tặng cho nó. Cộng với số mà nó đổi được trong sinh hoạt hằng ngày, và cả số mà tôi đã hao phí mua được từ tiệm thu mua tiền cổ về cho nó, trong một khoảng thời gian thì số tiền sưu tập được nhìn cũng rất khả quan. Tiêu đề triển lãm là "Triển lãm chuyên đề 2017: Văn hóa lịch sử tiền Hong Kong". Quả dựa theo tư liệu trên mạng, soạn ra một bài lịch sử phát triển tiền tệ Hong Kong sơ lược, dùng máy tính chế ra một bảng triển lãm có cả hình và chữ, sử dụng hành lang trong nhà để sắp xếp thành một "hành lang thời gian". Phòng triển lãm chính thức được đặt trong phòng ngủ của thằng bé. Trên tường dán những bảng triển lãm, lần lượt giới thiệu các hình dạng phát triển của 10 đô, 20 đô, 50 đô, 100 đô, 500 đô, thậm chí là tờ 1000 đô. Trên cửa kính dán một chuyên đề có liên quan đến kỹ thuật để phòng tiền giả, mượn ánh sáng để soi thấu những đặc trưng để phòng tiền giả trên tờ tiền. Trên bàn học bày những sản phẩm quý giá mà mình sưu tập được, mười mấy tờ tiền cũ hiếm có được đựng trong túi nilon trong suốt, một hệ thống hoàn chỉnh hết sức khí thế. Ngoài ra còn có tư liệu về những tờ tiền đã ngưng lưu hành, cùng với nhiều câu chuyện thú vị có liên quan đến tiền tệ. Một mình giám đốc ngoài việc lo toàn bộ việc chế tác cho buổi triển lãm, còn đích thân đảm nhiệm vai trò hướng đạo viên thuyết trình tại hiện trường cho quan khách

Vì vậy, thằng bé cũng lẳng lặng luyện tập nhiều lần. Phí tham gia lần này là 10 đô, cũng hơi rẻ, nghe nói chỉ cần đạt đến mức cân bằng giữa thu và chi. Còn về lời đồn miệng, thì quả thật là có miệng thì đều đồn thôi.

Từ hứng thú về tiền tệ, con trai tôi đã sưu tầm một lượng lớn tiền giấy, tuyên bố rằng công ty trách nhiệm hữu hạn xí nghiệp họ Đổng sắp kiêm kinh doanh về mảng nghiệp vụ ngân hàng. Trong đó bao gồm cả dịch vụ đổi tiền mới để bỏ bao lì xì vào tết âm lịch, và phát hành tiền lưu niệm. Dịch vụ đổi tiền mới thì do không có ai hỏi han tới hết, nên phần lớn số "tiền dẫn (vẫn) tân" ấy tôi phải tiêu thụ đi, rồi ngậm ngùi cho vào trong bao lì xì mà đưa đi. Còn dịch vụ tiền lưu niệm, đích thân nó thiết kế vẽ ra tờ tiền lưu niệm mới có giá trị là 250 đô. (250 năm chăng?) Đồng thời thằng bé còn làm ra một túi đựng bên ngoài cho tờ tiền lưu niệm ấy, rồi bên ngoài là một túi nilon trong suốt, xem ra cũng rất là chuyên nghiệp. Trong bản phát thảo ban đầu được vẽ bằng bút màu gỗ, dán mã số thứ tự rồi lần lượt photocopy ra, tổng cộng làm được hai mươi lăm tờ tiền lưu niệm, mỗi tờ có giá 460 đô. Một công trình chế tác to lớn như thế này, nhưng lại không nhận được sự trầm trồ nào từ phía người mua, cuối cùng chỉ bán được có ba bộ, bao gồm một bộ do ông chủ là tôi tự mua về. Nhìn từ mặt ý tưởng và sáng tạo, rõ ràng là một hành động to tác, nhưng nhìn từ góc độ kinh doanh, thì không thể không thừa nhận là một sự thất bại.

Ngược lại, dễ kiếm tiền nhất, kỳ thực là việc thiết lập tư cách thành viên, có thể nói là việc làm sinh lời không cần vốn. Nhưng, trước khi nói đến việc thành viên, trước tiên phải giới thiệu đây là thời gian hoạt động dài nhất của công ty, đầu tư nguồn vốn nhiều nhất, nhưng cũng là một công việc phiền nhiễu nhất - bồi dưỡng tập huấn nhân viên. Chế độ bồi dưỡng tập huấn nhân viên không phải một ngày một bữa mà có thể thiết lập ra, mà phải diễn biến ra một cách lặng thầm không ai biết được. Vào lúc ban đầu thành lập công ty, vì giám đốc rất tôn sùng công tác văn thư, liên tục phát cho nhân viên những thông báo và bản điều tra. Sau khi câu hỏi điều tra được thu về đều do giám đốc phê duyệt và bình luận, tính chất dần trở thành trắc nghiệm hay là bài thi. Đối với một bộ phận nhân viên cao tuổi có "biểu hiện" không tốt, giám đốc cho rằng cần phải tăng cường bồi dưỡng tập huấn, thế là xuất hiện khâu "lên lớp". Buổi lên lớp được tiến hành ở hai nơi đó là nhà riêng (công ty) và nhà ông bà nội (khu nghỉ dưỡng), mỗi tuần ba hoặc bốn lần tùy theo tình hình. Học viên chỉ có hai người đó là ông nội và bà nội, do năng lực có hạn, chỉ thích hợp cho việc học tiếng Trung. (Có một khoảng thời gian hình như còn học cả môn toán, nhưng vì người già khó mà ứng phó được, kèm theo năng lực toán học của "giám đốc" kiêm thầy giáo không đầy đủ, thế là nhanh chóng không thể nào tiếp tục được nữa.) Hồi đầu hai ông bà già thấy thằng cháu nhiệt tình dạy học như vậy, cảm thấy không hề phiền phức gì, nói không chừng còn có ích cho việc học của nó nữa, bèn ngồi xuống nghe nó giảng một cách hết sức hợp tác. Thân phận của hai người cũng đồng thời là nhân viên kiêm học sinh, nhưng ngược lại có điều bị mất đi vị trí trưởng bối.

Nội dung của buổi bồi dưỡng tập huấn càng lúc càng sâu, yêu cầu cũng trở nên ngày càng nghiêm khắc. Ngoài ba bốn buổi mỗi tuần, càng lúc càng có nhiều bài tập và ôn tập hơn. Nội dung bài học giống với những gì mà Quả học ở trường, bao gồm cả môn kể chuyện, môn đọc hiểu, luyện viết văn, luyện nói chuyện, thường thức ngữ văn, học thuộc lòng và chính tả... bài tập và trắc nghiệm nhiều vô kể, khiến cho người già suốt ngày kêu khổ. Còn phía thầy giáo nhỏ thì lại vui vẻ không chừng, vùi đầu say sưa trong công việc biên soạn giáo án, ra đề thi và trắc nghiệm, sửa bài, cho điểm và ghi chép thành tích... đến nỗi quên ăn quên ngủ, thâu đêm suốt sáng, ảnh hưởng luôn cả thành tích học tập thực sự của mình. Học sinh nhiều lần phản ánh, ông chủ cũng nhiều lần can dự, muốn ngăn chặn hoạt động mất kiểm soát này. Nhưng mà, đối với Quả mà nói, việc nghiện ngập dạy học đã ăn sâu vào tận xương tủy rồi, khó mà chặn đứng được. Nhiều lần sau khi khóa học kết thúc, mọi người tiến hành đàm phán, đi đến một ý kiến chung là chấm dứt khóa học, nhưng hứng thú của thầy giáo nhanh chóng như tàn tro bùng cháy lại. Đầu tiên là che đậy bằng hình thức phiếu điều tra, tiếp tục tăng cường số lượng tương tác, rồi thâm nhập vào nội dung giảng dạy một cách như trộm long tráo phụng. Hai người già mềm lòng, cuối cùng cũng quay trở lại mô hình lớp học.

Cò cưa lôi kéo như vậy, liên tục trong khoảng thời gian ba năm. Mãi đến một mùa Thu năm nọ, vì bệnh viêm phổi của ông ảnh hưởng đến tim phải nhập viện điều trị, bước một sải chân lớn qua khỏi ngưỡng quỷ môn quan, sau khi ra viện thì sức khỏe không còn được tốt như trước nữa. Hai học sinh giờ chỉ còn có một, nên chương trình học tập cũng không tiếp tục được nữa. Rốt cuộc thì Quả cũng chấp nhận, cũng đến lúc nên chấm dứt trò chơi này rồi. Nhưng, với cá tính khó mà thay đổi được của thằng bé, nó cần có một lý do để xuống đài hoặc là một lý do ngoại tại. Cái gọi là hội viên nhờ vận hành mà sinh ra. Thằng bé thiết kế ra một chế độ hội viên, đặt ra điều khoản phức tạp. Nói đơn giản thì, nếu như trở thành hội viên, sẽ được ưu đãi bồi dưỡng tập huấn miễn phí. Đương nhiên, phí hội viên thì không thể nào giảm bớt được. Hội viên tiêu chuẩn (một năm) 200 đô, hội viên đặc biệt (năm năm) là 900 đô, hội viên kim cương (suốt đời) là 1400 đô. Vì ông chủ muốn hết lòng (hoặc là để chuộc tội), đều móc hầu bao ra đưa cho ông bà tiền để đóng phí hội viên tiêu chuẩn, những năm sau đều như thế. Cái sự níu kéo của việc dạy học cuối cùng cũng chấm dứt.

Do việc bồi dưỡng tập huấn nhân viên là nghiệp vụ chủ yếu của công ty, một khi kết thúc thì sẽ khiến cho công tác vận hành công ty rơi vào tình trạng đình đốn. Giám đốc đã từng thử cải tổ công ty, tên gọi là Active Transport, đồng thời viết ra một bảng kế hoạch hết sức tỉ mỉ, hy vọng có thể chuyên chú vào việc tuyên truyền tri thức về mặt giao thông. Nhưng mà, phạm vi quá là chuyên môn, nghiệp vụ khó triển khai, không lâu sau thì không tiếp tục được nữa. Tuy rằng công ty trách nhiệm hữu hạn xí nghiệp họ Đổng không chính thức đóng cửa, nhưng về cơ bản thì đã ngưng vận hành. Nhiều nhất cũng chỉ là kế hoạch kỳ nghỉ hè mỗi năm, mới nhắc lại cho mọi người nhớ về sự tồn tại của nó.

Một công việc vận hành lâu nhất nhưng lại không có sức sản xuất khác đó chính là cơ chế phản ánh nội bộ của công ty. Về mặt lý thuyết thì bất cứ thành viên nào trong công ty cũng đều có thể phản ánh về những việc nào đó không hài lòng, nhưng thực tế từng sử dụng quyền lợi này chỉ có mỗi một mình giám đốc. Kể từ khi tình trạng sức khỏe của ông nội trở nên xấu đi, không thể đảm nhiệm những công việc khác, thì được ủy phái làm chuyên viên xử lý phản ánh, phụ trách việc tiếp nhận phản ánh và xác nhận. Tuy không thể coi là một việc tốt lành gì, nhưng mặt tốt của nó là không có khó khăn gì cả. Người đưa ra phản ánh buộc phải điền vào bảng mẫu phản ánh, nêu rõ sự việc và đối tượng phản ánh. Mật độ phản ánh của giám đốc vào khoảng hai mươi lăm đến ba mươi lần mỗi năm, nội dung phần lớn là quan tâm đến thái độ làm việc của các thành viên khác; cũng không ít điều không có liên quan đến nghiệp vụ của công ty, đơn thuần thuộc về ân oán cá nhân và sự không hài lòng. Trong bản ghi chép phản ánh hằng năm, tên của ông chủ cũng đứng ở hàng đầu bảng, ít nhất cũng hơn mười lần. Điều này nói lên điều gì, mọi người có thể tự phán đoán.

Với vai trò là người theo chủ nghĩa quan liêu và cuộc công tác văn thư, Đổng giám đốc lưu giữ những tư liệu trước đây của công ty một cách hết sức hoàn chỉnh. Trong khi tôi viết chương này, tham khảo tư liệu mà Quả cung cấp, về mặt kết cấu công ty, nội dung nghiệp vụ, các khâu hoạt động và tuần tự thời gian phát triển, đưa ra được nhiều trọng điểm. Ngoài những tư liệu về thông cáo, bảng biểu, chương trình, bảng điều tra và chương trình khóa học thông thường, mỗi năm giám đốc còn soạn cả báo cáo hằng năm, tổng kết biểu hiện nghiệp vụ các bộ phận của công ty và mời các nhân viên chuyên trách (thông thường là mẹ và thím) phản hồi về nội dung báo cáo, đồng thời nêu kiến nghị cho việc phát triển trong tương lai. Phản hồi cũng được làm rất cẩn thận, tuyệt đối không hề qua loa cho xong việc, nhưng về mặt kiến nghị, đều có khuynh hướng giảm bớt nghiệp vụ của công ty, hoặc bỏ bớt một vài khâu nào đó, mục tiêu là tiến theo hướng một công ty làm sẵn.

Trong tập hồ sơ của công ty, số lượng nhiều nhất chính là bảng câu hỏi điều tra. Thoạt nhìn cũng tưởng rằng giám đốc là một người rất vui vẻ lắng nghe ý kiến. Thử lấy một bảng câu hỏi điều tra từ trong đó ra làm ví dụ (người điền bảng điều tra là bà nội), để độc giả có thể biết được một nét văn hóa của công ty trách nhiệm hữu hạn xí nghiệp họ Đổng:

CÔNG TY TRÁCH NHIỆM HỮU HẠN XÍ NGHIỆP HỌ ĐỔNG

Bảng câu hỏi 5 (phần tháng 1)

Họ & tên: HÀ HUỆ CHI Ngày tháng: 8/1/2014

. Trả lời câu hỏi dưới đây (bài học)

1. Giám đốc có chuyên tâm giảng bài trên lớp?
   - Giám đốc có chuyên tâm giảng bài √
2. Bạn có học được nội dung tiếng Trung không?
   - Tôi học được nội dung tiếng Trung √
3. Trong lúc học thái độ của thầy giáo như thế nào?
   - Thái độ của thầy giáo rất tốt √
4. Giấy làm việc/giáo trình trong lớp học có đầy đủ không?
   - Giấy làm việc đầy đủ √
5. Bạn có chú ý nghe giảng không?
   - Tôi có lưu ý nghe giảng √

B. Lúc khác (khoanh tròn vào chữ cái)

1. Tâm trạng của bạn ở công ty là ( )
   A. kém B. phiền (C) vui vẻ D. rất vui vẻ E. khác √
2. Bạn bè của bạn ở công tay có ( ) người
   A. 0-1 B. 1-2 C. 3-4 (D) Tất cả √
3. Lượng bài tập của chúng tôi cho bạn ( )
   A. Ít B. OK (C) nhiều √
4. Công việc trong công ty chúng tôi ( )
   (A) Không đủ B. đủ C. quá nhiều √

C. Chấm điểm của bạn với người khác

Giám đốc: (3/5) √

Đồng nghiệp: (3/5) √

Ông chủ: (4/5) √

Bà chủ: (4/5) √

Mình: (4/5) √

D. Ý kiến khác

(Không) có X	Thay đổi (không) √

Ý kiến của bạn rất quan trọng, chính là mục tiêu cải thiện của chúng tôi!

Xin cảm ơn ý kiến của bạn.

J -- Hoàn tất phiếu điều tra -- J

Bảng điều tra được đánh dấu tích √ bằng bút bi màu đỏ, đồng thời viết một chữ "Seen" ở góc trên bên trái.

Phía bên trái viết một hàng dọc thẳng xuống lời bình bằng chữ to: "Thật chứ? Chỉ là để đối phó với tôi phải không?"

CUỘC PHIÊU LƯU VĂN TỰ CỦA BỐI BỐI

Những bậc cha mẹ chỉ có con gái, lúc nào cũng suy nghĩ nếu như có con trai sẽ như thế nào; còn những bậc cha mẹ chỉ có con trai, thì phần lớn cũng tưởng tượng ra tình cảnh nếu như có con gái. Đây là phản ứng rất tự nhiên của những người làm cha làm mẹ. Còn đối với những người vừa có con trai vừa có con gái, thì sẽ không có suy nghĩ gì cả. Có phải vậy không? Cũng chưa chắc. Bất luận là có con trai hay có con gái, hoặc là có cả con trai lẫn gái, điều cần phải tưởng tượng, lúc nào cũng có khả năng vô cùng vô tận. Luôn luôn có vô số những nếu như, cứ như một hạt giống chưa nảy mầm, chứa đựng những tương lai khác nhau. Lời thường nói: mỗi một đứa trẻ đều là một sự độc nhất vô nhị. Vậy thì, nếu như lại có một em gái, một em trai, cậu bé hay cô bé ấy sẽ khác với chị gái, anh trai của mình như thế nào? Nhưng, gạt qua sự giới hạn cực điểm sinh lý sinh sản của phái nữ không nói, với điều kiện và giá trị xã hội hiện nay, số lượng của con trai và con gái thường sẽ không vượt quá hai. Cơ hội tưởng tượng được thực hiện hết sức có hạn.

Vào những năm đầu tiên làm ba, những người không thân thiết lắm với tôi thường nghĩ rằng tôi có một đứa con gái. Điều này đại khái là chịu ảnh hưởng bởi nhân vật Bối Bối. Bối Bối đóng vai trò là hình tượng của một đứa con gái, từng xuất hiện trong nhiều tác phẩm của tôi. Sớm nhất là quyển *Cuộc phiêu lưu văn tự của Bối Bối*. Khi tôi viết quyển sách này, tôi đã kết hôn với vợ mình ba năm, vẫn chưa có con, cũng chưa có kế hoạch rõ ràng cho việc này. Lúc bấy giờ tôi bắt đầu cuộc đời dạy môn sáng tác với mật độ dày đặc, manh nha ý tưởng viết một quyển sách nhỏ dạy sáng tác, đối tượng là học sinh các năm cuối cấp một và cấp hai. Không muốn viết loại như sách giáo khoa cứng nhắc khô khan, bèn quyết định viết với hình thức tiểu thuyết, một mặt là kể chuyện, một mặt đưa vào những ý niệm dành cho sáng tác. Có lẽ là trong tiềm thức lúc bấy giờ, mong muốn được làm cha đã trỗi dậy, do đó mới hiện lên ý tưởng có liên quan đến đứa con ruột. Tuy là không nói rằng nhân vật người cha chính là mình, nhưng sự phản chiếu bản thân có thể nói là mắm đậy cũng hôi. Còn về việc tại sao là con gái mà không phải là con trai, cũng có thể chính là sự phản ánh của tiềm thức.

Nhân vật nữ chính trong câu chuyện tên là Bối Bối, là một cô bé khoảng mười hai tuổi. Tại sao lại nghĩ tới cái tên "Bối Bối", thì tôi đã không thể nào lần ra dấu vết được nữa. Cũng có thể là vì tôi có một tình yêu sâu đậm với vỏ sò . Hình tượng của vỏ sò (hóa thạch), sau đó xuất hiện nhiều lần trong tiểu thuyết dài của tôi. Phía dưới hai chữ "bối" thêm một chữ "nữ", thành ra chữ "anh" . Do đó, cũng có thể nói Bối Bối là hình tượng ban đầu của một đứa con gái trong trí tưởng tượng của tôi. (Sau đó Sở ngư hộ bắt được một con cá sấu nhỏ ở sông Nguyên Lang Bối Hà, đặt cho nó cái tên là Bối Bối, nuôi ở công viên Thấp Địa. Tiểu ngạc ngư còn nổi tiếng hơn cả nhân vật nữ chính của tôi, báo hại mỗi khi tôi kể câu chuyện về Bối Bối trong lớp dạy viết văn, thì đám trẻ con kia đều cười to lên, tính chất sáng tạo ban đầu của tôi cũng gặp phải sự nghi ngờ rất lớn.) Thôi được, Bối Bối là một cô bé như thế nào chứ? Đương nhiên là một cô bé không thích viết lách, nếu không như thế thì câu chuyện cũng không có gì đáng nói. Làm thế nào để khiến một cô bé không thích viết lách, trở thành một cô bé yêu thích nhiệt tình với việc viết lách và có lòng tin vào viết lách, đó chính là câu chuyện mà tôi muốn kể.

Ba của Bối Bối trong câu chuyện ấy vắng mặt. Vì lý do công việc mà ông ấy ở nước ngoài trường kỳ. Bối Bối vừa nhớ ba, vừa trách ông ấy dùng quá ít thời gian để chăm sóc mình. Người cha này làm công việc gì, tôi không giới thiệu, nhưng hiển nhiên là ông ấy là một người có tư chất văn chương. Ông thường viết thư điện tử cho con gái, nói chuyện với cô bé về việc đọc sách và viết lách. Phần hiện thực của tiểu thuyết, đại khái mang hình dáng như thế. Còn về phần chủ thể, thì đó là một cuộc hành trình mạo hiểm. Hồi ấy vừa mới bắt đầu nổi lên truyện Harry Potter, tôi bèn mượn khái niệm phép ma một cách có hơi mặt dày. Một hôm nọ, Bối Bối nhận được một bức thư điện tử kỳ lạ, tiêu đề là "sự huyền diệu của lời chú thực vật", nội dung là một thứ gì đó giống như là một bài thơ. Bối Bối với vẻ hết sức ngớ ngẩn chẳng hiểu gì, bèn bấm vào link đính kèm trong thư điện tử, ngay lập tức trúng phải lời nguyền ma quỷ, rơi vào thế giới kỳ ảo "vương quốc ký hiệu". Ở một nơi kỳ quái đó, đầu tiên là Bối Bối gặp phải một nhân vật tên là Oscars có bộ dạng như mới một cậu bé lên ba, trên người đeo một chiếc trống da bằng sắt, nói năng hết sức già dặn, còn có một chú chó máy tên là Da Vinci rất giống với chú cho nhỏ Leonardo ở nhà. Sau đó, hắc kỵ sĩ đại ma đầu liền xuất hiện. Tên quái khách đầu đội một chiếc mũ lễ màu đen, người mặc một bộ lễ phục đuôi chim én màu đen, chân mang một đôi giày cao gót màu đỏ, khuôn mặt trắng bệch điểm một nét son môi màu đỏ, tự xưng mình là một pháp sư văn tự tà ác nhất trên thế giới. Điểm đáng sợ nhất của hắn chính là thích dùng việc viết lách để hành hạ người khác. Hắn tuyên bố Bối Bối bắt buộc phải trải qua một loạt những sự kiểm tra về viết lách, nếu như không thông qua được, thì cô bé sẽ phải ở lại vĩnh viễn tại vương quốc ký hiệu này không được về nhà. Những bài kiểm tra mà Bối Bối phải đối mặt tổng cộng gồm mười bài, lần lượt đi vào mười chủ đề có liên quan đến viết lách. Với sự giúp đỡ của Oscars, Bối Bối lần lượt khắc phục từng cửa khó một, đồng thời trong suốt quá trình đó lại kết giao được với một đám bạn bè vừa dễ thương vừa thú vị.

Rất rõ ràng, hắc kỵ sĩ chính là hiện thân của người ba. Nhưng sự hiện thân này không những có bộ dạng buồn cười (chỉ là ông ấy cố tình làm ra vẻ tà ác), nói chuyện âm dương quái đản, mà kỳ thực còn là một kẻ thất bại (bản thân ông ta lại không có tài năng viết lách gì cả). Nhưng mà, ông ấy lại đem lại cho Bối Bối một sự khơi nguồn sáng tác.

Sự sắp đặt như thế này đại khái có thể giảm bớt được phần thuyết giáo. Sự lĩnh ngộ của Bối Bối chẳng phải là nghe theo sự giáo huấn mang tính quyền lực uy hiếp gì cả, mà xuất phát từ sự tự mình phát hiện của cô bé. Nhân vật người cha chỉ là đứng một bên để làm ra một vài gợi ý mà thôi. Đương nhiên, vì ý đồ học viết văn, tôi vẫn không thể không làm ra vẻ giải thích như thật, đồng thời cũng nêu ra những ý kiến đóng góp có liên quan đến việc luyện tập. Nhưng bất luận là trong trường hợp đang viết văn, mãi cho đến nhiều năm sau đó, phần câu chuyện mới chính là điểm mà tôi trân trọng nhất. Trong đó ngoài cái tình cảm giữa cha và con gái, còn có tình cảm vợ chồng, vì trước khi cưng con gái, thì buộc phải cưng vợ. Chương cuối cùng là "Đê sông đuôi chó quẫy", chính là lời gửi gắm của tôi cho vợ mình. Bộ mặt của một gia đình ba người lại hoàn mỹ đến như vậy, động lòng người đến như vậy!

Hai năm sau khi viết Cuộc phiêu lưu văn tự của Bối Bối, con trai tôi ra đời. Con trai không thích hợp để đặt tên là Bối, tôi bèn đặt cho nó cái tên là "Quả". Mười lăm năm trôi qua, vẫn không có đứa thứ hai xuất hiện, cho dù là trai hay gái. Đứa con gái tên là Bối Bối chỉ tồn tại trong văn chương, mãi mãi phiêu lưu trong vương quốc ký hiệu. Con trai tôi vốn không biết gì về chuyện Bối Bối, cũng không cần thiết phải biết. Bối Bối chính là một khả năng không thể thực hiện, chỉ vậy mà thôi.

Hai năm trước, có một đoàn kịch đem *Cuộc phiêu lưu văn tự của Bối Bối* viết lại thành nhạc kịch, đối tượng chính là học sinh những năm đầu tiểu học và phụ huynh học sinh, do Thân Tử hay Hợp Gia Hoan diễn. Hồi đầu tôi còn có chút lo lắng bởi vì người xem ở độ tuổi quá nhỏ, xem không hiểu được hàm ý trong đó. Nói với một đứa trẻ mới có vài tuổi những điều như cảm quan miêu tả, ý tưởng, quan điểm và góc độ..., chẳng phải có hơi sâu xa chăng? Nhưng đoàn kịch vẫn cứ theo đó mà xử lý những chủ đề này, cho rằng không cần thiết phải hạ thấp yêu cầu. May mà nhân vật nguyên bản với ý tưởng tình tiết kịch cũng rất hoạt hình hóa, diễn với hình thức kịch nhi đồng hoàn toàn không có vấn đề gì. Lại thêm kinh nghiệm của diễn viên phong phú, cách diễn giải mãnh liệt sinh động hài hòa thú vị, âm nhạc và ca khúc hết sức rúng động, cho dù không cần phải hiểu những ý tưởng đằng sau đó, chỉ cần xem nó như một câu chuyện thám hiểm, thì tính thưởng thức của nó cũng tương đối chấp nhận được.

Nhưng mà tâm trạng của tôi lúc bấy giờ kỳ thực có hơi gút mắc. Tôi đã viết cảm tưởng như thế này trong mục "lời tác giả" ở hiện trường rằng:

Trong khi viết Bối Bối, tôi vẫn chưa làm ba. Tưởng tượng lúc bấy giờ, nếu như mình có một đứa con gái, thì sẽ có bộ dạng như thế nào. Do đó, mối quan hệ giữa cha và con gái trong đó, chỉ là một sự tưởng tượng đương nhiên là vậy. Hai năm sau, tôi thực sự làm ba, nhưng lại sinh ra một đứa con trai. Con trai tôi dần dần lớn lên, nhưng ngược lại không chịu đọc sách cho lắm, chứ đừng nói là viết lách. Sự tưởng tượng ban đầu, quả thật có hơi đơn phương tình nguyện. Điều này khiến tôi hiểu rõ rằng, sự phiêu lưu trong cuộc sống của con cái, không phải do ba mẹ có thể sắp đặt trước cho chúng nó được. Cuộc phiêu lưu đích thực, bất luận là một phạm trù nào, đều phải xuất phát từ tự tấm lòng mình, còn kết quả của cuộc phiêu lưu, cũng phải do mình gánh vác. Nhưng điều mà ba mẹ có thể làm được, chính là cổ vũ con cái mình phiêu lưu mà thôi.

Tuy nói rằng đó đều là sự thật, nhưng trong mắt những người quen thuộc, khó tránh có chút mùi vị hư ảo. Đây đương nhiên chỉ là sự trải nghiệm và cảm tưởng của cá nhân tôi, sự lý giải về tác phẩm không có ảnh hưởng gì, đối với độc giả và khán giả mà nói cũng không có liên quan chút nào.

Chuyện trải qua hai năm, vở nhạc kịch Bối Bối diễn lại. Cũng là đoàn kịch trước đây (mười năm trước, vị đại ca này diễn vai Đổng Tiên trong vở kịch cải biên *Thiên công khai vật - hủ hủ như chân*, chính là vai "người ba" của tôi); ngoài nhân vật hắc kỵ sĩ ra thì phần lớn diễn viên đều bị thay đổi, ca khúc và tình tiết kịch cũng có điều chỉnh, âm nhạc đổi thành dàn nhạc diễn tấu sống tại buổi diễn. Lần này tôi đã viết như thế này tại buổi diễn:

Nhân vật Bối Bối này, giống với cô bé mà mười bảy năm trước tôi đã sáng tác, vẫn là một cô gái nhỏ, vẫn quật cường như vậy, nhưng cũng vẫn đồng ý chịu khiêu khích như thế. Hình như là cô bé chưa bao giờ lớn lên, nhưng kỳ thực thì cô bé đã trải qua nhiều lần thay đổi. Mỗi một lần đều bị diễn dịch, Bối Bối cũng thêm những tính chất đặc biệt mới, biểu hiện bằng một hình tượng mới. Cũng giống như vậy, mỗi một lần được đọc bởi những độc giả khác nhau, được xem bởi những khán giả khác nhau, Bối Bối cũng không ngừng diễn biến và phục sinh. Chúng ta đều là Bối Bối, đều là tác giả tạo ra của Bối Bối, cũng vì vậy mà tiến hành công việc tự mình sáng tạo. Do đó mà có trải qua bao lần thì Bối Bối vẫn mới.

Nếu như tôi thực sự có một đứa con gái tên là Bối Bối, thì cô bé có lẽ cũng đã là một cô gái trẻ độ quá hai mươi tuổi. Rất có thể cô bé cũng đã trở thành một người mẹ trẻ, rồi lại sinh ra một đứa con gái cho mình. Trong thực tế, Bối Bối cũng sẽ trưởng thành và già đi giống như tất cả mọi người. Nhưng mà, Bối Bối tồn tại trong trí tưởng tượng của mỗi một người chúng ta thì trước sau vẫn vậy. Bất luận là lúc nào cũng đều trẻ như nhau, tràn đầy sức sống và yêu thương, vì cô bé chính là bản thân của sự sáng tạo.

Đối với một đứa con gái chưa từng tồn tại trong đời thực như Bối Bối, tôi vẫn cứ lưu luyến không quên, nhưng tôi thử tìm tông tích của cô bé ấy ở một diễn biến khác.

Diễn viên diễn vai Bối Bối lần này khác với lần trước, nhưng rất có sức thuyết phục. Cho dù là vẻ nũng nịu nhõng nhẽo hay là trữ tình đều là một kiểu bảo bối được cưng chiều. Mở màn không lâu, cô bé Bối Bối ở nhà một mình bèn cất tiếng hát lên ca một ca khúc nhớ ba. Khi cô bé cất giọng, nước mắt rưng rưng trong khóe mắt cô bé. Đến màn cuối cùng, Bối Bối chào tạm biệt các bạn trong thế giới văn tự, mọi người cùng hát khúc hát cuối cùng lưu luyến không nỡ, nước mặt bỗng tuôn trào ra lã chã. Sau buổi diễn bước ra bên ngoài gặp một người bạn cũ, nghe anh ta nói với vẻ vừa cảm kích vừa có chút ngại ngùng, trong khi xem hát đã không nhịn nổi mà "tuôn ngấn lệ". Tin chắc rằng không ít khán giả làm cha cũng sẽ bị dính chiêu thôi - bất luận là có con gái hay không có con gái. Sau đó, thấy trên Facebook của nữ diễn viên đóng vai Bối Bối ấy, cô ấy biết rằng đêm đó tôi sẽ đến xem, trong lòng cảm thấy giống như là ba mình đến xem mình diễn vậy, đặc biệt phấn chấn và hồi hộp. Về mặt tuổi tác thì tôi vẫn chưa đến nỗi có thể làm cha của cô ấy, nhưng trong tưởng tượng, thì đó quả thật là một câu nói ngọt ngào! Phút chốc tôi có cảm giác hạnh phúc của một người cha có con gái.

Con trai tôi cũng đi xem trong hai lần biểu diễn. Điều ngoài dự đoán đó chính là, thằng bé cũng rất thích. Tuy về mặt thưởng thức thì thằng bé không thích cái thứ có mùi trẻ con, lại không thể thay vào góc độ của một đứa con gái, kèm thêm việc thiếu hứng thú và trải nghiệm viết lách, nhưng đại khái thì ca khúc và cách diễn dịch cũng rất tuyệt vời, do đó đến nỗi thằng bé cũng bị làm cho rung động. Sau đó tôi nghe Quả nói, kết cục của vở kịch chính là điểm cảm động lòng người nhất trong những phim và buổi biểu diễn mà nó từng xem qua. Đương nhiên, những buổi biểu diễn và phim ảnh mà thằng bé xem không được tính là nhiều. Vả lại cái nghĩa "động lòng người" trong mắt nó, có thể cũng không giống với người khác, ít nhất cũng không thể nào đạt đến mức chực trào nước mắt. (Tôi nghi ngờ về việc có hay không một cảnh tượng nào đó có thể tạo nên hiệu ứng như thế với nó.) Cái điều cảm động lòng người của thằng bé, đại khái chính là sự có chút chành chạnh trong lòng một cách mơ hồ, sự phản ứng cảm quan dựng lỗ chân lông. Sao cũng được, đây vẫn là một chuyện đáng an ủi.

Nhưng trong lần xem vở nhạc kịch Bối Bối thứ hai này, cũng chính là ngày xảy ra "sự kiện 216". Đã hẹn cùng nhau đón xe buýt số 216 để đi Đồn Môn, vốn dĩ là vì đi xem biểu diễn. Tôi lại bỏ thằng bé mà đi trong lúc xe buýt vừa đến trạm, còn mình đi đón taxi, đối với thằng bé mà nói đây là chuyện khiến cho nó hết sức thất vọng. Do đó, trong lúc xem hát, tôi và thằng bé ngồi sát cạnh bên nhau, trong tâm thực ra là đang trong trạng thái một cuộc chiến tranh chưa từng được hòa giải. Có lẽ, điều này càng khiến cho tôi cảm nhận được sự trái ngược giữa đứa con gái trong tưởng tượng và đứa con trai ngoài đời thực, do đó càng thêm rơi lệ.

PHỤ HUYNH NHÀ VĂN

Con trai tôi từng trải qua hai lần bộc phát tính linh hứng khởi cầm bút sáng tác.

Lần đầu tiên là vào năm mười tuổi. Vào kỳ nghỉ Giáng Sinh năm đó, vốn dĩ đã lên kế hoạch cả nhà ba người đi du lịch ở nơi trong lành khu vực miền núi trung bộ Đài Loan, nhưng ngay cả việc hộ chiếu sắp hết hạn mà tôi cũng không hề hay biết, kết quả là chỉ có vợ tôi đưa con trai đi mà thôi, còn tôi đành phải lẻ loi ở lại Hong Kong. Theo báo cáo trong khoảng thời gian du lịch của vợ tôi, để cho Quả giết thời gian, cô ấy đã mua cho thằng bé một quyển vở tập vẽ, để lúc nào nó cảm thấy nhàm chán thì có thể vẽ bậy bạ ít gì đó. Nào ngờ đột nhiên thằng bé lại nảy ra một ý định là ghi chép lại tất cả những gì thấy được trong chuyến du lịch, hễ có chút thời gian rảnh nào là vùi đầu vào viết lách, ngôn ngữ sử dụng lại là ngữ khí chỉ nam du lịch, giới thiệu một cách hết sức tỉ mỉ và sinh động tất cả những nơi đã đến (công viên Tiểu Thụy Sĩ, thảo nguyên Thanh Thanh, núi Hợp Hoan, tòa thành âm nhạc), homestay đã ở và những món ăn đặc sắc (lẩu dưỡng sinh, bánh tráng nướng, trà châm). Theo cách nhìn nhận của mẹ, hành động này (viết lách) chính là biểu hiện của việc nhớ nhung người cha không thể đi cùng. Quyển sách nhỏ vừa có chữ vừa có hình, kèm theo bức bản đồ và hình ảnh tự mình vẽ, trang cuối cùng không quên chú thích là do "công ty trách nhiệm hữu hạn xí nghiệp họ Đổng" xuất bản. Còn về tựa sách, được đặt là *Thanh cảnh chi quang*.

Có lẽ là vì có lòng tin hơn với năng lực viết lách của mình, sau khi con trai tôi quay trở về không lâu, bèn sốt ruột định viết tiếp. Chỉ là một đứa không hề viết chữ như thằng bé, bỗng chốc muốn tìm đề tài cũng không hề dễ dàng. Một hôm, không biết vì sao có cảm xúc mà nổi lên, viết một truyện với nhan đề là *Sinh mệnh*. Ngoài ra còn kèm theo lời giải thích, rồi lại thêm một đoạn bổ sung, có chút gì đó giống như phần chưa rõ những tác phẩm cổ văn. Sau đây xin được dẫn ra:

"Sinh mệnh có khởi đầu, sinh mệnh cũng có kết thúc."

Giải thích: Phàm chuyện gì có bắt đầu thì cũng sẽ có kết thúc, đừng quá vui vẻ hoặc quá bi thương.

"Sinh mệnh không thể lựa chọn được, nhưng vui vẻ thì có thể chọn lựa được."

Giải thích: Chuyện có thể lựa chọn, lẽ dĩ nhiên có thể chọn điều vui vẻ. Chuyện không thể lựa chọn được, thì phải dũng cảm mà đối mặt.

"Sinh mệnh có lúc như ý, cũng có khi không được như ý."

Giải thích: Đừng mong cầu trời ban cho mình mọi thứ đều là "như ý". Phải biết rằng "bất hạnh" và "không như ý" chính là một phần trong nhân sinh.

Đọc qua ba đoạn văn ngắn này, hy vọng bạn sẽ biết được "sinh mệnh" là thứ mà không ai có thể quyết định được. Bạn có thể tìm thấy hy vọng từ những điều bất hạnh, không như ý và sự thất bại, nhưng bạn cũng nên có một sự chuẩn bị về mặt tâm lý - thất vọng, nản lòng. Do đó, điều này nói rõ một điều "có hy vọng thì đương nhiên sẽ có thất vọng", đây là điều đương nhiên. Nếu một người không chấp nhận thử thách, thì đó chính là một người chưa trưởng thành.

Những điều này chẳng phải là những lời mà trước đây trong nhiều lần đón xe buýt với Quả, tôi cứ mãi nheo nhẻo nheo nhẻo bên tai thằng bé sao? Chẳng ngờ, thì ra đón xe buýt cũng có thể giác ngộ nhân sinh.

Nói thực thì, thằng bé viết một cách tương đối chuẩn xác và thấu đáo, vấn đề chỉ là có thể thực hiện được hay không mà thôi. Qua những kinh nghiệm biểu hiện sau đó, thằng bé còn cách một đoạn đường để trở thành "người trưởng thành".

Đại khái chính là chịu ảnh hưởng bởi việc ba là một nhà văn, hễ Quả viết ra áng văn nào, cho dù là tuổi tác còn nhỏ, hoàn toàn không có trải nghiệm, cũng sẽ sử dụng ngữ khi của một tác giả. Thằng bé không có khái niệm luyện tập, hễ đặt bút xuống viết thì cảm thấy đó là một tác phẩm có thể công bố được; ngay lập tức cũng dự kiến xác lập nên sự tồn tại của độc giả, trực tiếp giảng giải và thuyết giáo cho độc giả nghe. Có lẽ là vì đã nghe thấy tôi nói rằng Sinh mệnh ngắn quá, không thể coi là một áng văn được, ngay lập tức thằng bé viết một bài phản hồi, thảo luận về vấn đề dài ngắn của văn chương. Nhìn vào đề mục, tôi hốt hoảng kinh hoàng, cảm thấy hình như là đang viết để đánh vào mình. Bài viết chép lại sau đây nguyên trạng:

"Viết văn không nhất định phải viết dài.

Nhiều lúc, người với vai trò là nhà văn sẽ cảm thấy là văn chương họ viết nhất định phải "dài", thì mới có thể khiến cho độc giả thích đọc tác phẩm của họ. Nhưng kỳ thực viết một đoạn văn rất ngắn nhưng lại có ý nghĩa giáo dục, thì đã có thể khiến cho độc giả lãnh hội được đạo lý ở trong đó. Giống như tác phẩm *Sinh mệnh* mà Đổng Tân Quả viết, thì đã dạy được cho chúng ta đạo lý làm người.

Đương nhiên, tôi không có ý nói viết văn nhất định phải ngắn, mà tôi muốn bảo người ta viết văn đừng cứ nghĩ phải viết dài mà viết cho dài, một lòng nghĩ về việc viết dài, mà mất đi ý nghĩa. Đương nhiên chúng ta cũng có thể viết một áng văn vừa dài vừa có ý nghĩa giáo dục, giống như tác phẩm *Đổng đại nhân* mà Đổng Khởi Chương viết vậy, cũng có lý để cho độc giả lĩnh hội. Còn tôi - Đổng Tân Quả cũng dùng đoạn văn ngắn này, để kêu gọi nhà văn khi viết văn không nhất định phải là dài. Đương nhiên đây chỉ là ý kiến của tôi, không phải là yêu cầu."

Bài bình luận trúng đích này, khiến cho người ta toát mồ hôi đầu. Điểm chí mạng nhất là ba chữ "không nhất định", bởi ngữ khí ấy rất giống như việc bảo tôi nên tự thức tỉnh với việc cố chấp viết dài vậy.

Rất tiếc, sau khi cật lực biện hộ bằng đoạn văn "không nhất định phải dài", con trai tôi lại không có động lực gì để kiên trì tiếp tục, đến nỗi một đoạn văn ngắn cũng không viết ra được. Sáng tác văn chương giống như hoa đào nở, nhanh chóng quay trở lại nguyên hình, chỉ còn sót lại một giai thoại vụn vặt trong nhất thời. Tôi nghi ngờ việc Quả vốn không hề thích viết lách, mà bị hấp dẫn bởi hành vi viết lách này, và thân phận của một tác giả. Cái việc mà thằng bé cho là viết văn, kỳ thực là đang diễn một vai nhà văn, ngược lại cũng chính là sự bắt chước tôi, hoặc giả là một sự thử thách.

Giấc mơ viết văn ẩn hiện trong ba năm, đến kỳ nghỉ hè năm thứ hai lên năm thứ ba bậc trung học, đột nhiên Quả tuyên bố kế hoạch sắp sửa "xuất bản sách". Nguyên nhân sự việc chính là lúc có triển lãm sách, thằng bé đi cùng tôi tới một quầy do một nhà văn tiền bối đang tổ chức Tạp chí văn nghệ học sinh trung học. Vị tiền bối trông thấy thằng bé vừa cao vừa gầy, dáng vẻ văn nhân lịch lãm, lại là con trai của tôi, không có lý do gì sẽ không múa văn văng mực, bèn nhiệt tình mời thằng bé tham gia vào dự án nhà văn nhỏ mà tạp chí đang tổ chức. Dự án yêu cầu người tham gia mỗi tuần phải nộp một bài viết ba trăm chữ, bất luận là có được đăng hay không thì mỗi bài viết cũng nhận được nhuận bút là năm mươi đô. Được nhận định là "tác giả nhỏ" có tác động hết sức phấn khích đối với con trai tôi, đương nhiên nhuận bút tổng cộng mỗi tháng hai trăm đô cũng chính là nguyên nhân khiến cho thằng bé động lòng. Nhưng mà, vừa nghĩ đến việc phải viết về đề tại ở trường, rồi phải xuất hiện để họp và chia sẻ theo định kỳ, thì lại có chút chần chừ không quyết định. Nghĩ trước tính sau, kết quả là thằng bé không chịu tham gia, nhưng đối với việc viết lách và phát biểu, thì lại mạnh dạn muốn thử. Thế là, thằng bé lại sử dụng chiêu thức "bắt chước theo mẫu" - sách của mình thì tự mình xuất bản.

Trong khoảng thời gian một tháng ngắn ngủi, con trai tôi lao tâm khổ trí viết ra hai mươi tản văn, tự mình đánh máy, thiết kế, dàn trang, chèn hình, in ra và đóng quyển, xuất bản một tập tên là Tản văn Đổng Tân Quả. Tập tản văn được in ra hai mươi quyển, mỗi quyển có giá là hai mươi lăm đô. Với vai trò là độc giả đã định sẵn trước tiên hết thảy, tôi đánh tiên phong, lập tức móc túi ra mua một quyển. Sau đó bèn chuyển đến dâng lên cho mẹ nó và ông bà nội. Bản thân tác giả tân tiến đương nhiên là không thể cung ứng đủ cho đối tượng tiêu thụ có hạn như thế này. Trước khi kết thúc kỳ nghỉ hè, Quả tổ chức một buổi ra mắt sách mới long trọng ở tại nhà, mời rộng rãi bạn bè thân thích đến dự. Kết quả là toàn bộ tập tản văn đều được bán sạch, không sót một tờ giấy nào, sau đó không lâu một số bạn bè nghe đồn về chuyện đó, chỉ có thể ngậm ngùi ca thán. Tuy là toàn bộ sự việc đã gần với diễn biến viết văn, hơn là viết văn thực sự, nhưng mà nội dung và việc chế tác tập sách, thì vẫn rất đáng được ca ngợi.

Đầu tiên nói về thiết kế của bìa trước và bìa sau. Những hình ảnh dùng cho bìa trước là một bức chân dung ngang đầu màu nước do mẹ nó vẽ cho nó hồi còn nhỏ, chỉ vạch vẽ vài nét bút nhưng lại tương đối có thần. Phía trên bức hình chân dung ấy là tên sách, phía dưới là thông tin xuất bản và giá bán. Vì số lượng in giới hạn là hai mươi quyển, do đó mỗi quyển đều có nêu rõ số thứ tự, bắt đầu từ 001, trông như là một sản phẩm quý giá đáng được sưu tập và cất giữ. Đương nhiên là không thể thiếu ký hiệu bản quyền của công ty trách nhiệm hữu hạn xí nghiệp họ Đổng. Còn bìa sau sách, dùng một bức hình của mình đứng trước cửa sổ toàn kính trong nha. Bức hình chỉ thấy được một bối cảnh mơ hồ, ngoài cửa sổ là một bầu trời rộng rãi và núi ở xa xa, một chiếc bóng đổ dài xuống dưới sàn gỗ, một ý tứ rất đẹp.

Lật trang đầu tiên ra, là bốn câu tổng kết tinh túy nhất trong tập tản văn: "Mượn chuyện động lòng người, nói ý thâm sâu", "Không có sự thật nhất, chỉ có tình thật hơn", "Công phu cơ bản của làm việc và làm người" và "Những câu chữ lưu loán đang để tham khảo". (Mục cuối cùng hình như có hơi quá tự tin.) bên cạnh là trang mục lục, đầu tiên là lời tựa của mình, sau đó là đề mục của hai mươi tản văn. Tập văn chia làm năm phạm trù lớn, xin sao lục ra đây:

Quy tắc làm người: "Nói về tín dụng", "Vận may nằm ở chỗ hiểu được sự ngợi khen", "Nguyên tắc", "Kỳ thị tuổi tác".

Quy tắc làm việc: "Làm thế nào để tìm thấy hứng thú", "Làm tốt một việc", "Bản chất của viết văn", "Viết nhiều là tốt".

Mượn chuyện nói lý, tự tình: "Cái gương - nói năng có cảm xúc", "Những ngày chống ung thư - những gợi ý có được từ bệnh nhân ung thư thời kỳ đầu".

Mượn cảnh nói tình: "Dòng sông xe buýt", "Cảng Victoria".

Lạc tại Hong Kong: "Trẻ con học nói", "Phụ huynh nhà văn", "Cuộc sống ở Fan Ling", "Giao thông hoàn thiện", "Giáo dục phổ cập", "Danh thắng cổ tích", "Món ngon kiểu Hong Kong", "Xã hội tự do".

Trong lời tựa của mình, đầu tiên tác giả nói sơ lược về duyên cớ viết những tản văn này, gửi lời cảm ơn đến tiền bối trong văn đàn là ông Quan Mộng Nam. (Tuy thằng bé không tham gia dự án viết văn của đối phương, mà là tự nhóm một lò khác.) Sau đó tác giả giới thiệu sơ lược về ý niệm sáng tác và phương pháp phân loại văn chương trong tập tản văn. Cuối cùng, tác giả cảm ơn cô Hoàng Niệm Hân là người đã đảm nhiệm công việc biên tập và hiệu đính cho mình (cũng chính là mẹ của mình). Toàn bộ lời tựa cũng chẳng hề nhắc gì đến người cha là một tác giả.

Đối với một chàng thiếu niên hầu như trước giờ chưa từng viết văn cũng rất ít khi đọc sách mà nói, nội trong một tháng có thể viết ra hai mươi bài tản văn gần ba ngàn chữ chi chít như vậy, có thể không được coi là một kỳ tích, nhưng chắc chắn cũng là chuyện khiến cho người ta vừa ngạc nhiên vừa vui mừng. Chịu giới hạn bởi cá tính, phần lớn tản văn chỉ nói bằng lý tính, rất ít trữ tình, tự sự và miêu tả. Còn về mặt hứng thú cũng thể hiện ra bằng khuynh hướng hẹp hơn. Nguồn gốc của những điều này cũng là khó cản được. Điều khiến cho tôi ngạc nhiên đó là, ngoài việc nói về phương tiện giao thông mà thằng bé thích, còn có không ít bài viết nói về viết văn - một việc mà gần như nó hoàn toàn không có kinh nghiệm và khái niệm.

Lật trang mục lục thì ngay lập tức đập vào mắt chính là tên của bài viết "Bản chất của viết văn". Đây là đề mục mà đến tôi cũng không dám đặt bút viết. Và rồi chúng ta hãy thử xem xem Đồng Tân Quả tiên sinh đã nói gì:

"Là một tác giả tản văn mới vào nghề, tôi thường suy nghĩ về một vấn đề: Rốt cuộc thì bản chất của viết văn là gì? Có người bảo là để kiếm tiền hoặc là lãnh thưởng, có người nói là để nâng cao sự tự tin, đáp án nhiều vô số kể, nhưng tôi cho rằng bản chất của việc viết văn chính là đem những suy nghĩ trong lòng mình mang cho độc giả, đồng thời nâng cao năng lực viết lách cá nhân và độc giả.

Viết văn, cố nhiên là muốn đem những gì mình nghĩ ở trong lòng mang cho độc giả. Nhưng để truyền đạt thông tin một cách hiệu quả, những vấn đề nan giải gặp phải trong đó, thì tuyệt nhiên không đơn giản như những gì thông thường chúng ta nghĩ. Đầu tiên, phải suy nghĩ phải chăng đạo lý ấy có nói được thấu đáo, nếu quả như đạo lý ấy không thể nói cho thấu đáo được, thì câu văn có lưu loát bao nhiêu cũng là uổng phí. Thứ hai, phải đảm bảo là không có điểm nào mâu thuẫn với nhau, nếu không thì sẽ khiến cho độc giả không thể hiểu nổi lập trường của ta. Thứ ba, phải hiểu được độ sâu xa của đề mục, phải đưa ra ví dụ thích hợp để phối hợp. Cuối cùng, phải cố gắng hết sức dùng nhiều những từ ngữ (thành ngữ) và tổ hợp từ bốn chữ để viết văn, nâng cao mức độ lưu loát của văn chương. Tôi buộc lòng phải dựa theo những điều kiện vừa nêu trên, mới coi văn chương của mình như là một tác phẩm phù hợp quy cách, có thể thấy rằng bề ngoài thì viết văn trông dễ dàng, nhưng thực tế cũng phải suy nghĩ cho chu toàn tỉ mỉ."

Tuy là tôi có cách nhìn khác về bản chất của viết văn, nhưng đại để những gì mà thằng bé nêu ra là không sai. Trong đó có hai điểm có thể bàn luận: một, nói về bản chất của viết văn là nâng cao năng lực viết lách, về logic thì hình như là có chút gì đó sai vị trí. Bản chất và năng lực là chuyện không cùng ngôi thứ; năng lực là cái cần thiết của bản chất khi thực hiện một sực việc nào đó, không thể đồng thời là mục tiêu của thực hiện. Đương nhiên, trong quá trình nỗ lực thực hiện bản chất của viết lách, năng lực viết lách cũng sẽ được nâng cao. Thằng bé hiểu viết lách như thế, kỳ thực là đang xuất phát từ quan điểm của một học sinh - viết lách nhiều với mục đích là để nâng cao khả năng viết. Nhưng đến mức của một tác giả, thì cải thiện năng lực viết lách sẽ không bị coi là mục đích mà việc viết văn theo đuổi. Hai, tôi luôn luôn không đồng ý với ý kiến cho rằng buộc phải dùng nhiều thành ngữ hoặc tổ hợp từ bốn chữ mới được coi là văn chương hay. Tuy nhiên, tôi cũng không phản đối việc dùng thành ngữ và tổ hợp từ bốn chữ, bản thân tôi cũng thường xuyên dùng thành ngữ và tổ hợp từ bốn chữ. Vận dụng thành ngữ và tổ hợp từ bốn chữ không thể cứ lấy nhiều là tốt, mà có lẽ phải xem xem hiệu quả của nó có chuẩn xác, bám sát hay phù hợp với tình cảnh hay không để mà quyết định. Nhưng những thứ này cũng đều chỉ là tiểu tiết mà thôi. Nói một cách công bằng chính đáng thì, định nghĩa mà thằng bé nêu ra cho bản chất của sự viết văn, được xác lập dựa trên sự hiểu biết của một học sinh viết văn. Nếu như yêu cầu thằng bé nói đến mức sáng tác văn học, thì quả là bới lông tìm vết.

Một bài viết thu hút sự chú ý của tôi nữa đó là bài *Phụ huynh nhà văn*. Đây là lần đầu tiên tôi phát hiện, một đứa con trai mãi không thấy có duyên gì với văn học, thì ra đối với "con của văn nhân" cũng có một mức cảm thụ đặc biệt. Với vai trò là ba của tác giả, cũng là lần đầu tiên chính thức được xuất hiện trong văn chương của thằng bé. Nhưng mà, hiệu quả hình như là theo khuynh hướng hài hước. Những gì mà thằng bé chia sẻ không chỉ là những thứ "vụn vặt đáng (buồn) cười mà còn nhan nhản trước mắt". Trong đó, điều mà thằng bé nhớ hết sức rõ ràng đó là vào lúc nó năm tuổi, tôi dẫn thằng bé đến phòng công tác hí kịch tiền tiên tiến ở thôn nghệ thuật Ngưu Bằng, xem buổi tập dượt cải biên vở kịch *Thiên công khai vật - hủ hủ như chân*. Vì tuổi còn quá nhỏ, thằng bé hoàn toàn không hiểu được các diễn viên đang làm gì, đột nhiên bèn cất tiếng nói to: "Sau này con nhất định sẽ không làm những thứ này!" Khiến cho mọi người ở đó dở khóc dở cười.

Chuyện trải qua bảy năm, tôi dẫn thằng bé đi xem buổi diễn thử vở Bài ca thực thần hậu thực dân (được cải biên từ tiểu thuyết của Dã Tư) ở cùng một địa điểm, tuy là cũng xem không hiểu được hoàn toàn, nhưng ngược lại lần này thằng bé khen không ngớt lời, đặc biệt ngợi khen sự diễn dịch của ca khúc trong vở hát. Người ở đoàn hát vẫn còn nhớ câu nói mà năm xưa thằng bé nói, bảo là một sự "kinh điển". Đương nhiên, đến hôm nay, lời trẻ con vô hại ấy vẫn không được sửa chữa hoặc thay đổi. Cái gọi là "những thứ này" kỳ thực không đơn thuần chỉ nói đến nhà hát, mà còn bao gồm tất cả những sáng tác nghệ thuật có hình thức. Điều đó có nghĩa là rất có thể con trai tôi sẽ đi một con đường hoàn toàn khác với cha mình. Lời kết của tản văn như thế này: "Với vai trò là 'con của văn nhân', tôi rất muốn đem sự nhiệt thành đối với văn học của tác giả lưu truyền đi, để cho đời sau, thậm chí là đời sau nữa, cũng sẽ thưởng thức và phân tích văn học." Lời này đọc ra đương nhiên làm ấm lòng tôi, nhưng tôi cũng biết rằng, ở một mức độ rất lớn chỉ là vì văn chương mà tạo nên tình cảm, cũng không thể xem là quá nghiêm túc.

Tôi tiếp tục đi tìm kiếm những chỗ trong tập tản văn nhắc đến tôi. Trong Cuộc sống ở Fan Ling, tôi phát hiện ra mình rốt cuộc cũng trở thành nhân vật chính. Con trai tôi nói về ký ức trong cuộc sống thường ngày, hầu như tất cả đều có liên quan đến tôi, vì tôi là người chăm sóc chủ yếu của nó thời thơ ấu. Vào giai đoạn trước khi đi học, hằng ngày tôi đều đưa nó đến công viên gần đó để chơi đùa, thời nhà trẻ tôi đưa nó đi học và ra về bằng xe buýt, ngày nghỉ dẫn nó đến Hồ Sen Trung Đại bằng xe lửa, rồi đến tiệm cơm ở thư viện Sùng Cơ ăn bánh khóm, ngày chủ nhật đưa nó đến nhà thờ Liên Hòa Hư (St. Joseph' Church) vọng thánh lễ Misa. Trong đó nhắc đến hồi trước khi lên hai tuổi nó là một đứa trẻ mũm mĩm, ở công viên hễ gặp phải những người đi tập thể dục buổi sáng thân thiện đều ngạc nhiên nói "cu béo" này dễ thương quá. Nhưng thằng bé lại nói: "Những sự việc này tôi hoàn toàn quên hết rồi, chỉ là nghe được từ miệng của ba tôi mà thôi." Do đó, những ký ức về thời thơ ấu này, kỳ thực là do người lớn "rót" trở lại cho nó, rồi sau đó nó lại hư cấu một lần nữa mà ra. Thực sự thằng bé nhớ được bao nhiêu, đã rất khó có thể chứng thực được. Khi thằng bé viết: "Tâm trạng luyến tiếc không nỡ rời xa khi chào tạm biệt ba trước khi vào lớp mỗi ngày ấy, tôi vẫn cứ nhớ mãi." Tôi bèn nghĩ, đó có thể chỉ là nhớ một cách mang máng mà thôi. Còn nhớ rõ ràng nhất có lẽ là tôi. Ký ức của ba mẹ và con cái không hề đối chọi nhau, đặc biệt là vào những năm đầu đời.

Nhớ về thời khắc thân mật giai đoạn đầu đời mà con cái chắc chắn sẽ quên mất đã cùng hưởng thụ với ba mẹ, trong lòng khó tránh khỏi có chút gì đó chạnh lòng. Đặc biết là đến thời kỳ thanh thiếu niên của con cái, cảm giác thân mật luôn luôn bị thay thế bởi cảm giác xa cách. Con trai tôi viết Dòng sông xe buýt, là viết lại chuyện hồi những năm cấp hai. Phần mở đầu như thế này:

"Đúng vào thời gian thi đại học, hôm nay là một ngày chủ nhật với khí trời ẩm thấp. Liên tưởng tới những bài khảo hạch trong ngày mai là môn viết văn bằng tiếng Trung Quốc không cần phải ôn tập, nhã hứng của tôi ngay lập tức bỗng có chút dâng lên: đến Tsim Sha Tsui ăn trưa bằng món mì Udon, trải qua một buổi chiều có ý tưởng để viết thôi!

Phải chấp nhận để tôi nói như thế này: "Ba của tôi là một người rất hay nói nhiều", nếu như bị ông ấy phát hiện là trong thời điểm quan trọng này mà tôi sống một cuộc sống thư thả như thế, thì chắc chắn sẽ nói một hơi không ngưng nghỉ.

Thế là, tôi dự tính đi sớm mười phút đến trạm xe buýt tiếp theo, hòng tránh tình trạng đụng phải ba tôi sắp sửa ăn xong bữa trưa và trên đường về nhà.

Khi đến trạm xe buýt, tôi đứng đợi xe như thường lệ, trong lòng vẫn cứ phơi phới, nghĩ về việc dọc đường có gặp phải ba mình không. Nhưng, vào lúc này, trước mắt tôi bỗng sáng rực lên, một chiếc xe buýt không tầm thường đang chạy tới, một chiếc xe buýt European 5 (thân xe Facelift MKII đời mới) mà tôi chưa từng đi!

Lúc bấy giờ, tôi đã quên đi người ba của mình."

Đây là những dòng chữ khiến người ta đau lòng đến mức nào! Tiếp theo thì thằng bé miêu tả một cách hứng khởi, ngồi trên một chiếc xe buýt mong muốn đi qua một quang cảnh dọc đường. Đi cho đến hết bài văn, cuối cùng thì nó cũng xuống xe. Đối tượng quyến luyến không nỡ ấy, cũng từ người ba trước đây đã từng đưa nó đi học, biến thành chiếc xe buýt Facelift mới lúc này. Đây chính là số mạng mà một người ba buộc phải đối mặt.

Sau đó hai năm, không còn thấy con trai tôi có dấu hiệu cầm bút thêm một lần nào nữa. Bảo rằng tập tản văn ấy đã trở thành tuyệt bản, có thể là nói thì còn sớm, nhưng chắc chắn là tôi không có khát vọng đặc biệt nào với việc con trai mình sẽ thích sáng tác văn học, càng không cần phải nói đến việc trở thành một tác giả. Nếu như nó có thể suốt đời không quên cái nhân duyên "phụ huynh nhà văn", thì tôi đã cảm thấy được một sự an ủi rất lớn rồi. Chẳng phải tôi nói mình là một tác giả vĩ đại gì cho lắm. Tôi nghĩ nghĩ, đó là một loại quan hệ ba con không thể có được nhiều - có thể coi là một hồi ức đem lại cho nó kiểu "ba tôi là một tác giả", chỉ là một thứ "vụn vặt đáng (buồn) cười mà còn nhan nhản trước mắt".

XE BUÝT 2

Vào một buổi chiều chạng vạng nọ thấy tin tức đưa tin rằng, một chiếc xe buýt hai tầng lật ngã ở đường Đại Phố (Tai Po Road), khiến mười chín người tử vong ngay tại chỗ, hơn sáu mươi người bị thương. Khi ấy, con trai tôi ra ngoài vẫn chưa về, phản ứng đầu tiên của tôi là nghĩ đến việc có khả năng nào thằng bé ở trên xe hay không. Rồi xem kỹ lại tin tức, phát hiện đó là một chiếc xe buýt đi từ trường đua ngựa Sa Điền (Sha Tin Racecourse) đến Đại Phố, hành khách chủ yếu là những người mê đua ngựa, khả năng mà thằng bé bắt chuyến xe buýt đó là cực kỳ thấp. Nhưng mà, trông thấy cảnh tượng khủng khiếp đó - đầu xe buýt hỏng toàn bộ và tầng trên của xe vỡ ra, bên đường chất đầy những thi thể được phủ vải lên trên - trong lòng không tránh khỏi sự kinh sợ lẫn khuất.

Một lúc sau, con trai tôi về nhà, tôi báo với thằng bé về việc xảy ra tai nạn xe như thế. Ngay lập tức nó đã biết được chiếc xe buýt đã trở thành đống sắt vụn kia là chiếc mang số hiệu gì, còn bảo rằng đó là loại xe mà nó thích nữa, rồi lại bảo sau này cũng sẽ không đi xe buýt nữa với thái độ có chút hoảng sợ. Gần đây thằng bé có ác cảm với xe buýt, cảm thấy hết sức bất mãn với dịch vụ xe buýt, đang ôm ấp dự định với MRT Bada. Lần tai nạn này đã làm tăng thêm sự cảm nhận tiêu cực của thằng bé đối với xe buýt.

Theo lời của những hành khách còn sống sót cung cấp, để dẫn đến sự việc này, trước khi tài xế điều khiển xe đi thì đã có tranh chấp với trưởng trạm, trễ mất mười phút đồng hồ, vì vậy đã bị đoàn hành khách xếp rồng xếp rắn kia chửi cho một trận. Tài xế nghi ngờ là vì uất ức trong bụng, đã lái xe tăng tốc như điên trên đường núi, trong lúc bẻ cua thì xảy ra tai nạn. Sau khi xảy ra tai nạn xe, bác tài xế chỉ bị thương nhẹ đã tự động bò ra khỏi xe, đứng chết trân ở bên đường, bị những hành khách thoát ra được chửi mắng và đuổi đánh.

Hai ngày sau đó, tin tức tiết lộ càng nhiều hơn nữa những chi tiết. Người tài xế liên quan vụ việc ba mươi tuổi, từng là tài xế toàn thời gian, sau chuyển thành tài xế kiêm nhiệm. Có người vạch ra việc hắn ta là một con nghiện xe buýt, hoạt động hoạt bát trên fanpage xe buýt, thậm chí đã từng mua một chiếc "buýt hotdog" kiểu cũ đã ngưng phục vụ (xe buýt không có điều hòa). Theo như ý kiến của tài xế cùng xưởng ấy, người này rất ít nói chuyện với đồng nghiệp, hễ gặp nhau mà giao tiếp, thì những điều phải nói đều là những sự trách móc của hành khách, ví dụ như bắt xe thì không giơ tay, xuống xe thì không bấm chuông… Hắn từng xảy ra tai nạn vào thời gian đầu mới nhậm chức, bị phán là lái xe không cẩn thận và bị phạt một phần lương. Nghe nói thái độ lái xe thường ngày hết sức khinh suất, tốc độ rất nhanh, thỉnh thoảng còn đuổi theo chiếc xe ở đằng trước.

Ký giả theo đuổi manh mối "con nghiện xe buýt" này, chỉ ra trong số những tài xế kiêm chức của công ty xe buýt, ngoài những tài xế đã về hưu tuổi đời cao và kinh nghiệm phong phú ra, thì còn có một bộ phận là những con nghiện xe buýt trẻ. Loại tài xế này bị cho rằng có tính cách tự cao và thiếu trách nhiệm, không ít người vì vậy mà bị cho thôi việc. Tôi còn nhớ là con trai tôi từng nói, một số con nghiện xe buýt vì quá nghiện việc lái xe buýt, nên mới làm tài xế kiêm chức, chuyên trách lái những tuyến đường đặc biệt vào những ngày nghỉ, thậm chí còn lựa chọn những loại xe hiếm hoi mà thường ngày khó thấy được, còn một số con nghiện xe buýt khác được sắp đặt để đứng ở một nơi thuận tiện trên đường mà chụp hình.

Đây là một tai nạn xe buýt trầm trọng nhất dẫn đến thương vong ở thành phố này trong khoảng mười năm trở lại đây, sau khi vụ việc xảy ra, có một loạt những tiếng nói yêu cầu phụ trách và kiểm điểm những mặt có liên quan, đến chính phủ cũng lập tức thành lập một tổ chuyên trách nhỏ để điều tra. Nhưng mà, cho dù vẫn chưa có kết quả điều tra chính thức, những chứng cứ ngoài mặt hình như đã quá rõ ràng, tai họa trực tiếp nhất là do thái độ lái xe của tài xế. Mười chín người chết và mấy chục người bị thương, bên cạnh đó còn có nhiều những người thân chịu ảnh hưởng, tất thảy đều do lỗi của một người mà rơi vào tình cảnh thê thảm bi thương, vì vậy mà khiến cho người ta cảm thấy đau lòng. Nhưng, người tài xế trẻ bị báo chí gọi là "tài xế máu lạnh" ấy, đối mặt với tội danh ngộ sát và có thể sẽ lãnh án tù chung thân, cũng khiến tôi có chút chạnh lòng. Tại sao vậy chứ? Vì nếu như đổi lại vào một thời điểm và không gian khác, người gây ra đại họa đó có thể cũng chính là con trai tôi.

Ước ao hồi nhỏ của Quả chính là làm tài xế xe buýt. Mãi cho đến năm mười mấy tuổi, thằng bé vẫn cứ muốn như vậy. Lái một chiếc xe buýt với số hiệu mà mình thích ở trên đường, là một chuyện mà mỗi một con nghiện xe buýt nào cũng ôm ấp mơ mộng. Thu nhập bao nhiêu, tiền đồ tương lai như thế nào, hoàn toàn không cần phải suy nghĩ đến. Đối với họ mà nói, sự chuyển động của bánh lái, sự lắc lư của thân xe, sự đóng mở của cửa xe, mức độ sáng tối của đèn xe, sự điều chỉnh của biển báo tuyến đường..., toàn bộ đều là sự hưởng thụ cao nhất trong cuộc sống, thậm chí là một trạng thái cực kỳ vui vẻ. Cái đẹp trong khoang xe buýt (tính năng của linh kiện máy) và cái đẹp bên ngoài (ngoài hình), đều là nhân tố khiến cho những con nghiện xe buýt phải lú lẫn tâm thần.

Tôi từng theo con trai mình tham gia hai lần hoạt động của những người nghiện xe buýt, từng cảm nhận đám cá mè một lứa này là những những phần tử trai tráng điên cuồng nhiệt huyết, hễ sáp lại là ngoài những vấn đề về xe buýt ra thì chẳng còn chủ đề gì khác cả, còn nội dung thì cứ như là ngôn ngữ ngoài hành tinh vậy, tôi hoàn toàn không hiểu gì hết. Đối với họ mà nói, xe buýt tuyệt không phải là một phương tiện giao thông dùng để phục vụ quần chúng, mà là một thế giới tự túc nội tại. Thế giới này có trật tự và hệ thống của riêng bản thân nó, khác hoàn toàn với sự hỗn độn và ngẫu nhiên của thế giới hiện thực. Công cụ trở thành mục đích, quá trình thay thế kết quả, ngồi trên xe buýt không phải là để đi đến nơi cần đi, mà là vì bản thân xe buýt. Chẳng phải tôi nói rằng, tồn tại một tập thể con nghiện xe buýt yêu thích và tính cách như thế này, thì không thích hợp làm một tài xế thực thụ. Trên thực tế cũng có những con nghiện xe buýt làm một tài xế xuất sắc, thậm chí còn có trường hợp thăng lên cấp quản lý trong công ty xe buýt. Cái mà tôi muốn nói đó là, một người nhiệt liệt yêu thích xe buýt như thế này, một người theo đuổi thế giới hoàn mỹ, trong thực tế không thể thích ứng được một cuộc khảo nghiệm bình thường của tài xế, rồi trong một lúc xung động lại hủy hoại mấy chục mạng người mà luôn cả cuộc sống của mình, đó là một việc khiến cho người ta tiếc nuối biết chừng nào.

Có thể là do tôi đã nghĩ quá nhiều, vì có liên quan đến con trai mình. Trước đây mỗi khi nghĩ đến việc con trai mình lớn lên thì sẽ làm tài xế xe buýt, trong đầu liền xuất hiện cảnh tượng tại nạn giao thông. Nếu không phải là đụng chết người ta, thì là đụng chết mình, hoặc là cả hai cùng xảy ra. Cũng chẳng phải là bản thân việc lái xe có vấn đề gì, mà cảm giác với tính tình và năng lực của thằng bé, tuyệt đối không phải là một nhân lực để làm tài xế. Muốn lái xe an toàn trên đường, ngoài kỹ thuật ra, thái độ và tâm trạng cũng đều quan trọng như nhau. Ẩu tả và hấp tấp chính là vết thương chí mạng của người điều khiển giao thông.

May mà con trai tôi đã vứt bỏ ý nghĩ lái xe buýt. Nhưng gần đây thằng bé đã nắn cung quá thẳng, đột nhiên ghét luôn xe buýt. Từng có vài lần khi tôi đi cùng với nó đứng đợi xe buýt, những chiếc xe buýt đời hơi cũ một chút mà thằng bé từng từ chối đi, giờ đây lại trở thành loại quý giá mà nó hết sức mong muốn; những chiếc xe đời mới hơn mà nó từng đứng đợi trong khổ sở, lại trở thành loại không hề đếm xỉa. Đó cũng giống như đối tượng mà mình từng hết sức yêu mến, đột nhiên lại biến thành kẻ thù không đội trời chúng, và những thứ rác rưởi từng vứt bỏ không thương tiếc, nay đột nhiên lại trở thành những bảo vật hết sức có giá trị. Tôi hoàn toàn không thể lý giải được logic ở trong ấy, chỉ có thể giải thích bằng lý lẽ như "vật nào hiếm thì quý" và "nho không ăn được là nho chua".

Tôi luôn luôn nghi ngờ, chỉ dựa vào một điểm này mà xem, Quả không phải là một con nghiện xe buýt điển hình. Những con nghiện xe buýt thông thường, cho dù là có thích nghiêng về một chủng loại nào đi nữa, thì đối với những loại xe buýt khác cũng có thái độ của một chuyên gia, và thể hiện sự quan tâm yêu thích trong chừng mực nhất định. Sự yêu thích xe buýt của Quả chắc chắn chưa đủ rộng rãi và thiếu sự bao dung. Đây không phải được xuất phát từ tâm lý chủ quan thông thường, mà là được xác lập dựa trên lòng phân biệt và tính bài trừ mãnh liệt. Cho dù thằng bé thử đi giải thích tại sao cảm thấy một loại xe nào đó lại đẹp hơn, còn loại khác thì xấu xí vô cùng, những nhân tố đó hình như đều không có bất cứ tính tất yếu nội tại nào. Có lẽ những gì mà thằng bé cho là tốt hay là xấu, nói cho đến cùng chỉ là sự không phục đối với sự ngẫu nhiên của cuộc đời, cũng chính là những thứ mình muốn thì đều không có, còn những thứ không muốn thì trông thấy ở khắp nơi. Đây chính là một thế giới quan lấy mình làm trung tâm, cho rằng những việc mà mình muốn mình cần, thế giới buộc lòng phải biết được và đáp ứng cho mình; nếu như sự đáp ứng của thế giới không được như mong muốn, thì chắc chắn sẽ có lòng ghen ghét. Đối tượng ghen ghét này, có khi là tài xế xe buýt, có khi là công ty xe buýt, có lúc chính là khái niệm xe buýt; nói rộng ra, chính là thế giới bên ngoài phi ngã. Vì tính kết cấu giữa tôi và thế giới đối lập nhau, xem ra thì nhỏ như là hạt mè hạt đậu, cũng sẽ nở phồng ra thành tai nạn mang tầm vũ trụ, và những đau khổ trong địa ngục vô giá. Điều này, về mặt lý niệm, tôi hiểu rõ. Nhưng mà, trong thực tế, tôi vẫn không thể nào tiếp nhận được, tâm trạng của con người phải chịu sự chi phối của xe buýt - niềm vui và hạnh phúc của cuộc sống, hoàn toàn được xác lập dựa trên việc xác suất mỗi ngày của mình gặp phải xe buýt gì. Đối với mối bận tâm này của nó, tôi cũng cảm thấy đau khổ, nhưng ngược lại là vì nguyên nhân khác nó.

Vì một chiếc xe buýt trong thành phố từng không làm cho Quả được hài lòng, thằng bé đã hét lên là phải dời nhà đi chỗ khác. Tôi và vợ mình thì lại nghĩ, vì vấn đề xe buýt chứ chẳng phải là sự tiện lợi. Huống hồ gì tôi cho rằng điều quan trọng hơn cả giao thông chính là môi trường sinh sống, và tôi rất thích khu vực hiện tại đã sống hai mươi mấy năm rồi. Nhưng mà, lý do phản đối chủ yếu nhất của tôi chính là, chỉ cần thằng bé còn mang cái ý nghĩ kỳ quặc như thế này, thì cho dù có chuyển đến chỗ nào đi nữa, thì kết quả cũng sẽ giống như vậy mà thôi - xe buýt mãi mãi vẫn là sự lựa chọn tốt hơn cho nơi khác.

Nghĩ cho kỹ càng lại, kỳ thực đó chẳng phải là vấn đề của riêng cá nhân Quả. Cảm thấy người khác có cách nghĩ hạnh phúc hơn mình, chính là tâm bệnh phổ biến của người đời. Đối với những thứ mình có, nhanh chóng mất đi cảm giác mới mẻ và cảm giác đầy đủ; người khác luôn luôn sẽ có những thứ mà mình không có; thế gian lúc nào cũng đặc biệt ưu đãi người khác, đối xử tệ bạc với mình. Thế là, nhà của người ta càng to, tiền bạc của người ta càng nhiều, công việc của người ta càng tốt, sự hưởng thụ của người ta càng cao cấp, vợ của người ta đẹp hơn, chồng của người ta ra trò ra trống hơn… với những so sánh như vậy, khiến cho con người không thời khắc nào được yên ổn. Tôi thử nêu ra những ví dụ như thế này với con trai tôi, nó hỏi ngược trở lại rằng:

- Theo như ba nói, cho dù vợ của người ta đẹp hơn vợ của ba, thì ba cũng phải chấp nhận sự thật à?

Tôi ngẩn người ra, nói:

- Không, không phải tiêu cực như vậy! Ý của ba là, cho dù vợ của người ta như thế nào đi nữa, thì ba cũng cảm thấy vợ mình đẹp.

- Như vậy chẳng phải là ba cũng rất là chủ quan sao?

- Bất luận là ai đi nữa, chỉ cần biết thưởng thức, thì cũng có điểm đẹp đẽ của cô ấy.

- Vậy thì, chỉ cần không thưởng thức, thì tự nhiên cũng sẽ tìm thấy điểm kén chọn.

- Hoặc giả là, có đẹp hay là không, kỳ thực chẳng có quan trọng.

- Ba cảm thấy mẹ không đẹp cũng chẳng hề gì?

- Ba không có nói là mẹ của con không đẹp. Ý của ba là, đừng có lòng phân biệt!

- Vậy chính là vợ của ba và vợ của người khác kỳ thực không có phân biệt sao?

- Ồ! Không phải ý này đâu! Sao mà nói cho đến cùng rồi mà con cũng không hiểu vậy?

- Con chẳng hiểu là xe buýt với vợ có điểm nào giống nhau?

- Chính là không được ham mới nới cũ đó!

- Bây giờ chẳng phải là con đã đi ngược trở lại, ham cũ bỏ mới rồi đó sao? Hoặc dứt khoát bỏ luôn xe buýt, đổi qua đi xe lửa vậy!

- Ba không có bảo con vứt bỏ cái gì, không bảo con phải ghét xe buýt. Ý của ba là đừng có kén chọn, đừng có cố chấp, mở rộng lòng mình ra, đi xe buýt cũng được, đi xe lửa cũng được luôn.

- Nhưng còn ba chẳng phải cô gái này cũng được, cô gái kia cũng được, mà cứ phải cố chấp ở với một cô vợ đó thôi sao?

- Thôi được, thôi được, cứ coi như là cái ví dụ này ba nêu ra chưa được xác đáng lắm, vậy đi.

- Nói vậy từ sớm có phải hay hơn không! Ba toàn khiến người ta phải đau đầu chóng mặt!

- Nói cho cùng, ba chỉ hy vọng, niềm yêu thích của con đem lại cho con niềm vui, chứ không phải ngược lại đem cho con sự phiền não và khổ sở. Nếu như trở thành điều phía sau ba nói, thì tội gì phải khổ sở như vậy chứ?

Có vẻ như Quả không để lời ấy vào tai.

Tôi nghĩ, nếu như chàng tài xế trẻ tuổi kia có thể nghĩ cho thấu đáo ngay lúc đó, lái xe buýt cũng chẳng qua chỉ là thú vui của mình thôi, không đáng có bất cứ áy náy gì với hành khách bởi bất cứ chuyện nhỏ nhặt nào, cũng không đáng để thoát một hơi hủy hoại niềm yêu thích của mình, thì một tấn bi kịch chẳng phải là có thể né tránh được rồi sao?

THUỞ NHỎ KHÔNG GIỎI

Thành tích tiểu học của con trai tôi lúc nào cũng đứng vào hàng những học sinh cuối cùng của toàn cấp, có một lần còn phải trải qua một kỳ thi lại mới lên được lớp. Việc này hoàn toàn không giống với những dự kiến ban đầu của chúng tôi. Tôi và vợ mình hồi còn đi học đều là những người có thành tích ưu việt, chưa từng nếm thử mùi vị đi thi mà đội sổ. Thi hạng nhất là thường như cơm bữa ở nhà, thi hạng nhì là do nhất thời sơ suất, thi được hạng ba về cơ bản thì không thể chấp nhận được. Còn nhớ hồi năm lớp bốn từng có lần phá lệ thi không đủ điểm môn toán học, giáo viên cảm thấy hết sức bối rối với sự bất thường ấy của tôi, ngay lập tức mời phụ huynh. Mẹ tôi là người lúc nào cũng nghiêm khắc, nhưng không những không trách mắng, còn phá lệ dẫn tôi đến quán Hồng Bảo Thạch để ăn đá bào đậu đỏ, đại khái chính là lo sợ tôi có thể bị sốc.

Tuy bước ra từ một chế độ học tập mang tính cạnh tranh, vả lại còn là một người thành công từ nhỏ, nhưng tôi và vợ mình lại không hề cứng nhắc tiếp thu toàn bộ những ý niệm đằng sau đó. Lúc Quả còn trong thời kỳ nhà trẻ, chúng tôi chọn cho thằng bé một trường ở gần nhà, ít bài tập, nhiều trò chơi, cô giáo cũng rất có lòng yêu thương trẻ nhỏ. Lúc ấy, ngoài việc trong lớp thằng bé rất thụ động, cũng không thích chơi đùa cùng chúng bạn, thì về mặt học tập hoàn toàn không có vấn đề gì. Chúng tôi có hơi lo lắng về việc ở trường Quả không có kết bạn, bắt đầu dẫn thằng bé tham gia những nhóm nhỏ giao tiếp xã hội được tổ chức có cơ cấu ở bên ngoài. Nhưng nói một cách toàn diện, cuộc đời nhà trẻ của thằng bé cũng trải qua tương đối vui vẻ, không có chỗ nào đáng để trách móc.

Với cơ duyên trùng hợp khéo léo, khi vào tiểu học, chúng tôi đưa thằng bé đến phỏng vấn tại một trường có tiếng trong thành phố. Trong những trường danh tiếng truyền thống, thì phong cách học tập của ngôi trường tiểu học này tương đối tự dc, tuyệt đối không cố ý gò ép thành tích, đặc biệt coi trong những hoạt động ngoại khóa của học sinh, về mặt âm nhạc lẫn thể dục cũng có biểu hiện rất xuất sắc. Một ưu điểm khác nữa là, bậc tiểu học và bậc trung học được áp dụng theo chế độ một con rồng , không cần phải lo lắng về vấn đề lên trung học. Những ảnh hưởng phụ bởi chế độ khảo hạch gây ra, có thể được giảm bớt đến cùng cực. Thành tích học tập nhiều năm của con trai tôi không được tốt lắm, nhưng cũng không từng chịu sự phàn nàn của giáo viên. Đương nhiên là nhà trường cũng không phải là bỏ mặc không coi sóc quản lý. Những học sinh không đủ điểm trong những kỳ thi, bắt buộc phải tham gia vào những chương trình nâng cao chất lượng, cũng chính là lớp học phụ đạo.

Bắt đầu từ nhỏ, Quả đã trở thành khách hàng thân thiết của lớp phụ đạo. Mỗi học kỳ ít nhất là hai môn, mỗi tuần ít nhất hai lần. Lớp phụ đạo tan học hơi trễ, khi đi đón thằng bé về, những học sinh ở lại trường đều đang tham gia những hoạt động ngoại khóa, nếu không phải là đánh kiếm thì là đánh bóng, cũng có những khóa huấn luyện quân đội nhi đồng, hoặc là những câu lạc bộ theo sở thích. Nói chung, xem ra đều là những học sinh văn võ song toàn, hoạt bát hiếu động. Ngẩng đầu lên mà nhìn, con trai tôi và vài học sinh thất tha thất thểu như nhau ấy, với sự dẫn dắt của giáo viên, bước từng bước nhẫn nhịn từ trên thang bộ xuống, cảm giác cứ như là một đám tàn binh mất hết chí khí. Những phụ huynh cũng như tôi đi đón học sinh lớp phụ đạo tan học ra về, tất thảy đều như không ngẩng đầu lên nổi, đôi bên cũng không dám nhìn nhau cho lắm. Cứ như thế trong sáu năm, mọi người ai cũng gặp riết mà quen, thấy riết mà biết, nhưng chưa từng chào hỏi nhau một lần. Lớp phụ đạo hầu như cũng không có nâng cao trình độ của người tham gia chút xíu nào hết.

May mà con trai tôi có một lòng tự tôn rất mạnh mẽ, hầu như không bị phiền hà bởi vấn đề thành tích học tập. Đối với nó mà nói, học tập và đến trường chỉ là một việc công làm theo lệ, cứ lướt lướt xuề xòa mà trải qua là được, không cần phải quá căng thẳng. Tôi tự hỏi mình không phải là kiểu người cha mong muốn con mình phải thành ông nghè ông cống, cũng không cho rằng học hành là con đường duy nhất. Nếu ý muốn của con trai tôi là trở thành một vận động viên, người vẽ truyện tranh hay là đầu bếp, tôi hoàn toàn không có ý kiến gì. Nhưng, thấy thằng bé ngoài hứng thú với xe buýt ra thì không còn gì khác, đã không giỏi văn, cũng không giỏi võ, thì trong lòng khó tránh có chút lo lắng. Tự xét lại lòng mình, tôi và vợ mình cũng không phải là không cho thằng bé đầy đủ cơ hội, tiếp xúc với nhiều sự vật khác nhau, khốn khổ là thằng bé không có phản ứng gì cả. Thế là, chỉ có thể lấy lời thường để tự an ủi chính mình: con cái không thể ép mà được, nhẫn nại đợi chút đi! Rốt cuộc rồi thì thằng bé cũng sẽ tìm thấy được điều mình muốn làm mà thôi!

Mặc dù ngoài miệng nói là không ép buộc thằng bé đạt được thành tích gì trong sự nghiệp học hành, nhưng thực chất đến bài tập và thi cử cụ thể, thì trong lòng vẫn mong muốn thằng bé có thể làm tốt hơn một chút. Yêu cầu của chúng tôi đã kéo đến mức tương đối thấp, về mặt học tập, chỉ hy vọng Quả đạt đủ điểm và lên lớp, ngoài việc học ra chưa từng ép buộc thằng bé tham gia bất cứ hoạt động gì hoặc học thêm một số môn thủ công mỹ nghệ nào khác. Còn về bài tập và ôn tập cơ bản nhất, thì những người làm ba mẹ nói cho cùng cũng không thể khoanh tay đứng nhìn, để mặc cho con mình tự sinh tự diệt. Chỉ là hễ nhận lấy nhiệm vụ đáng sợ này, thì cho dù là người có lòng yêu thương và tính nhẫn nại nhất thế gian, cũng sẽ trở nên điên cuồng và hung tợn một cách không thể nào khống chế được.

Dạy con học chính là một trong những trải nghiệm đau thương nhất trong đời của tôi. Những gì mà tôi đã giải thích cho thằng bé một khắc trước, thì khắc sau nó có thể quên hết sạch sành sanh; hôm nay nghe nó kể lại một nội dung có đầu đuôi hẳn hoi, thì ngược lại ngày mai có thể như chưa từng được nghe qua; cùng một nguyên lý số học hoặc quy tắc ngữ văn, giải thích đi giải thích lại cho nó liên tục trong mấy năm liền, lần nào thì nó cũng cứ như là vừa tiếp xúc một sự vật mới mẻ vậy. Trong những lúc ấy, tôi hoàn toàn có thể hiểu được cái gì gọi là dã tràng xe cát biển Đông, mò kim đáy bể. Và mỗi lần nghĩ đến việc mình đã bỏ phí thời gian viết lách quý báu, phí hoài hơi sức của mình vào trong sự giày vò lẫn nhau như thế này, thì tâm trạng bỗng rơi xuống cùng cực, tính khí cũng khó tránh trở nên thô bạo hơn. Như tôi vốn là một người ôn hòa nhã nhặn chưa từng tranh chấp với người khác, trong ngần ấy năm trời đã sử dụng hết toàn bộ mức độ giới hạn của việc nổi giận, thậm chí còn vượt quá xa nữa là. Lần đầu tiên trong đời tôi cảm thấy việc khống chế tâm trạng của mình xảy ra vấn đề. Đến sau này thậm chí còn nghiêm trọng đến mức, ngồi ở trước mặt bài tập của con trai mình, thì lập tức cảm thấy đau tim, khó thở.

Trở ngại trong việc học của con trai tôi, hiển nhiên không phải vì vấn đề năng lực trí tuệ. Từ nhỏ thằng bé đã rất khéo léo và lanh lợi, nói năng lưu loát. Vào lúc ba tuổi, mẹ nó tắm cho nó, bỗng dưng thằng bé nổ ra một câu hỏi như thế này "nửa đường bỏ phế và phí hết công sức có gì khác nhau", có thể thấy nó có một mức độ nhạy cảm tương đối với ngôn ngữ. Đó cũng là thời kỳ đọc thơ của thằng bé, chỉ cần nghe một lần thì có thể nhớ lấy bài thơ, và đọc lại đúng như vậy, khiến cho chúng tôi có một dạo tưởng thằng bé là thiên tài văn học. Nhưng mà, nơi mà tài năng thiên phú về ngôn ngữ của nó thường đem ra sử dụng, chính là để xảo biện với người lớn. Nó phạm phải điều gì sai trái, chưa bao giờ ngoan ngoãn để bị chửi, nhất định sẽ buông lời phản bác, phản kháng đến cùng. Tôi và vợ mình đều là những người giỏi ăn nói, có lòng tin sâu sắc về đạo lý dùng lý lẽ để thuần phục người khác, không thể chỉ dựa vào quyền cưỡng chế đối với con cái, thế là thường thuyên mở những cuộc đấu khẩu với thằng bé. Nói về tri thức, nói về kỹ xảo, nói về kỹ năng ăn nói, đương nhiên trẻ con không phải là đối thủ của ba mẹ, nhanh chóng để lộ ra nhược điểm mâu thuẫn giữa đằng trước với đằng sau, hay không hợp logic. Nhưng sau mỗi lần thằng bé bị tôi đánh phá, ngay lập tức chỉnh đốn lại cờ xí trống kèn, tức khắc tiếp thu luận điểm và phương pháp của tôi, nhanh chóng có thể đánh trả lại, khiến nhiều lúc tôi cũng có chút nghiêng ngửa không vững vàng.

Đương nhiên, lý lẽ cuối cùng rồi cũng là lý lẽ, thông thường thì biện luận đều là tôi thắng. Vấn đề là, cho dù tôi có thể dùng lý lẽ để quật ngã được thằng bé, nhưng ngược lại tôi không có khả năng thay đổi suy nghĩ của nó. Nó cứ như thể là một con búp bê Nga vậy, lần sau cũng lặp lại quan điểm giống như vậy. Đến nỗi sự gương mẫu của tôi, cơ hồ cũng không đủ để trở thành đối tượng học tập của nó. Bất luận là dạy bằng lời nói hay là dạy bằng chính bản thân, cũng không hề thấy có hiệu quả ngay trước mắt, chứ đừng nói đến tương lai lâu dài không thể lường trước. Trong trọng tâm suy nghĩ của thằng bé, có một thành lũy kiên cố tựa như vàng, cho dù thế nào cũng không thể bị phá vỡ. Mãi đến sau này, tôi buộc phải thừa nhận, giữa cha với con, có một vài chuyện mãi mãi cũng không thể nào hiểu nhau được, chứ đừng nói là có thể thuyết phục lẫn nhau.

Giờ đây nghĩ lại, thực ra vấn đề học hành lại không nghiêm trọng như hồi đó mình nghĩ. Mà chẳng qua đó là sự mất tập trung do thiếu động cơ gây ra mà thôi. Theo cách nói của các chuyên gia, đó là biểu hiện của chứng thiếu năng lực chuyên tâm. Nhưng tôi không muốn dùng thuốc men để giải quyết vấn đề. Trong vài ba năm vào khoảng chuyển tiếp từ thời gian những năm cuối nhà trẻ đến đầu cấp một, tôi đã từng nhiều lần đưa thằng bé đi tham gia các loại hoạt động huấn luyện cảm tri, từng học qua nhiều loại lý luận và phương pháp khác nhau, tham khảo vô số những sách vở có liên quan. Những phương pháp và lý luận ấy, có một số thì có ích, có một số thì không. Số có ích cũng không phải là hoàn toàn và có hiệu quả lâu dài, mà chỉ là có hiệu quả cục bộ và ngắn ngủi. Tôi tuyệt đối không xem thường những điểm lợi ích có tính hỗ trợ cho con trai mình. Đối với những sự giúp đỡ của nhiều chuyên gia trong một khoảng thời gian đã qua, trong lòng tôi luôn luôn có sự cảm ơn. Còn đối với những phương pháp mà sau này tôi không thể ứng dụng thích đáng, dẫn đến nhiều sự va chạm và đối lập kịch liệt, bỏ lỡ nhiều cơ hội cải thiện, thậm chí còn mất cả sự khống chế đối với tâm tính của mình, những điều này đều là trách nhiệm mà tôi phải gánh lấy. Đương nhiên, tôi cũng học được cái điều gọi là đừng quá hà khắc với bản thân.

Không như những điều mà chúng tôi liệu định, biểu hiện về ngữ văn của Quả ở trường chẳng hề nổi trội. Do không cách nào có thể bồi dưỡng được hứng thú đọc, bất luận là sự tiến triển của tiếng Trung Quốc và tiếng Anh đều không hề lý tưởng. Mặc cho chúng tôi có tranh thủ thời gian thế nào để kèm thằng bé học hành đi nữa, cũng không cách nào có thể cố nhét những dưỡng chất ngôn ngữ vào đầu của thằng bé. Nhưng mà, vùng chịu thiệt hại nặng nề chính là môn toán. Tôi buộc phải thừa nhận, toán học là một môn khoa học rất cần có thiên tư. Nếu như thiếu một bộ não số học, cho dù có nỗ lực nhiều đến thế nào đi nữa cũng là uổng phí. Trong toàn bộ những năm tiểu học của con trai tôi, môn toán hình như không đủ điểm qua. Đương nhiên bản thân tôi không phải là thiên tài toán học, nhưng vào thời còn đi học tôi không hề cảm thấy môn toán quá khó. Bỏ toán lý để học văn, chẳng phải là vấn đề năng lực, mà là do sở thích khiến tôi làm vậy. Ngược lại con trai tôi hoàn toàn không có một chút cảm ngộ gì với môn toán học, chẳng phải là hoàn toàn không hiểu được, mà chính là vì hời hợt lơ đãng, làm xong tính nháp rồi mà cũng có thể chép sai đáp án nữa. Kèm nó làm bài tập toán, cũng giống như là người ta cấy mầm trên vùng đất đá khô cứng, đừng nói là nảy mầm phát triển, mà chắc chắn là một tấc cỏ cũng không sống nổi nữa là!

Tôi không hề đổ hoàn toàn lỗi của vấn đề cho chế độ giáo dục. Vấn đề mà tôi quan tâm không phải là điểm số và thành tích, mà là bản thân việc học này đây, những khó khăn và thất bại buộc phải đối mặt. Không phải khổ sở vì việc học chính là một cảnh giới lý tưởng, cũng giống như việc hồi nhỏ con trai tôi đọc thơ, vì cảm thấy việc đó vui, do đó không mất một chút sức lực để thổi bay bụi bặm, nhưng chớp mắt một cái cũng có thể quên sạch bách không còn một chút vết tích nào. Hứng thú và động cơ đối với việc học hành cố nhiên là rất quan trọng, nhưng trong quá trình ấy vẫn không thể bỏ ra một sự nỗ lực nhất định nào, thậm chí là gian khổ. Cho dù thiên tính có khác lạ, nếu như thích ngồi mát ăn bát vàng, thì chắc chắn là cực kỳ có giới hạn.

Cơn ác mộng toán học mãi cho đến sau khi lên trung học thì càng lúc càng trở nên khủng bố hơn. Nhìn những đề toán mà đến cả tôi cũng phải vắt hết trí óc mới có thể giải được ấy, cuối cùng tôi cũng phải suy sụp. Chúng tôi mời một giáo viên dạy kèm, mỗi tuần đến nhà ba lần. Đương nhiên là tình huống sẽ không thuận buồm xuôi gió như vậy. Thành tích môn toán của Quả vẫn luôn luôn phất phơ dật dờ bên bờ đủ điểm, nhưng ít nhất tôi cũng có thể tháo bỏ trọng trách về mặt này xuống. Đó là bước đầu tiên để tôi buông tay với bài tập của Quả. Dần dần tôi phát hiện, tâm trạng ức chế tích lũy trong nhiều năm qua, không những có từ việc biểu hiện của con trai mình không như kỳ vọng, mà còn đến từ cảm giác thất bại khi không cách nào có thể dạy tốt con trai mình của một người cha có trình độ giáo dục cao cấp, có kinh nghiệm dạy học phong phú, mà còn có nhiều trách nhiệm nữa. Kẻ thất bại ấy chính là tôi chứ không phải là Quả. Tôi kiên quyết không để cho thằng bé uống thuốc, nhưng đến sau cùng thì người phải uống thuốc chính là bản thân tôi.

Có một đêm nọ, tôi nghe thấy con trai mình tán gẫu với giáo viên dạy kèm về môn Trung văn, hỏi đối phương về ý nghĩa của câu "Thuở nhỏ thông suốt, lớn chưa chắc giỏi" (Khoảng thời gian này thằng bé đang mở lớp dạy Trung văn cho ông bà nội ở nhà, sử dụng tài liệu mà mình học ở trường.) Giáo viên dạy kèm từ chối qua loa, bảo là môn Trung văn thì tốt nhất nên hỏi ba mẹ của Quả. Kết thúc buổi dạy kèm, sau khi tiễn giáo viên đi rồi, tôi thấy ở trên bảng đen nhỏ treo ở một góc nhà ăn, Quả lấy phấn viết tám chữ như sau: “Thuở nhỏ không giỏi, lớn lên thông suốt.”

TIẾNG HỌC HÀNH

"Con liệu cái thần hồn đó! Cho dù có mệt thì cũng chẳng có du di cho con đâu! Kiểu gì cũng phải làm cho xong bài tập này rồi mới được nghỉ!"

"Lại sai nữa rồi! Cái đề bài dễ như vậy sao con cứ sai đi sai lại hoài thế? Trước khi giải đề con không thể đọc cho kỹ hay sao?"

"Vừa vừa thôi! Con muốn ta phải nói bao nhiêu lần thì mới chịu nhớ chứ? Cho con thêm một cơ hội nữa, lần này là lần cuối cùng đó nhé!"

"Thôi thôi đủ rồi, thế này thì bao nhiêu thời gian mới đủ? Con phải mất tới nửa tiếng mới làm xong đề này sao?"

Phòng ngủ của Quả thường xuyên vọng ra những tiếng hỏi đáp như thế này. Những tiếng đó không phải là cuộc đối thoại giữa thằng bé và giáo viên dạy kèm. Trong phòng chỉ có một mình nó. Sau những lời trách dạy nghiêm khắc như vậy, thì sẽ nghe thấy thằng bé đọc to nội dung bài tập. Bất luận là môn tiếng Trung, tiếng Anh, toán, hóa, sinh học, hay là địa lý, thằng bé đều độc thoại một mình thao thao bất tuyệt những lời lẽ sinh động như vậy.

Việc học của con trai tôi có sự nghịch chuyển vào năm thứ ba bậc trung học. Do thành tích những năm tiểu học không được tốt, nên khi phân ban ở bậc trung học thằng bé liền bị xếp vào nhóm thấp nhất, cùng lớp với những bạn học khác nhờ lý do xuất sắc các môn thể thao nên được gọi về học. Đám học sinh này chỉ một lòng một dạ cố gắng giành phần thưởng của các môn thể thao về cho trường, chẳng một chút hứng thú gì với việc học. Vào lớp thì nổi loạn như thể bảy nước phân tranh, bài tập thì có nhảy có thiếu, thi cử thảy đều không đủ điểm. Quả trà trộn trong đó đến năm thứ ba, đột nhiên tỉnh ngộ ra là nếu như mình muốn thay đổi môi trường học tập, thì bắt buộc phải ra sức học tập.

Trong một ngôi trường nam sinh, lớp được coi là có thành tích tốt chính là lớp chuyên ban tự nhiên. Lớp chuyên ban xã hội luôn luôn là nơi chứa chấp những kẻ thất bại. Tình hình coi trọng khối tự nhiên coi thường khối xã hội thế này đã tồn tại như vậy từ thời niên thiếu của tôi, do đó tôi rất hiểu tâm trạng của con trai mình. Sự khác biệt giữa tôi và thằng bé chính là ở chỗ tôi chủ động chọn học khối xã hội bằng thành tích của một học sinh xuất sắc lúc bấy giờ, đại khái với lý tưởng "ta không vào địa ngục thì ai vào địa ngục bây giờ". Ngược lại, thằng bé cật lực muốn thoát ra khỏi cái hố sâu này, cứ như thể điều đó sẽ quyết định tiền đồ cả đời của nó trong tương lai vậy. Nó có lý do của nó, tôi không trách thằng bé làm như vậy. Bản thân Quả không có hứng thú với khối xã hội, đặc biệt là rất ghét môn lịch sử, mỗi lần ôn tập về những vấn đề như thay đổi và những cuộc thịnh suy của các triều đại thì dường như đang đau khổ muôn phần. (Tựa như một là sự châm biếm của số mệnh, khi tôi dự liệu, trúng ngay vào các vấn đề lịch sử Trung Quốc, lịch sử Phương Tây và văn học Trung Quốc.) Để chọn học khối tự nhiên, Quả đau khổ hạ quyết tâm vùi đầu khổ luyện học tập, kết quả thì thành tích cũng dần dần leo lên đến vị trí trung bình, bước vào chuyên ban theo ý muốn một cách thuận lợi.

Nhưng mà, phương pháp nỗ lực học tập, không phải cứ nhắm mắt đưa chân đánh vào khu tử địa là có thể thắng được. Vào năm thứ nhất trung học, tôi vẫn thường xuyên ôn bài cho Quả, nhưng trình độ càng lúc càng cao, đôi bên cũng hết sức mệt mỏi. Kể từ sau khi thằng bé vào năm thứ hai trung học, thì hơi sức của tôi cũng đã kiệt quệ, tôi quyết định buông tay hoàn toàn. Lúc ban đầu, thằng bé vẫn chưa học được cách tự mình ôn bài, nên đã rơi vào tình trạng vô chính phủ, hoàn toàn không theo kịp tiến độ, trước khi thi cử thì kiểu như đói lòng mới chịu trồng rau, hối hả cầu cứu nơi tôi, đương nhiên kết quả cho thấy thần tiên cũng khó mà cứu cho được. Tôi đã từng cảm thấy tuyệt vọng với việc yêu cầu nó phải học cho được cách chủ động tự mình ôn tập.

Sau đó, không biết bằng cách nào, Quả tự mình sáng chế ra một phương thức học tập độc quyền - đóng cửa phòng lại, đọc vang vang nội dung trong sách vở ra. Một mình thằng bé phân thân ra đóng hai vai, lần lượt diễn vai giáo viên và học sinh, một cuộc đối thoại hỏi đáp một mình. Ngoài ra, còn tự mình cho bài tập và đề thi rồi tự mình khảo hạch. Với cá tính là một người ưa chú trọng hình thức, trật tự và hệ thống, thằng bé nhất thiết phải tự mình diễn dịch toàn bộ trình tự dạy học, mới có thể tiêu hóa và hấp thụ nội dung được. Cách này nghe ra tuy có vẻ ngờ nghệch, nhưng lại rất có hiệu quả, ít nhất cũng thực sự khiến cho thành tích học tập có phần nâng cao.

Nhớ lại, phương pháp học tập đọc to ấy kỳ thực là một phương pháp hư vô sinh vạn vật. Trước đó hai ba năm, thằng bé chơi suốt cái trò dạy học ở nhà, cưỡng ép ông bà nội làm học sinh, còn mình thì làm thầy giáo, cầm trong tay giáo trình tự chế, đứng trước bảng đen mà thuyết giảng vang vang. Kinh nghiệm này rốt cuộc giờ đây cũng có chỗ xài, áp dụng lên chính bản thân mình, giải quyết được tật khó tập trung. Chuyện đời khó đoán, trước đó thằng bé toàn làm những điều tào lao khiến cho người ta cảm thấy phiền toái, nào ngờ sau đó nó lại trở thành bùa hộ mệnh của mình.

Từ đó trở về sau, về mặt học hành thì thằng bé hoàn toàn có thể độc lập được, không còn chỗ nào cần đến tôi phải nhúng tay vào. Đương nhiên, giờ đây chúng tôi phải chịu đựng việc đọc to vang vang của thằng bé, nghe nó tự độc thoại như thể chia đôi nhân cách ở trong phòng, thậm chí tự mình dạy dỗ chính mình. Hầu như thằng bé cũng không màng đến việc cách tường vẫn nghe được, dốc hết sức vùi vào vở hoạt kịch một người đóng của nó. Nhà thơ người Ireland là William Butler Yeats từng nói: “Trong việc tranh luận với người khác, chúng ta sáng tạo ra những tu từ; trong cuộc tranh luận với chính mình, chúng ta sáng tạo ra thi ca." Trong vở kịch học hành của Quả hầu như không có bao nhiêu ý thơ, nhưng nghe văng vẳng bên tai người bên cạnh, quả thực là khiến cho người ta mỉm cười.

Có người nói rằng thời cổ đại ở phương Tây, khi người ta học hành họ đều đọc ra thành tiếng. Tương truyền St. Ambrose vào thế kỷ thứ IV công nguyên là người đầu tiên phát minh ra cách đọc thầm. Aurelius Augustine vào thời trẻ, nhìn thấy dáng vẻ của St. Ambrose học hành im ắng, không phát ra một âm thanh nào, bèn giật mình hốt hoảng. Sau đó người ta đều đổi sang cách đọc thầm, ngược lại đọc thành tiếng trở thành biểu hiện của một điều không lịch sự. Đọc thầm được coi là sự liên kết với thế giới nội tại, một phương thức có giá trị thăm dò tinh thần. Về sau nữa, đọc thầm lại bị chỉ trích là thói xấu mất sức sống và cứng nhắc của văn chương hiện đại, và đọc thành tiếng lại được nâng lên hàng cổ phong đáng được theo đuổi và ngưỡng mộ, và là cử chỉ đẹp cần thiết được khôi phục. Đọc thầm và đọc thành tiếng, rốt cuộc thì cái nào tốt hơn cái nào, thực ra thì mỗi người có một cách nói riêng của mình. Nhưng mà, cũng có người chỉ ra rằng, toàn bộ sự việc ngay từ khi mới bắt đầu đã là một thần thoại. Có không ít chứng cứ cho thấy, người Hy Lạp và người La Mã cổ đại cũng có trường hợp đọc trong thầm lặng. Chỉ dựa vào cách nói của St. Ambrose, cho rằng người xưa hễ đọc thì buộc phải phát ra thành tiếng, hình như có hơi võ đoán. Bất luận là sự thực như thế nào, thói quen đọc thành tiếng của Quả thì thực sự có chút hoài cổ, vả lại hiệu suất không cao, nhưng chỉ cần thằng bé cảm thấy hữu dụng, thì cũng là một phương pháp tốt.

Nhưng mà, sự chuyển biến trong học tập của Quả, với tôi mà nói thì có lẫn vui và buồn. Niềm vui, là được thưởng như ý nguyện việc chọn bạn yêu thích mà học, vả lại phải hoàn toàn dựa vào sức của một mình mình, nói như thế nào thì cũng là một thành tựu nho nhỏ. Cái buồn, là thằng bé coi những môn như lịch sử, văn học… là những thứ vô dụng, tránh nó là lành, bỏ nó thì sau này sẽ sống vui vẻ hơn. Về mặt học hành thì thằng bé là người theo chủ nghĩa vị lợi, với mong muốn là tương lai sẽ tìm được công việc tương đối tốt, những môn chọn lọc đương nhiên cũng phải có giá trị thực dụng. Đó chính là động lực gốc khiến thằng bé phấn đấu học tập. Với tâm thái như vậy, chắc chắn là thằng bé đã đứt tuyệt đường duyên với văn học.

Trong lúc thằng bé không học hành, tôi yêu cầu nó học hành; đến lúc thằng bé chịu học, thì tôi lại chỉ trích động cơ học hành của nó, hình như có chút gì đó giống bới lông tìm vết. Nhưng tôi khó mà chấp nhận cách mà thằng bé đánh giá khối xã hội, đặc biệt là sự ngộ nhận của nó đối với môn lịch sử. Học lịch sử, kỳ thực là để biết được căn nguyên và diễn tiến các việc trên đời, lấy điều xưa mà xem xét, để làm rõ chuyện ngày nay, để rồi chuẩn bị cho tương lai. Nhưng mà, một thế hệ mới hoàn toàn bài xích bởi cảm giác nhất thời bị thay thế nhanh chóng, đã rất khó để hiểu được những sự việc trước đây có gì đáng để lưu luyến, chứ đừng nói là để hiểu và tìm hiểu. Môn lịch sử đối với thằng bé mà nói chỉ là những ngày tháng và danh từ trong sách vở, hoàn toàn không có liên quan gì đến số mạng của mình. Một ngành khoa học không có liên quan, không có ý nghĩa, không có đất dụng võ, thì học nó để làm gì chứ? Đối mặt với những nghi ngờ và chất vấn này, tôi cũng cứng họng không nói nên lời. Thì ra học môn lịch sử không chỉ cần phải có nhận thức lý tính, mà còn cần phải có cảm giác. Đối với người không có cảm giác gì với môn lịch sử, chúng ta không thể lấy lý lẽ mà thuyết phục cho người đó hiểu lịch sử có ý nghĩa như thế nào đâu.

Tôi hết sức nghi ngờ, đó là vấn đề về năng lực tưởng tượng. Bất luận là lịch sử, hay là văn học, đều yêu cầu chúng ta phải tưởng tượng ra những thế giới khác nhau. Một người không thể bước vào thế giới tưởng tượng, rất khó để học được môn lịch sử và văn học. Nhưng mà, so sánh với vấn đề về mặt phẩm cách, không thích văn học, không thích lịch sử, không hẳn là một việc sai lầm, cũng không phải là khuyết điểm gì to tát trong đời. Đó chỉ là sự nuối tiếc cá nhân của một người cha thích văn học và cũng coi trọng lịch sử như tôi mà thôi.

Vào một bữa cơm tối nọ, Quả nói về việc kiểm tra môn địa lý gần nhất. Lúc thi hội tôi cũng từng học qua môn địa lý, bèn nói về những điều tâm đắc trong việc ôn tập. Nói một hồi một đỗi, nào ngờ không biết tại làm sao mà thằng bé lại phê bình môn lịch sử, bảo môn địa lý không u uất, vô dụng như là môn lịch sử. Tôi biết là thằng bé lại giở cái trò chủ nghĩa thực dụng ra, nhưng tôi lại lười giải thích cho nó hiểu về đại ý một lần nữa. Sau bữa tối tôi quay về phòng sách để viết lách, thì thằng bé lại thò đầu vào, muốn phê phán khối xã hội như thể chưa nói hết ý.

- Thực ra thì ba viết những cuốn sách này có tác dụng gì?

Một mặt tôi giả vờ như đang lựa chọn câu chữ, một mặt trả lời thằng bé rằng:

- Văn học không phải để nói về việc sử dụng vào chỗ nào.

- Không nói việc sử dụng vào chỗ nào thì nói về gì?

- Nói về ý nghĩa.

- Thứ không hữu dụng cũng có ý nghĩa sao?

- Đương nhiên là có.

- Nhưng ba viết sách không kiếm ra được tiền mà!

- Không kiếm ra tiền mới được coi là có ý nghĩa.

- Kiếm không ra tiền tức là không có công việc, tức là không làm gì cả. Tương lai con nhất định sẽ không làm những việc không kiếm ra tiền.

Tôi tiếp tục nhìn vào màn hình máy tính, nhưng ý văn đã bị thằng bé cắt đứt đi rồi. Tôi thuận thế mà hỏi tiếp:

- Vậy tương lai con sẽ làm gì?

- Dạy học.

- Con muốn đi dạy? Dạy học không được coi là công việc kiếm ra nhiều tiền đâu!

- Ít nhất nó cũng kiếm ra được tiền hơn là viết lách.

- Con muốn dạy gì?

- Dạy gì cũng được, nói chung là dạy học.

- Vậy chính là vì dạy học mà dạy học rồi.

- Ba cũng vì viết lách mà viết lách mà.

- Ba e là con sẽ làm hỏng mất con nhà người ta.

- Con rất hiểu việc dạy học. Con sẽ dạy cho đến khi nào học sinh hiểu được thì thôi.

Một người không chịu học hành, làm thế nào mà đi dạy được chứ?

- Con có học hành, chỉ là con học sách giáo khoa.

- Học sách giáo khoa không được tính là học hành.

- Học sách ngoại khoa thì có tác dụng gì chứ? Lại không cần phải thi.

- Loài người cần phải có rất nhiều tri thức, và những thứ ngoài tri thức nữa.

- Con chỉ cần học được nội dung của sách giáo khoa, thì đã đủ để đi dạy rồi.

- Được thôi… nhưng dự định sẽ dạy cái gì thì cũng nên có một mục tiêu nào đó?

- Vậy thì dạy khối tự nhiên đi, sinh vật hoặc là hóa học, địa lý cũng được. Khối tự nhiên rất thực tế, có thể giải thích rõ ràng, không giống như khối xã hội…

- Con lại thế nữa rồi!

- Con đâu có nói sai đâu! Nhìn sách ba viết kìa, quả thực là con hoàn toàn không hiểu được ba đang nói những gì.

- Kỹ năng đọc cần phải được bồi dưỡng từ từ.

- Một bài viết đọc không hiểu, nhất định là vấn đề của tác giả, là do tác giả viết không tốt.

- Một người không đọc sách, không có tư cách đi bình luận trình độ của tác phẩm.

- Phải đọc bao nhiêu sách mới có tư cách để bình luận?

- Việc này rất khó nói, nhưng càng nhiều càng tốt.

- Nhiều là tốt sao? Ba cất nhiều sách như thế, con đoán là có rất nhiều sách ba cũng chưa xem tới. Chín phần mười sách trên giá cũng chưa đụng tới phải không? Rõ ràng là chiếm dụng không gian, vướng tay vướng chân, nên vứt hết đi.

- Con đừng có để ý việc ba đọc sách gì!

Con trai tôi lấy đại một quyển sách từ trên giá sách phía sau lưng tôi, nói:

- Không được! Để con kiểm tra ba, nói không ra tên tác giả, thì cho thấy ba vốn chưa từng xem qua, phải vứt vào thùng rác thôi!

- Con phiền quá! Đừng có quấy rối ba viết lách được không?

Quả không màng đến sự chống trả của tôi, bắt đầu buổi kiểm tra miệng với tôi:

- Được thôi, quyển này tựa là *Đạo thảo*, tác giả là ai?

Tôi bực mình, trả lời:

- Natsume Sōseki.

- Đúng rồi! Quyển tiếp theo, *Thiên diễn luận* là ai viết?

- Nghiêm Phục! Kỳ thực là được dịch ra từ Aldous Leonard Huxley.

- Quả nhiên là bị ba nói trúng! Vậy… *Cuộc sống yên tĩnh* thì sao?

- Ōe Kenzaburō.

- Không thể nào được, sao có thể nhớ hết được chứ? Nữa nào, quyển này tựa là *Ba mươi đêm*, chắc chắn không biết đâu?

- Higuchi Ichiyō.

- Đáng ghét… *Khởi nguồn của triết học* thì sao?

- Karatani Kojin.

- Có lộn không đó! Nhớ hết thế này sao? Quả nhiên là không phải mua vớ vẩn về để trưng cho đẹp. Lần này tha cho ba đó! Lần sau sẽ khảo ba tiếp, quyển sách nào không trả lời được thì phải quăng thùng rác!

Con trai tôi có chút gì đó khó thể tin được, lại có hơi không phục, nhưng cũng không thể không rút lui đi. Xem ra thằng bé quá thiếu hiểu biết về việc học hành này.

Quả quay về phòng của mình, đóng cửa lại, tiếp sau đó là từ trong phòng vọng ra tiếng đọc vang vang:

"Thôi được rồi! Không còn nhiều thời gian nữa đâu! Nhanh tay lên nào! Tối nay phải ôn cho xong chương này rồi mới được đi ngủ! Biết chưa? Hôm trước đã từng nói, phần này chính là trọng điểm…"

Bất luận như thế nào, nghe thấy tiếng học hành của thằng bé, bao giờ cũng khiến cho người ta cảm thấy an ủi.

THỜI NIÊN THIẾU HOÀNG KIM

Từ nhỏ Quả đã là một đứa bé đẹp trai. Chỉ cần nhìn ảnh chụp, nếu như không cần phải tiếp xúc với nó, thì quả thật là dễ thương đến mức không có lời nào để tả. Một cái đầu tròn trịa, ngũ quan cân đối tỉ mỉ, một thần thái linh động, bất cứ ai trông thấy cũng đều khen ngợi không thôi, cảm nhận nhất định là một đứa trẻ vừa thông minh vừa ngoan ngoãn. Cho dù trong đó có để lộ ra ý đồ quậy phá gì đó, cũng sẽ không khiến cho người ta giảm đi mức độ thương yêu. Đương nhiên, cũng chẳng phải thằng bé có lòng dối gạt người. Ai bảo ngoại hình của nó sinh ra đã có vẻ thu hút người ta yêu thích chứ!

Một thiếu sót duy nhất cho cái đẹp đó là người quá gầy, vả lại càng lớn thì càng thấy rõ. Trước lúc mười tuổi gầy thì vẫn còn chấp nhận được, dù sao thì cũng còn là một đứa trẻ; bước vào độ tuổi thanh niên, ốm như một cây tre, đến bản thân nó còn không thể chấp nhận nổi. Thêm việc mỗi lúc một cao lên, xét tỷ lệ thì có hơi không cân xứng, về cơ bản cứ như là một mô hình người que diêm. Vấn đề là lượng thực phẩm ăn vào không nhiều, rồi thêm nạn lười vận động, đã không nở nang cơ bắp, mà còn không tích mỡ. Bảo với nó rằng hồi lúc nó còn là một đứa bé thì nó đã từng là một cu béo, có chết nó cũng không chịu tin. Cho dù có ảnh chụp để minh chứng, thằng bé cũng cho rằng con heo sữa đó không liên quan tí gì với mình.

Lúc mới sinh ra thì thằng bé đã thuộc vào dạng nặng ký, ăn uống cực kỳ tốt, nhanh chóng nở nang cơ mỡ khắp người, mắt mũi tai miệng cho đến các khớp chân tay đều biến mất cả. Ẵm nó ra công viên chơi, ai trông thấy cũng không thể nhịn được mà chạy lại nựng thằng bé, gọi nó là "cu béo". Sau đó nhìn vào người cha ốm nhom này, giống như thể đang nghi ngờ tôi có phải là cha ruột thằng bé không vậy. Ngày nào cũng ẵm trên tay cu béo cũng thật là mệt, nhưng cảm thấy đàn ông đàn ang gì mà đẩy xe baby trông rất "đàn bà", nên chỉ còn cách cố làm người có sức mạnh, vác cu béo giữa hai tay. Lúc đó sức khỏe của mình cũng quả thật là không tồi, luyện được sức chịu đựng của những người sắt thi quật tay. Cho dù con trai tôi đã được hai ba tuổi, tôi vẫn còn có thể một tay ẵm nó khi đang ngủ say, đứng chen chúc trên xe lửa từ trung tâm thành phố đến nhà ở Fanling. Nhưng, mười mấy năm trở lại đây, di chứng thảy đã xuất hiện ra cả, cơ xương khớp khắp người không có chỗ nào là không đau nhức.

Cu béo cũng không béo được bao nhiêu năm. Đại khái là sau ba tuổi, thì bắt đầu trở nên kén cá chọn canh, mà còn rất nghiêm trọng, trọng lượng cơ thể cũng vì vậy mà giảm xuống một cách nhanh chóng, cuối cùng thành ra một bộ dạng tiên phong đạo cốt như bây giờ. Thứ mãi không hề thay đổi đó là cái đầu vừa to vừa tròn vừa cứng như quả bóng bowling kia. Lúc sinh ra nó, chính vì cái đầu quá to, mà bác sĩ đã kiến nghị nên mổ, lỡ mất trải nghiệm sinh nở tự nhiên. Vợ tôi bảo, trong phòng sinh ở bệnh viện lúc bấy giờ, bộ dạng của những đứa trẻ sơ sinh đều hao hao như nhau, nhưng chỉ cần tìm đứa có cái đầu to nhất thì ấy chính là con trai mình. Trong quá trình lớn lên, Quả đầu to có trí lực rất tốt, mấy cái trò quỷ cũng rất nhiều, có điều là thiếu tư duy bình thường của một số người. Chất và lượng luôn luôn không thể nào bù đắp cho nhau được.

Cho dù là người ốm lại, nhưng vì đầu to, cho nên ẵm nó cũng vẫn thấy rất nặng. Con trai tôi và tôi lúc nhỏ rất là thân mật, sau khi vào tiểu học thì thỉnh thoảng vẫn thương yêu ôm ấp nhau. Dắt tay nó đi trên đường phố, mãi cho đến khoảng năm thứ năm bậc tiểu học. Thằng bé thích dụi mặt vào lòng tôi như một con thú cưng nhỏ nhắn, nhiều khi bất cẩn cụng đầu vào một cái, ngực tôi như thể bị một hòn đá to va đập phải. Cùng với sự chấm dứt của việc nắm tay, thì ôm ấp cũng dần dần không còn nữa. Sự tiếp xúc cơ thể giữa cha và con, sau năm mười tuổi đã trở thành dĩ vãng. Bước vào độ tuổi thanh niên, thằng bé chỉ cần vô tình chạm gì đó vào người tôi, nó đều sẽ phản ứng rất dữ dội. Tình cốt nhục lúc này chỉ còn sót lại bởi việc giao tiếp bằng miệng. Đến khi cả việc nói chuyện với nhau cũng không tâm đầu ý hợp, sự xa cách tiến hơn nữa dù sao cũng là điều khó tránh. Nhưng mà, sự trưởng thành của con cái buộc phải bắt đầu từ việc tách lìa khỏi ba mẹ, vốn cũng là lẽ thường tình trong cuộc sống, do đó cũng không cần phải đau lòng quá độ.

Tóc của con trai tôi, từ nhỏ đã do tôi cắt cho nó. Kỳ thực cũng không cần phải mất bao nhiêu công sức, chỉ cần mua một cái tông đơ điện, điều chỉnh đến độ dài hợp lý (thông thường là 9 phân), áp sát vào đầu giống như đang cắt cỏ vậy, cứ thế mà đẩy là được. Vì đầu của Quả tròn trịa, rất thích hợp với cách cắt tóc đơn giản này, xem ra cũng không đến nỗi quê mùa. Trước năm mười lăm tuổi, thằng bé cũng rất hài lòng về kỹ thuật cắt tóc của tôi, hay có thể là nó cũng không quá quan tâm đến ngoại hình của mình. Gần đây, có lẽ là nó đã giao du với một số bạn bè tốt hơn, bắt đầu quan tâm đến ngoại hình của mình, bỗng nhiên cảm thấy kiểu tóc mà tôi hay cắt cho nó rất không còn hợp mắt nữa. Thế là thằng bé đưa ra yêu cầu phải ra tiệm cắt tóc ở ngoài. Cắt xong một cái đầu thời thượng quay trở về, bộ dạng cả người đều thay đổi, hình như không còn giống với một đứa trẻ lơ đễnh ngờ nghệch như trước đây nữa, mà là một thanh niên năng nổ hoạt bát. Bộ tông đơ cắt tóc cũ rích ấy của tôi cũng đến lúc có thể về hưu rồi.

Ngạn ngữ có câu "thân thể tóc da, nhận từ cha mẹ", vốn dĩ là muốn nhắc nhở con cái phải một lòng biết ơn cha mẹ, nhưng trong đời sống thực tế, thông thường vẫn chỉ là cha mẹ cảm thấy khẩn trương đối với tóc da của con cái nhiều hơn. Kiểu tóc có lẽ chỉ là vấn đề ngoại hình, răng ngoài chức năng ngoại hình, còn liên quan đến vấn đề nhai và hấp thu dinh dưỡng. Răng của con trai tôi bẩm sinh đã nhiều tai lắm nạn.

Vào lúc ba bốn tuổi, răng sữa đã bị sâu đục đến tan tác hoang tàn, đến mức phải chỉnh trám với quy mô lớn. Lên lớp ba lớp bốn ở bậc tiểu học, lại xảy ra tình trạng hàm dưới phát triển quá nhanh, xuất hiện hiện tượng móm hàm. Thế là phải tiến hành điều chỉnh, bọc khung nhựa lên dãy răng trên, rồi dùng dây thun nhựa nối với một cái giá đeo trên mặt, từ từ kéo hàm trên ra. Toàn bộ quá trình mất hai năm, trong suốt thời gian đó việc nhai và nói chuyện ít nhiều cũng chịu ảnh hưởng. Đến cuối cùng thì điều chỉnh xương hàm thành công, lại vì nguyên nhân chỉnh hàm này trong một thời gian dài mà dẫn đến việc răng không đều một cách nghiêm trọng. Theo kiến nghị của bác sĩ nha khoa, bước tiếp theo là phải tiến hành một quy trình thường gọi là "niềng răng", đồng thời phải nhổ đi bốn cái răng.

Lúc bấy giờ con trai tôi đã học năm thứ nhất bậc trung học, không dễ dàng để cho người khác sắp đặt. Khi thằng bé nghe thấy mục đích của việc "niềng răng" chủ yếu là để cho "đẹp trai", ngay lập tức nó từ chối. Quả cảm thấy có một bộ răng xốc xỉa hoàn toàn không thành vấn đề gì. Tôi và vợ mình cũng không thể cưỡng ép nó, để mặc cho nó tự mình quyết định. Một là vì tính cách của thằng bé kiên cường quyết liệt, không đủ lý do (ví dụ như nguy hiểm đến sức khỏe) thì rất khó thuyết phục nó. Hai là vì răng của tôi cũng không ngay ngắn chỉnh tề gì cho kham, nhưng trước giờ cũng không cảm thấy có gì ghê gớm cả. Lại thêm việc đọc được lập luận quái đản của một tiểu thuyết gia người Nhật là Tanizaki Jun'ichiro, cho rằng hàm răng ngay ngắn trắng muốt kiểu phương Tây hiện đại là rất quê mùa và thô thiển, răng lợi trong miệng xô xỉa mới có được nét đẹp kiểu phương Đông, làm tăng phần bỏ qua trách nhiệm của một người ba, để cho con trai mình muốn làm gì thì làm. Điều chẳng ngờ được đó là, gần đây Quả chủ động đề xuất, kỳ nghỉ hè này sẽ đi "niềng răng". Một thằng bé sắp đến tuổi mười sáu, hình như đang bắt đầu chú trọng đến ngoại hình. Đương nhiên tôi cũng không kiên trì muốn thằng bé phải giữ nét đẹp kiểu phương Đông.

Tuy là răng không tốt, nhưng ngược lại mắt của con trai tôi thì trước giờ luôn tốt. Mãi đến trung học cơ sở cũng không có chút cận thị nào, thị lực gần như hoàn mỹ. Tôi đã từng nghi ngờ đây là kết quả của việc thằng bé không đọc sách và không xem ti vi, cũng không biết là nên cảm thấy may mắn hay là bất hạnh. Thị lực ưu tú của thằng bé đều sử dụng vào việc nhìn xe buýt và xe lửa. Với một khoảng cách ở rất xa thì nó đã có thể thấy được tuyến đường và loại hình của xe buýt, tất cả những chi tiết nhỏ đều không qua được con mắt tinh tường của nó. Thậm chí thằng bé có thể nhìn thấy từ trạm Fanling tuyến xe lửa dừng ở trạm Thượng Thủy là đời mới hay đời cũ. Nhưng mà, đến năm thứ hai bậc trung học thì thị lực bắt đầu kém đi, ở trường thì nhìn không thấy rõ bảng đen, trên đường cũng không nhìn thấy rõ xe buýt. (Mối quan tâm của thằng bé chắc chắn là vế đằng sau hơn là vế đằng trước.) Sau khi đo mắt thì phát hiện đã bị cận thị mức một độ rưỡi, nhưng không ảnh hưởng gì đến sinh hoạt. Cắt một cặp kính nhưng lại không chịu đeo, chẳng biết là ngại đeo vì khó chịu hay là vì không đẹp. Trên lớp thì ngồi ở hàng đầu bàn, thò cái cổ dài ra, nhíu hai con mắt lại, làm cho giáo viên tưởng rằng mình rất chăm học và tập trung.

Nói đến vấn đề tóc da trên người của con trai tôi thì chỉ thấy đau lòng, chuyện khó có thể quên được thì không gì hơn việc hồi năm thứ ba tiểu học thằng bé đã ngã gãy xương cánh tay bên phải. Đó là vào khoảng sáu giờ tối, tôi đi bộ từ công viên về, tắm rửa xong, trong khi tôi đang lấy máy sấy tóc để sấy khô đầu ở phòng ngủ, đột nhiên Quả chạy vào, kêu to lên đau quá đau quá. Ban đầu tôi cứ nghĩ chỉ là nó đang giỡn, nhưng khi thấy thằng bé lăn lộn trên giường, với bộ dạng rất là đau đớn, trong bụng tôi mới cảm thấy là có chuyện không lành. Hỏi ra, thì ra vừa rồi thằng bé đã lén chui vào phòng sách của tôi, leo lên bàn sách mà nghịch đèn bàn học (Gần đây nó thường hay nghịch như vậy), bất cẩn ngã ra đằng sau, cánh tay phải chống xuống sàn. Tôi thử sờ vào chỗ đau trên tay thằng bé, nhưng nó lập tức giật nẩy ra, xem ra tình trạng rất nghiêm trọng. Thế là tôi bèn đưa thằng bé đến bệnh viện gần đó ngay lập tức. Phòng cấp cứu vẫn cứ xếp rồng xếp rắn như thường lệ, thời gian đợi đến lượt ít nhất là ba tiếng đồng hồ. Chỉ là mới sắp xếp để nó được chụp X-quang, chứ chưa đến lượt nó đến gặp bác sĩ, tôi bèn đưa nó về nhà ăn cơm tối. Bữa tối được nuốt trong nước mắt, đợi khi sắp sửa đến giờ, thì mới quay trở lại bệnh viện. Cuối cùng cũng vào đến phòng chẩn bệnh, bác sĩ cứ tưởng chúng tôi là kiểu phụ huynh sốt ruột bộp chộp, hở chút là đưa con đến phòng cấp cứu, nên thái độ ban đầu có hơi hời hợt. Sau khi xem phim X-quang, sắc mặt bác sĩ đổi ngay lập tức, nói một cách trịnh trọng: "Thì ra là gãy thật rồi đó!"

Làm xong thủ tục nhập viện, Quả được đưa đến phòng bệnh ở tầng trệt, lúc đó đã là mười hai giờ khuya. Một bác sĩ nam khoa xương khớp với dáng vẻ như sinh viên, giải thích với chúng tôi rằng, cánh tay trên bên phải của thằng bé bị Greenstick Fracture (gãy greenstick). Do xương trẻ em mềm, khi gãy thì thường giống như là một cành cây non, bị bẻ cong chứ không đứt lìa hoàn toàn. Phương pháp trị liệu là đỡ tay cho xương về lại vị trí cũ, cũng chính là dùng phương pháp bên ngoài để điều chỉnh vị trí bị gãy cong. Tuy không cần phải mổ xẻ là một tin tốt lành, nhưng chỉ cần nghĩ đến việc thằng bé phải chịu đau, để bác sĩ nắn thẳng lại xương cánh tay bị gãy, thì trong lòng tôi đã cảm thấy hết sức khủng hoảng. Bác sĩ trẻ tuổi kia mời chúng tôi ra bên ngoài đợi. Tôi đi đi lại lại bên ngoài hành lang, cả người đang run lên, chuẩn bị tâm lý để nghe con trai mình gào thét bất cứ lúc nào. Nhưng phòng bệnh lại yên tĩnh đến lạ thường. Một lúc sau, bác sĩ bước ra với dáng vẻ thong dong, bảo là quá trình đưa xương về lại vị trí đã hoàn tất. Tiếp theo là phải bó bột thạch cao để cố định cánh tay, để chỗ bị thương không chạy lệch khỏi vị trí nữa. Bước vào trong xem, thằng bé đang nằm trên giường một cách bình thản, bộ dạng như là rất thoải mái, không có dấu vết của việc vừa mới kêu khóc. Từ nhỏ tới lớn, con người của Quả, hồi còn là một đứa bé nhỏ và vài tiếng đồng hồ sau khi vừa té ngã gãy tay lúc nãy, thì chưa từng rơi nước mắt.

Những đứa trẻ trong quá trình trưởng thành, đặc biệt là hệ xương rất dễ lành. Trải qua hai tháng, cánh tay của Quả hoàn toàn không còn trở ngại gì. Tuy là người không phát triển cơ bắp, nhưng xương cốt thì ngược lại phát triển rất nhanh chóng. Vào năm thứ ba trung học, đã cao bằng tôi. Đến năm thứ tư trung học, chiều cao đã vượt quá tôi. Đứng nói chuyện với thằng bé, tôi phải ngước đầu lên; chụp hình chung với nhau thì rõ ràng trông tôi rất lùn. Khuôn mặt của thằng bé trở nên dài ra, mũi cũng cao hơn, mắt thì dài ra, kiểu tóc cũng trở nên trưởng thành. Rồi nếu đeo thêm mắt kính, thì so với bộ dạng trẻ con trước đây thằng bé đã khác hẳn hoàn toàn. Nhìn thân hình cao gầy của thằng bé, đột nhiên cảm thấy thời gian thoi đưa như bay qua, tâm trạng của mình cũng bỗng dưng trở nên già cỗi. Quả không còn là một đứa trẻ để cho tôi bồng ẵm trên tay, hay tung lên cao nữa, tôi cũng không còn là một chàng trai khỏe mạnh có thể giúp đỡ nó về mặt sức lực, hay bảo vệ nó được nữa. Khi tóc da và tinh thần chí khí của thằng bé ngày một tráng kiện khỏe mạnh, thì tôi đã bước vào giai đoạn xuống dốc. Cho dù còn cách chung kết một quãng đường, nhưng nói cho cùng cũng đã là cảnh tượng cuối con đường.

Tôi nhớ lại lúc kết thúc năm lớp sáu, ngày cuối cùng tôi đón thằng bé về sau buổi kết thúc năm học. Tôi đã thỏa thuận với nó rằng, sau khi lên trung học, nó phải tự mình đón xe đi học và ra về. Hôm ấy thằng bé đặc biệt may mắn, đón được chiếc xe buýt mà nó thích. Kiểu dáng gì thì tôi đã không còn nhớ được nữa. Chúng tôi xuống xe ở bên kia đường đối diện nhà, sau khi xuống xe thì phải leo lên cầu vượt trên không dành cho người đi bộ. Thằng bé nhanh chóng chạy đến giữa cầu vượt, dừng lại ở trước lan can, thò đầu ra, giữa những cành lá của một cây to sum sê ở bên đường, nhìn xuống vòng xoay ở phía dưới. Chiếc xe buýt mà chúng tôi vừa ngồi ấy, sau khi đi vào và rảo quanh cao ốc ở bên cạnh, thì sẽ chạy qua vòng xoay, rồi mới đi về hướng Thượng Thủy. Ánh nắng buổi đầu hè rọi xuyên qua cầu vượt không người, bóng của dãy lan can đổ xộc xệch in trên đường. Bên ngoài lan can là màu xanh mới mẻ của những chồi non, đung đưa qua lại trong ngọn gió nhè nhẹ. Chàng trai nhỏ nhắn ở trước mặt cách tôi chừng mười bước ấy, người mặc chiếc áo sơ mi trắng và chiếc quần ngắn màu xám tro, với một cái đầu tròn trịa, một khuôn mặt tinh xảo, và tứ chi nhẹ nhàng, cả người được tắm trong ánh nắng vàng hoe của buổi chiều tà. Tôi ý thức được một điều rằng đây là lần cuối cùng tôi đón thằng bé tan học về. Nó nhanh chóng trở thành một học sinh trung học, một thiếu niên. Một chiếc xe buýt màu vàng kim óng ánh vòng qua vòng xoay. Ánh mắt của chàng thiếu niên ấy, cũng đảo một vòng quanh. Trên khuôn mặt thằng bé nở một nụ cười hết sức mãn nguyện và hạnh phúc, một thời niên thiếu hoàng kim, rực rỡ và vô tư.

VÙNG THOẢI MÁI

Tôi rất ghét ai đó nói comfort zone. Luôn cảm thấy, người nói lời ấy chẳng phải với ý muốn dạy dỗ người khác, thì có chút gì đó tự cho rằng mình đúng, cũng là cố ý muốn cường điệu lên, bản thân mình có thực sự dám bước ra khỏi comfort zone, thì mới làm phong phú thêm trải nghiệm cuộc sống được, đạt được thành công trọng đại trong đời sống sự nghiệp. Người tự cho rằng lao ra khỏi vùng an toàn, đối với những người luôn co rúm trong vùng an toàn, cho dù có thể hiện ra bên ngoài một kiểu thái độ cố gắng nhiệt tình hoặc là nhẫn nại sửa chữa, thì từ đầu đến cuối trong lòng vẫn giữ lấy một sự coi thường ở một mức độ nào đó.

Con trai tôi có lòng cảnh giác với việc đi xa. Không phải là nó từ chối đi du lịch, không thích du lịch. Kể từ năm thằng bé lên bốn tuổi, chúng tôi đã dẫn nó đi Tokyo, sau đó mỗi dịp nghỉ hè tôi cũng sẽ tổ chức đưa gia đình đi du lịch, thậm chí những dịp Noel hay lễ Phục Sinh cũng không bỏ qua, hoặc là vào kỳ nghỉ hè đi hai lần đến hai nơi khác nhau. Chỉ cần thấy tần suất dày đặc của việc đi du lịch, không có lý do gì để bảo rằng Quả không phải là một đứa trẻ thích du lịch. Tuy đều là do ba mẹ sắp xếp, nhưng đồng thời cũng xuất phát từ yêu cầu chủ động của thằng bé. Những kỳ nghỉ dài chắc chắn là sẽ phải đi khỏi Hong Kong ra ngoài du lịch, cơ hồ như đã trở thành một thói quen của thế hệ trẻ con hiện nay. Nhớ lại hồi mình còn nhỏ, đi xa nhất chỉ là việc ngồi xe lửa đến Quảng Đông để thăm người thân, lần đầu tiên đi máy bay là vào tuổi hai mươi tư, bèn cảm thấy trong điều kiện cho phép, cũng nên sớm cho con trai mình nhìn ngắm thế giới bên ngoài, trải nghiệm những phong thổ dân tình khác nhau, có lẽ là một việc có ích.

Đối với Quả mà nói, sức hấp dẫn lớn của việc du lịch, có lẽ là trải nghiệm giao thông mới mẻ ở bên ngoài. Thời kỳ xe lửa lúc thằng bé còn thơ ấu, vương quốc đường sắt Nhật Bản chắc chắn là sự lựa chọn có một không hai. Lúc năm tuổi tôi dẫn thằng bé đi từ Tokyo đến khu vui chơi Fuji-Q (Fuji-Q Highland) dưới chân núi Phú Sĩ bằng xe buýt đường dài, với mục đích là có khu vui chơi trẻ em đầu xe lửa Thomas với quy mô nhỏ ở trong đó. Năm lên sáu tuổi dẫn nó đi viện bảo tàng đường sắt Đại Cung JR nằm ở ngoại ô gần Tokyo, từ đầu xe lửa hơi nước thời Minh Trị, đến xe lửa đạn Shinkansen sau Thế Chiến Thứ Hai, Mấy chục chiếc xe cổ với nhiều loại hình khác thời đại, như những linh hồn cơ khí vượt qua đường hầm thời gian, tập trung lại ở trong khoảng thời gian này, quang cảnh không chỉ hùng vĩ, mà thực sự là còn rất siêu hiện thực. Cho dù là ở Tokyo, loại đường sắt điện chằng chịt vô lối ấy, cũng đủ để cho thằng nhóc si mê đường sắt này ăn đến no nê.

Nhưng mà, theo sự tăng dần của tuổi tác, năng lực phân biệt của thằng bé càng mạnh, yêu cầu cũng tăng cao hơn. Trong lúc đi du lịch, bắt tàu điện ngầm hay xe điện lại trở thành một cuộc cá cược điên loạn. Hầu như sau mỗi lần đến nơi chưa được hai ngày, thì thằng bé có thể hiểu rành hướng đi của những tuyến đường khác nhau và phân biệt được những tiểu tiết nhỏ nhặt của những kiểu xe lửa, ví dụ như là hình dạng của đầu xe, màu sắc của thân xe, kích cỡ của cửa sổ, độ sáng tối của bảng hiển thị, sự sắp xếp và các vật dụng của ghế… Có khác biệt tức là có yêu và ghét, có yêu ghét thì sẽ có việc làm và không làm, đi hay không đi. Thế là, thói quen chọn xe ở Hong Kong, và những tấn kịch vui hay kịch buồn cũng nối gót theo sau, nhanh chóng được diễn ở vùng đất mới. Chuyện cũng giống như vậy, sau đó lại xảy ra ở trên xe buýt khắp nơi trên thế giới. Việc này trở thành sự dày vò khó chịu trong mỗi chuyến du lịch, nhưng nhìn lại sau một thời gian dài, cũng không thể không nói đó là một niềm vui gì đó không tình nguyện. Ít nhất là những người làm cha làm mẹ như chúng tôi cũng tự mình an ủi như thế.

"Cố chấp giao thông" phát triển đến cực độ, trong sự đánh giá của mỗi lần du lịch, phần đánh giá giao thông chiếm một lượng không thể nào so sánh được. Quả sẽ tự mình làm một bảng đánh giá sau chuyến đi du lịch về, với thang điểm một trăm, trong đó giao thông ở khu du lịch chiếm hai mươi phần, thời tiết chiếm hai mươi phần, còn tham quan và vui chơi chỉ chiếm có mười phần. Còn về những phần khác chiếm năm mươi phần, và số điểm to tát ấy lại chính là hai chuyến xe buýt khứ hồi của đoạn đường từ nhà đến phi trường ở Hong Kong! Chỉ cần trên hai chuyến xe ấy có xảy ra một chút sơ suất gì đó, thì toàn bộ chuyến du lịch về cơ bản là không hợp quy cách. Điều này đối với những bậc phụ huynh là những người khổ công sắp xếp chương trình mà nói, chắc chắn là một tin tức không hay ho gì.

Đương nhiên là tôi hiểu rõ, cũng giống như trong cuộc sống thường ngày ở Hong Kong, con trai tôi chẳng qua chỉ là muốn tìm ra trật tự hoàn mỹ mà thôi. Còn chúng tôi biết rằng, cho dù là trong một hệ thống quy cách hóa cao độ, vẫn tồn tại vô số những nhân tố biến hóa mất cân bằng. Tuy nghe ra có vẻ như rất là nhàm chán, nhưng nghĩ kỹ một cách nghiêm túc, sự châm chước như vậy chẳng thấp hơn một trận đối kháng giữa cá thể tí hon kiểu Don Quijote với hệ cự thú, mà tính chất của sự việc cũng ngay lập tức thăng từ hài hước lên đến bi tráng. Phong tiêu tiêu hề Dịch thủy hàn, tôi và vợ mình đóng vai người hộ tống tráng sĩ nhỏ, việc có thể làm được cũng chỉ là cất lên khúc ca bi ai.

Mãi về sau tôi mới hiểu, đây có thể là cơ chế tự mình bảo vệ mình mà con trai tôi đã áp dụng một cách không tự chủ được khi đang ở một nơi lạ lẫm - đem thói quen đã quen thuộc áp dụng trong một hoàn cảnh không quen thuộc. Lúc thằng bé còn nhỏ, trong nhiều hoạt động nhóm nhỏ giao tiếp xã hội, tôi có nghe qua một vài ý kiến giống nhau, bảo rằng trước khi đưa trẻ con đến một vùng đất mới, cần phải giải thích tỉ mỉ cho chúng nó hiểu là sẽ gặp phải những tình huống nào, thậm chí là cần phải mô tả thử một lần với mức độ nào đó, để đánh tan những lo âu của chúng nó ở trong một môi trường lạ lẫm. Nhớ là có một trường hợp bảo rằng, cho đến cái ngày thực sự đi học, cảm giác lo âu mới giảm xuống cao độ. Trên một mức độ nào đó, cách làm như thế chính là đang mở rộng hết mức vùng thoải mái của nó, để nó có thể lợi dụng những kinh nghiệm đã là quen thuộc, để nắm bắt tình huống chưa từng gặp phải. Tự nhiên sẽ đẩy nó ra khỏi vùng thoải mái, kết quả có thể dẫn đến một chuyện gì đó mang tính tai nạn.

Trong rất nhiều chuyện, có thể nói là Quả sẽ tự mình điều chỉnh được. Đương nhiên, cách thức điều chỉnh của thằng bé có thể là hết sức kỳ quái, thậm chí là phiền người ta cực độ. Ví dụ như kể từ sau khi thằng bé có điện thoại di động riêng của mình, trong mỗi chuyến du lịch, ngoài việc chơi game, thì là xem đi xem lại một vài clip hết sức vô vị. Những thứ đó thậm chí còn không được coi là một clip hoàn chỉnh, mà là những clip được cắt ra từ trong một vài tập phim truyền hình trên Youtube. Những tiết mục mà thường ngày thằng bé rất thích xem, chẳng phải hoạt hình, cũng không phải là phim bộ, mà là chương trình Cảnh tấn.

Ngoài việc theo dõi truyền hình theo giờ mỗi tuần, thằng bé còn thường xuyên coi đi coi lại những phim cũ. Nội dung của tiết mục này, không gì khác là một vài đoạn phim làm lại việc phạm nhân phạm tội, hoặc là diễn lại một vụ án nào đó, nhưng phần lớn là những chuyện cỏn con như trộm gà bắt chó kiểu trò lừa gạt ở đầu đường xó chợ, trộm cướp ở cửa hàng, lừa gạt thương nghiệp, ý muốn nhắc nhở người dân phải đề cao cảnh giác, đừng để kẻ xấu có dịp hành động. Chẳng cần suy nghĩ cũng biết, những thước phim đó cũng chỉ là những thước phim mẫu mang tính chức năng, những người diễn vai chính đều ngơ ngơ ngáo ngáo, những người diễn vai kẻ xấu hay ra vẻ bằng đầu mày cuối mắt, chỉ có mỗi bạn không biết kỹ thuật biểu diễn của hắn đang làm việc xấu mà thôi. Nhưng mà, con trai tôi lại xem rất là say mê đắm đuối, vui vẻ vô ngần, đến mức phải lên mạng cắt về những đoạn gay cấn, để có thể thưởng thức đi thưởng thức lại bất cứ lúc nào, thậm chí đến mức thưởng thức từng khung hình, cứ như thể những thứ đó đều là những thước phim nổi tiếng và kinh điển, được chế tác quy mô tầm cỡ vậy. Và trong lúc chúng tôi đang ở một quốc gia khác trong khi những du khách khác đều thể hiện tâm trạng hiếu kỳ và mới mẻ, thưởng thức các loại di sản văn hóa, danh lam cổ tích lịch sử, tinh hoa nghệ thuật quý báu, phong cảnh đẹp đẽ tú lệ, phong tục tập quán lạ lẫm, thì ngược lại con trai của chúng tôi cứ như là đang ở trong nước mình, trên tay cầm chiếc điện thoại xem đi xem lại những clip vô vị nhạt nhẽo đến lạ kỳ kia với vẻ dù có xem bao nhiêu lần cũng không hề chán. Trông thấy mức độ từ chối trải nghiệm mới của nó, chúng tôi chỉ có thể lắc đầu cười ngán ngẩm, gục đầu than thở.

Vào kỳ nghỉ hè năm Quả lên lớp bốn bậc trung học, chúng tôi đặc biệt sắp xếp một chuyến du lịch châu Âu trong vòng mười sáu ngày, là một chuyến đi lâu nhất và xa nhất từ trước giờ, với kỳ vọng là chuyến đi này có thể khiến cho Quả mở rộng tầm mắt. Trước đây thằng bé toàn đi trong khu vực châu Á, vả lại chủ yếu là những thành phố lớn, cũng từng đi vài lần những khu nghỉ mát quy mô lớn trong đô thành. Đa phần thành phố đều phát triển tiên tiến, ngăn nắp quy mô, khiến cho người ta cảm thấy an tâm; trong khu nghỉ mát vốn dĩ là một quốc gia độc lập, trong đó ngoài việc phải chịu sự quấy nhiễu của khỉ và các côn trùng nhiệt đới, cũng có thể coi là an toàn và thoải mái, vui chơi vô tư.

Một trải nghiệm ác liệt nhất xảy ra vào lần ở Dương Sóc thuộc Quế Lâm. Hôm ấy chúng tôi bao một chiếc taxi đi dã ngoại, ban đầu là đi thuyền vui chơi trên sông Ly Giang cũng coi như có thể chấp nhận được, đến khi tài xế đưa chúng tôi đến ăn ở một nhà nông, đột nhiên mây gió trở trời, trời sầm đất tối lại. Món lẩu vẫn chưa sôi để ăn được, bên ngoài mưa gió đã trút tơi bời, sấm chớp ầm vang. Quán ăn bỗng mất điện, nóc nhà ở nhiều chỗ bị thổi bay tơi tả, cát bụi bị gió lớn thổi bay cả vào nồi lẩu. Chúng tôi miễn cưỡng ăn đến một nửa, lập tức muốn rời khỏi đó sớm hơn, nhưng tài xế bảo thời tiết xấu quá, không tiện lái xe. Chúng tôi bị giam lại ở trong quán nhỏ thôn quê ấy, mặt mày ủ rũ, nhưng vẫn cố gắng tươi cười với con trai mình, giả vờ ra vẻ điềm nhiên thú vị, chỉ e là thằng bé phải chịu hoảng sợ. Cuối cùng mưa cũng hơi ngớt, chúng tôi bèn đề nghị tài xế lên đường, nhưng nào ngờ họa vô đơn chí, vừa ra khỏi khu trung tâm thì gặp phải cảnh kẹt xe. Người ở ngoài trông cứ như là một cơn lũ lụt, tất cả đều đổ dồn về một hướng mà đi. Tài xế bảo họ đi xem một vở kịch điểm du lịch nổi tiếng gì đó do Trương Nghệ Mưu đạo diễn. Chúng tôi bị mắc lại trên đường đêm lạ lẫm và u tối , nửa tiếng đồng hồ vẫn chưa đi được một phân ly nào, suốt ngày con trai tôi mang tâm trạng căng thẳng rốt cuộc cũng nổi cơn. Đó là lần bộc phát chứng rối loạn thần kinh đầu tiên, quá trình như thế nào thì tôi không cần phải nói thêm nữa. Nói chung, đó là một tình trạng khiến cho anh tài xế bản địa ấy cũng hốt hoảng không biết phải làm sao. Còn bản thân tôi cũng bị đẩy đến mức suýt chút là nổi chứng khủng hoảng bạo phát, mất rất nhiều sức lực mới có thể chịu đựng được. Vài năm sau đó, khi tôi nhắc lại chuyện này với thằng bé thì nó lại chẳng hề nhớ gì cả. Thì ra, những vết thương ấy chỉ nằm ở lại trong lòng ba mẹ.

Do đó, về sau khi mà con trai tôi phát hiện ra Singapore, tôi và vợ mình cũng thở phào nhẹ nhõm, không nghĩ thêm được gì khác nữa, trong vòng ba năm chúng tôi đã đưa nó đi sáu lần. Đó là một thành phố chắc chắn không xảy ra sự cố, tuyệt đối không khiến bạn phát điên, gần như có thể dự tính được một cách hoàn mỹ. Đường sắt và xe buýt ở đó cũng khiến cho thằng bé rất hài lòng. Quả cho rằng mọi thứ ở Singapore đều tốt hơn Hong Kong, nhưng tôi cảm thấy chỉ là vì nó giống với Hong Kong nhất so với tất cả các nơi khác. Singapore sạch sẽ, chỉnh tề, sáng sủa, trong lành hơn Hong Kong, giống như một thành phố giả tưởng được thiết kế tỉ mỉ chi tiết. Ở đó không có sự hỗn loạn, không có sự mất trật tự, không có nguy hiểm, không có lo âu, chỉ chúng ta ngoan ngoãn tuân thủ quy tắc. Đó là comfort zone được xây dựng trong địa điểm yếu ớt nhất. Nói như thế, Singapore chắc chắn là một thiên đường chốn nhân gian.

Quay trở lại nói về chuyến đi châu Âu kia, đó là một chuyến đi có số điểm đánh giá thấp nhất từ trước đến giờ. So với lần đầu tiên tôi đóng vai một khách du lịch ba lô hồi còn trẻ, hành trình du lịch lần này đã không còn thoải mái và yên ổn nữa. Đi đến vài thành phố lớn như London, Paris và Berlin, toàn là những vùng đặc biệt văn minh của thế giới, nhưng ngược lại trong mắt của con trai tôi thì nó chỉ cần dùng ba chữ để hình dung - cũ, dơ và loạn. Đương nhiên, bởi vì vật giá ở châu Âu hơi đắt đỏ, chỗ chúng tôi ở không phải là khách sạn lớn nên những món ăn cũng không phải là những bữa ăn cao cấp. Nhưng mà, những nơi này đều là những nơi rất có phong vị văn hóa lịch sử, là cái nôi văn học nghệ thuật châu Âu mà chúng tôi rất yêu thích. Chúng tôi không hề kỳ vọng một đứa trẻ mười lăm tuổi có thể hiểu nhiều hơn để thưởng thức châu Âu, nhưng ít nhất cũng hy vọng là thằng bé sẽ cảm thấy hiếu kỳ, có được một ấn tượng đẹp đẽ, sau này lớn lên có thể tiếp tục tìm hiểu sâu hơn. Nhưng, ngay từ hôm đầu tiên, nếu thằng bé không hét lên muốn về Hong Kong, thì là coi những clip rác rưởi trong điện thoại. Còn nữa là, lúc nào cũng gào lên là muốn đi xe buýt, cho dù thời gian và lộ trình không cho phép. Cuối cùng tôi đã không còn có thể nhẫn nhịn được nữa, trước lúc sắp sửa rời khỏi London, tôi đã nổi một trận lôi đình ở bên ngoài công viên Hyde, ném hành lý kịch một cái xuống đường người đi bộ, rồi hét lớn. Quả nhẫn nại ba phần tư hành trình còn lại, nhưng tôi biết là thằng bé không hề hưởng thụ một chút nào. Sự bồi dưỡng văn hóa của bản thân tôi, ít nhất cũng có một nửa là đến từ châu Âu. Nhưng cũng giống như việc tôi không cách nào có thể cưỡng ép thằng bé thích văn học, thì tôi cũng không thể nào miễn cưỡng thằng bé thích châu Âu. Điều này có nghĩa là, ít nhất tôi có một nửa bản thân mình hết duyên với thằng bé; hoặc giả là, còn hơn cả một nửa nữa.

Sau chiến dịch thảm hại ở châu Âu, mùa hè năm sau chúng tôi đi Seoul thuộc Nam Hàn. Cũng có lẽ là vì có tấm gương trải nghiệm ác liệt của năm ngoái, Quả có cảm nhận rất tốt với Seoul, đánh giá cũng thuộc hàng tốt nhất trong những chuyến du lịch trước giờ. Đương nhiên, thằng bé vẫn cần phải khởi động cơ chế phòng hộ tâm lý của mình trong suốt chuyến đi, liên tục phát những clip Cảnh tấn mới cắt gần đây ở trong điện thoại, nhưng mà, bầu không khí tổng thể là thoải mái và vui vẻ. Cơn ác mộng của năm ngoái trở thành câu chuyện vui bên tai, bao gồm cả tiết mục ném hành lý ở ngoài công viên Hyde của tôi. Sau đó tôi nói với giọng dạy dỗ, bảo rằng thằng bé nên học cách cầu tiến, cứ ở mãi trong comfort zone, không dám giải phóng bản thân, phải đi nhìn ngó và trải nghiệm những sự vật khác nhau. Nào ngờ thằng bé vẫn nói với vẻ thẳng thắn mạnh dạn: "Kỳ thực mỗi lần đi du lịch, con đều coi nó như là một cuộc thử thách cần phải vượt qua mà." Câu nói này được nói ra ở Seoul là thủ đô hoàn thiện hàng đầu châu Á, cảm giác giống như có hơi hoang đường. Tôi đáp lại nó bằng một câu nói: "Thử thách? Con đi du lịch tất cả đều do ba mẹ sắp đặt, đa không cần bận tâm, cũng không cần mạo hiểm, vậy thử thách ở đâu ra?" Sau đó, tôi lại như một lão già lắm lời, nhớ lại năm xưa, bảo rằng trước khi mình đi du lịch thì phải như thế nào, như thế nào…

Có lẽ là mình đã coi thấp thằng bé, hoặc giả để cao chính mình. Trong việc đi du lịch, thậm chí là trong cuộc sống, có khi nào tôi gặp phải thử thách gì đó thật sự không? Ngày đầu tiên ở Seoul, hệ tiêu hóa của Quả không được tốt, không có cảm giác thèm ăn. Hỏi ra thì mới biết, trên máy bay, vì thằng bé lo lắng về lưu lượng không khí ở trên không trung, tinh thần quá căng thẳng. Tôi mới ý thức được rằng, những chuyện mà đối với người bình thường có thể xuề xòa qua loa được, thì với thằng bé có thể nói là phản ứng khó chịu về mặt sinh lý thực sự. Sau đó tôi lại nghĩ, kỳ thực mấy năm trước mình cũng từng bị tình trang lo lắng như vậy. Tôi cũng từng trải nghiệm chứng khủng hoảng phát tác trong lúc đi máy may. Tận trong xương tủy, kỳ thực tôi cũng không phải là người dễ cảm thấy bất an với môi trường lạ và những chuyện không thể dự đoán được, ưa trốn trong quy luật sống đã định sẵn, cố gắng né tránh nguy hiểm và đối mặt với những tình huống không rõ ràng. Do đó, khi Quả nghi ngờ việc mình bị di truyền thể chất thần kinh của tôi, thì tôi cũng không thể nào phủ nhận, thậm chí còn cảm thấy xấu hổ. Thì ra, tôi và thằng bé giống nhau, đều là những người lưu luyến trong comfort zone.

Có lẽ là tính cách quyết định việc thưởng thức, những tác giả mà tôi thích, đều là "kiểu chủ quan hành sự". Alain Prost là một thiếu gia được lớn lên trong vùng an toàn điển hình. Hồi còn trẻ ông là một công tử chịu chơi, ra vào trong giới thượng lưu, đi lại giao thiệp với những người nổi tiếng và giới quý tộc. Thỉnh thoảng mới tiếp xúc với giai cấp thấp hèn, đối với ông mà nói như vậy đã là một sự mạo hiểm hết sức kích thích. Trải nghiệm du lịch của ông không nhiều, thời thơ ấu ông từng đến nghỉ mát ở vùng nông thôn và bờ biển nước Pháp, sau khi lớn lên thì đi xa nhất là đến Venessia. Kể từ khi bắt đầu sáng tác tiểu thuyết dài, Alain Prost bèn trở nên gần như bế quan ẩn cư, sau đó càng vì bệnh hen suyễn nghiêm trọng, suốt ngày nằm trên giường trong phòng ngủ mà sáng tác. Trong sách ông nói: "Trong hành trình phát hiện thực sự, không phải là nơi xa lạ mà bản thân đã thám hiểm, mà nằm ở chỗ sở hữu được con mắt của người khác, qua con mắt của trăm ngàn người, chúng ta quan sát được trăm ngàn vũ trụ khác nhau." Điều mà ông nói ở đây chính là ý nghĩa của nghệ thuật sáng tác đối với người thưởng thức, nhưng cũng chắc chắn là tiếng lòng của người lẩn tránh.

Cuộc sống của Kafka còn nhỏ hẹp hơn cả của Alain Prost. Ngoài việc cuối đời, vì phải trị căn bệnh phổi mà đến Berlin và Vienna ra, thì phần lớn thời gian ông chỉ sống tại nơi sinh ra là Praha, sống một cuộc đời đơn điệu ban ngày đi làm tối về sáng tác. Vùng an toàn của ông có lẽ cũng chẳng hề thoải mái, nếu không thì cũng chẳng thể hiện dưới ngòi bút của mình qua tác phẩm Lâu đài và Mê cung. Một người Do Thái sống ở Tiệp Khắc sáng tác bằng tiếng Đức, với vốn liếng ít ỏi và mấp mé về văn hóa, suốt đời vô danh tẻ nhạt, khi chết đi ông có di nguyện đốt hết tất cả những bản thảo. Một người cô độc như thế này, ở trong một căn phòng giam của chính mình, tưởng tượng ra một nơi xa xôi như "Vạn lý trường thành" và "Amerika", nhưng bên ngoài thênh thang rộng rãi đó lại không phải là một thế giới mới đẹp đẽ, mà chỉ là một "vùng đất lưu đày" khó thể trốn thoát được. Vốn dĩ không tồn tại sự phân biệt bên trong hay bên ngoài của vùng thoải mái. Nơi đây đã không phải là thiên đường, thì nơi khác cũng chính là địa ngục; cũng chính là muốn nói chỗ này không là địa ngục, thì nơi khác là thiên đường. Trong thời đại lạ hóa, tất cả mọi nơi đều là chỗ lạ, bao gồm quê hương.

Fernando Pessoa sinh ra ở Lisbon, bảy tuổi theo mẹ cải giá đến sống ở Nam Phi, mười bảy tuổi sau khi quay về thành xưa, thì ông không rời khỏi đó nữa. Ông ta sống trong khu phố mà mình quen thuộc nhất, ban ngày làm công việc xử lý các văn thư thương vụ để sinh sống, ban đêm chia nhỏ mình ra thành bảy mươi mấy vai, một mình mình sáng tạo ra cả một vũ trụ văn học. Nói về kinh nghiệm, ông cho rằng không cần phải mượn sự trợ giúp ở bên ngoài. Trong tác phẩm Quyển sách của sự bất an (The book of Disquiet) ông nói, du lịch là việc khiến cho người ta mắc ói nhất và không hề có một chút ý nghĩa nào cả. Chúng ta không cần phải nhọc lòng xe cộ thuyền buồm, thì cũng đã có thể có được cảm nhận mãnh liệt, vì cảm quan không ở ngoài sự vật, mà ở ngay trong cơ thể của chính chúng ta. Chúng ta không thể vượt qua cảm quan của chính mình, do đó chúng ta cũng không thể đi du lịch từ bản ngã. Mang bản ngã đã có, cho dù có đi đến đâu cũng không thể phân biệt được. Ngược lại, trong tưởng tượng của bản thân, chúng ta có thể cũng giống như là hoàng đế đi tuần du vậy, đến thế giới mà chúng ta sáng tạo ra. Do đó, một cuộc lữ hành tuyệt diệu nhất không phải là cuộc du hành bên ngoài, mà là cuộc du hành nội tại.

Paris là nơi ở của Prost, Praha là nơi ở của Kafka, Lisbon là nơi ở của Pessoa, đó chính là comfort zone của họ. Bất luận là có tình nguyện hay không tình nguyện, là bảo hộ hay giam cầm, với cách nhìn của người ngoài thì họ đã tiến hành một cách thoải mái cuộc mạo hiểm tinh thần vô bờ bến trong cuộc sống hướng nội khép kín ấy.

Hình như tôi đã đi quá xa. Tôi không thể nào phân biệt rõ ràng được, châu Âu trong lòng của tôi, rốt cuộc là nơi mà tôi đã từng đặt chân đến và trông thấy tận mắt nhiều lần, hay là sự hư cấu của tôi trong chuyến du lịch văn tự. Tôi không ngại dùng cách nói "vùng an toàn" để bình luận. Tôi chỉ hy vọng là có một ngày, bạn có thể đột phá được sự gò bó của một vòng khép kín nào đó, để được tự do bay nhảy hơn. Hoặc là, chứng minh được rằng vốn dĩ không có chuyện vòng khép kín nào cả. Vậy thì, thực sự là tiêu dao.

MỆNH TỬ

Đến cuối cùng, thông thường cũng có lời cuối gửi lại cho người đời sau, chuyện hậu sự dặn dò con cái, hoặc có thêm lời khuyên nhủ. Nếu vẫn chưa đến phút cuối cùng, hoặc lo là thực sự đến phút cuối cùng lại không có cơ hội để nói ra, có thể viết di thư trước.

Tôi không có sự kiêng kỵ gì với thứ gọi là di thư. Nói theo nghĩa rộng, tất cả những gì đã được viết ra đều sẽ trở thành di thư, tất cả những gì đã từng nói ra đều sẽ trở thành di ngôn. Thế sao lại không viết nó ra cho rõ ràng ngay từ ban đầu chứ? Nhưng, cái món gọi là di thư, nếu quả thực muốn viết nó ra cũng không phải dễ dàng gì. Do không có thói quen viết di thư - thành thật xin lỗi, có lẽ nên nói là sự luyện tập viết di thư - cũng không phải - nói một cách chính xác, là thiếu kinh nghiệm về mặt này. Hầu như đến khi đặt bút viết ra thì không thuận tiện và đắc ý như khi viết tiểu thuyết. Có lẽ, trước tiên tôi nên nghiên cứu một chút về bản chất của di thư.

Nói đến di thư, đầu tiên có lẽ là nghĩ đến việc tự sát. Một người còn đang khỏe mạnh, thường không nghĩ đến việc mình sẽ chết, càng không nghĩ đến việc sau khi mình chết thì có lời gì cần phải nói cho người khác biết. Vì có ý nghĩ coi nhẹ sự sống, mới nghĩ đến việc để lại di ngôn; có thể là để giải thích nguyên nhân dẫn đến việc mình muốn kết liễu, có thể là muốn gửi lời tố cáo đến thế giới, có thể là nói lời tạm biệt với người thân, cũng đơn giản có thể chỉ là muốn cho thấy cái chết của mình không quá mờ ám, coi như giải quyết trách nhiệm cuối cùng đối với hành vi của mình. Đến mấy câu di ngôn cũng không để lại, cứ thế mà tự sát, vứt lại cho thế gian một sự đánh đố mù mờ mãi mãi không cách nào có thể giải đáp được, đó là một sự phủ định cay đắng nhất đối với nhân sinh, cũng là một sự vứt bỏ vô tình đối với người còn sống. Việc mà tôi đang làm đây, tuyệt đối không thuộc vào loại này. Nhưng mà, cũng chẳng phải vì tôi tuổi cao hay trong người mắc bệnh hiểm nghèo, rồi cảm thấy những ngày còn lại không nhiều nữa, mà nổi hứng lên ý nghĩ lập di thư. Thậm chí cũng không phải tôi đang sống yên lành mà nghĩ đến những điều nguy khốn, làm công tác chuẩn bị sớm hơn, hoặc giả là do tinh thần quá nhạy cảm, nên cảm thấy tử thần có thể không mời mà đến bất cứ lúc nào. Chỉ là vì tôi quá hiếu kỳ, viết di thư có cảm giác như thế nào.

Rất rõ ràng, di thư là viết cho người khác đọc, chứ không phải viết cho mình đọc. ("Bức thư tình viết cho mình" còn có thể, rốt cuộc thì yêu đơn phương là một hiện tượng tự nhiên có nhân tính, nhưng ngược lại "Di thư viết cho mình" thì rõ ràng là đi ngược với lẽ thường.) Vậy, rốt cuộc thì độc giả được nhắm đến của di thư là ai? Ngoài người chưa mất, một nửa người còn sống, vợ của tôi ra, đương nhiên là đời sau của tôi, người kế thừa của tôi, con trai tôi. Về tương lai của con trai tôi, đương nhiên là tôi quan tâm. Tôi vẫn chưa đến nỗi như là người xưa, cố ý rằng "có con thì không để lại của cải", để nó phải tự mình bươn chải trong tình trạng không có một thứ gì. Nhưng, sự thật không phải là tôi có của cải mà không chịu để lại, mà là tôi không có tài sản để mà có thể để lại. Điều hết sức đáng tiếc, trong tay tôi không hề có bất cứ cuộc làm ăn nào, sản nghiệp nào, sự đầu tư hay dự trữ nào có thể để cho con trai tôi kế thừa. Chút ít tiền bản quyền trên Weibo được thanh toán hai lần mỗi năm, chỉ có thể coi như là chút tâm ý đối với con trai tôi mà thôi. Nhưng chút vốn liếng này đại khái cũng không ăn xài được trong bao lâu. Có được chút danh tiếng ngoài dự tính sau khi chết, tức có thể gọi là "cải tử hoàn sinh", tác phẩm được tái bản và in lại với số lượng lớn, được bày bán đầy mâm đầy bát ở khắp cùng trời cuối đất, hoặc moi được từ trong hộc tủ của tôi ra một tác phẩm cự phách kinh thiên động địa chưa từng phát hành… ha ha! Con trai à, ba hy vọng là con đã chuẩn bị tâm lý, chuyện đó chỉ xảy ra trong tiểu thuyết mà thôi. Nếu như con có khả năng sao chép lại tác phẩm của ba để trục lợi, thì đó là bản lĩnh của con. Nhưng để tốn chút sức lực vô vị này cho việc đó, ba kiến nghị chi bằng con hãy tự mình khai sáng một sự nghiệp mới đi thôi.

Một điều vô vị nữa đó là, di thư viết cho người chấp hành di thư xem, bất luận đó là người nhà, bạn thân, là người làm công tác luật pháp được chỉ định. Tôi đã là một người hoàn toàn không có tài sản gì, mà còn chưa có thứ gì đủ quý giá để truyền lại cho đời sau, cũng sẽ không đến nỗi như những người giàu có kia cần phải mời đến luật sư. Huống hồ, một người gần như là không có gì như tôi, những di nguyện cần chấp hành cũng không nhiều, cũng không phức tạp, chỉ cần nói rõ một cách đơn giản là được rồi. Tôi thử liệt kê chúng ra đây xem sao:

1. Đem bất cứ bộ phận nào còn có thể dùng được trên người hiến tặng cho người cần đến.

2. Tang lễ làm theo cách đơn giản, có nghi thức tôn giáo hay không cũng được, nhưng lời văn điếu nhất thiết không được xài các từ khuôn mẫu như "triết nhân kỳ nuy" , "thiên tang tư văn" , "lưu phương bách thế" , "an tức chủ hoài" , từ duy nhất mà tôi muốn dùng đó là bốn chữ "tung lãng đại hóa" . Còn về liễn văn, nếu các bạn văn khảng khái tặng cho, nội dung có như thế nào thì tôi cũng đều rất vui vẻ nhận. Nếu như không có, cũng không cần phải miễn cưỡng.

3. Để chồn và nhím theo tôi lên đường. Tốt nhất là đặt ở hai bên thi thể trong quan tài, để cho người ta khi nhìn mặt người chết có thể nhìn thấy bộ dạng dễ thương của chúng nó, thêm phần ý vị, giảm bớt sự bi thương và bầu không khí quá nghiêm túc.

4. Nếu có phát nhạc trong tang lễ, có thể chọn đoạn Aria "Erbarme dich, mein Gott" trong tác phẩm *Matthäuspassion* của Bach (lạy Chúa tôi, mong ngài thương xót), tốt nhất là phiên bản do Sir George Solti

hoặc giả là John Eliot Gardiner chỉ huy. Ngoài ra, còn đoạn Aria mở đầu tác phẩm *Golderg Variataions* (bản thu âm năm 1981) của Bach do Glenn Gould chơi.

5. Áp dụng hình thức hỏa táng, tro xương đều rải trên núi (hiện nay được gọi là "chôn cất xanh"), thực hiện nguyện vọng "gửi thân cho núi". Sạch sẽ gọn ghẽ, vui vẻ thoải mái, miễn được cái nạn khổ nhọc của người đời sau phải lên núi cúng bái tảo mộ mỗi năm, đến lúc thì phải đi trong miễn cưỡng, hình thức đơn giản qua loa, không đi thì trong lòng lại bất an. Không đi mà lại không có bất an, thì càng không tốt. Biến mất triệt để, không để lại một chút vết tích gì, chính là kế sách vẹn toàn.

Nói một cách nghiêm túc hơn, di chúc và di thư là hai chuyện khác nhau. Di thư là một khái niệm rộng hơn, trong đó có thể có lời dặn dò (chúc phó), có lời giao phó ủy thác, có chỉ thị, cũng có thể là không. Di chúc là một văn kiện mang tính pháp luật, điều gửi gắm dặn dò là một sự sắp đặt các sự vụ thực tế, không mang tình cảm, hoặc ẩn giấu tình cảm đằng sau những câu chữ. Một bức di chúc thực sự có hiệu lực pháp luật, trong khi lập nên buộc phải có người thứ ba có mặt để làm chứng, sau đó phải đưa cho luật sư cất giữ. Tiếng Anh của di chúc là will, giống với "ý chí". Ý chí của con người luôn luôn là không hề đơn giản, có thể kéo dài đến sau khi người ta chết đi nó vẫn còn có hiệu lực. Nhưng, về chuyện nghĩ quá nhiều cho việc hậu sự của bản thân, quá muốn kéo dài ý chí của mình, có ý đồ muốn khống chế hành vi của người đời sau, hoặc muốn làm chủ cách nhìn của mình đối với người đời sau, kỳ thực cũng là một sự chấp chước vô ích.

Đối với một văn nhân như tôi mà nói, vật chất là thứ yếu, danh tiếng mới là chuyện đáng lưu truyền ngàn đời. Nhưng cái chuyện danh tiếng sau khi chết, đã không phải do mình có thể sắp đặt được, mình càng không thể hưởng thụ được, nó còn dã tràng xe cát biển Đông hơn cả những gì mà khi mình còn sống có thể làm được. Cũng giống như trong *Thần thích* là bài thơ thứ ba của trong *Hình ảnh thần* của Đào

Nguyên Minh có nói: "Lập thiện thường sở hân, thùy đương vi nhữ dự? Thậm niệm thương ngô sinh, chính nghi ủy vận khứ. Tung lãng đại hóa trung, bất hỷ diệc bất cụ, ưng tận tiện tu tận, vô phục độc đa lự." Cũng giống như bài *Tự tế văn* có nói: "Khuếch hề dĩ diệt, khái yên dĩ hà, bất phong bất thụ, nhật nguyệt toại quá. Phỉ quý tiền dự, thục trùng hậu ca? Nhân sinh thực nan, tử như chi hà?" Như vậy thì xem ra, viết di thư gì đó, là có ý muốn bố trí những chuyện hậu sự của mình, rốt cuộc rồi cũng chỉ là những hành động dư thừa mà thôi. Nhưng, viết bức di thư, cũng miễn cưỡng có thể coi như là thực hiện một cuộc chơi đùa với cái chết hơn cả việc viết "thơ tự vãn" của người xưa.

Ngày xưa khi Đào Nguyên Minh sinh đứa con trưởng là Nghiễm, viết bài thơ Mệnh tử, đầu tiên là thuật kể về công đức của tổ tiên gia tộc, sau đó kỳ vọng con trai mình sau này lớn lên có thể thành tài, cũng như nói những lời "đã thấy nó sinh ra, tức muốn nó có được" và "sớm dậy tối ngủ, mong con thành tài". Nói đến cuối cùng, lại thêm một câu là: "Nhĩ chi bất tài, diệc dĩ yên tai." Có nghĩa là: nếu như con thực sự không thành tài, vậy cũng chỉ có thể vậy mà thôi, không có cách nào khác. Ngoài ra ông còn có một bài thơ *Trách tử*, đối đãi với sự bất hiếu của những đứa con trai của mình bằng tấm lòng khoáng đạt:

Bạch phát bị lưỡng mấn,
Cơ phu bất phục thực.
Tuy hữu ngũ nam nhi,
Tổng bất hảo chỉ bút.
A Thư dĩ nhị bát,
Lãn nọa cố vô thất.
A Tuyên hành chí học,
Nhi bất ái văn thuật.
Ung Đoan niên thập tam,

Bất thức lục dữ thất.

Thông Tử thuỳ cửu linh,

Đán mịch lê dữ lật.

Thiên vận cẩu như thử,

Thả tiến bôi trung vật.

Những bậc làm cha làm mẹ nào mà không có sự kỳ vọng ở con trai mình chứ? Nhưng bản tính thiên phú và chí hướng của con trai mình, lại không phải do cha mẹ có thể cưỡng cầu và làm chủ được. Vả lại, thời đại đã khác xa rồi, "mệnh" (ra lệnh, mong muốn) và "trách" (trách cứ) cũng đều có hơi không hợp thời. Nếu như còn có lời gì muốn dặn dò con trai mình nữa, chẳng không phải là bằng bốn chữ "làm người cho tốt" thôi sao. Xem ra thì đơn giản, nhưng thực chất thì cực kỳ thâm diệu. Nhưng tôi cũng không nên cứ lải nhải mãi, để lại cho con trai mình tự nó thấm dần thôi. Cái thứ gọi là "di ngôn", viết đến đây là được rồi.

ĐÊM BÌNH AN

Sau vở hát, tôi len lén lấy khăn giấy lau mắt, nói nhỏ với Quả đang ngồi ở bên cạnh là đợi ở bên ngoài, rồi lên diễn đài để làm lễ hạ màn với thân phận là tác giả nguyên tác. Sau khi bế mạc xong, tôi cùng đạo diễn và các diễn viên lui ra hậu trường khán đài, từ lúc này bắt đầu một cuộc tán thưởng, cảm ơn lẫn nhau và chụp hình lưu niệm. Lăn xả trong một buổi trời, tôi bị gọi ra cửa ra vào nhà hát để ký tặng cho khán giả, chẳng ngờ là đã xếp một hàng mấy chục người, phụ huynh dẫn con cái của họ, trên tay cầm quyển tiểu thuyết nguyên tác mới vừa mua. Tôi không chắc là bọn trẻ con hiểu được bao nhiêu và thích đến mức độ nào về buổi diễn, nhưng ngược lại phụ huynh thì rõ là rất có lòng, cũng hy vọng rằng con mình sẽ học được thứ gì đó từ trong sách. Hầu như tôi lần lượt ký lên trang đầu của quyển sách trong tâm trạng vui vẻ, nhiều lần viết sai tên đối phương vì nghe không rõ lời của bọn trẻ.

Sau khi những người ấy đã giải tán, tôi ngẩng đầu lên trông, đứa con trai vừa cao vừa gầy của tôi vẫn còn đứng ở một góc đằng xa xa, đứng đợi với vẻ chán chường. Mới vừa hôm nào, thằng bé cũng tầm tầm xấp xỉ với những đứa trẻ con lúc nãy, tôi cũng giống như những phụ huynh vừa rồi, đưa nó đi xem biểu diễn trong tâm trạng vui vẻ và kỳ vọng. Lần đầu tiên có lẽ là một đoàn kịch thiếu nhi nước ngoài nổi tiếng tổng hợp các loại hình ảo thuật, tạp kỹ và múa rối quy mô lớn. Những khán giả nhỏ khác coi rất hào hứng vui vẻ, phấn khởi gào thét, còn con trai tôi xem chưa đến đoạn giữa thì đã ngủ mất rồi, vả lại còn ngủ rất ngon lành mãi cho đến kết thúc. Điều này không thể không nói là một cú đấm nho nhỏ cho người lần đầu tiên làm cha như tôi.

Khi cùng nhau bước xuống cầu thang đến sảnh lớn, tôi hỏi thằng bé buổi biểu diễn như thế nào. Thằng bé bảo: "Hay lắm". So với lần trước, ca khúc cũng được thêm vào, ca từ cũng phong phú, cách diễn dịch của diễn viên cũng có tiến bộ. Con thêm điểm cho! Một dáng vẻ chỗ nào cũng chỉn chu, đột nhiên chủ để thay đổi, nói: "Nhưng ba thì quá đáng! Phải trừ điểm!"

Tôi không muốn phải khơi dậy tranh luận một lần nữa, giơ ra một nhánh ô liu và nói: "Bắt xe buýt đi Yuen Long ăn tối chịu không? Hôm nay là đêm bình an, dắt con đi ăn một bữa đại tiệc Noel!"

Thằng bé không dễ mắc lừa như vậy đâu, trả lời một cách lãnh đạm rằng:

- Tuyến số 53 nửa tiếng mới có một chuyến. Vừa mới chạy qua một chuyến, đợi tới chuyến tiếp theo thì thật là lãng phí thời gian.

- Không có tuyến xe buýt nào khác à?

- Tới giờ mới chịu bắt xe buýt thì còn ý nghĩa gì nữa? Hay là bắt MRT đi.

Con trai tôi để xuất một phương án tiện lợi hơn, không có lý do gì để tôi không chấp nhận. Về phía vợ tôi thì đã thỏa thuận từ sớm rồi, sau khi cô ấy kết thúc công việc sẽ đến Yuen Long, gặp nhau ở quảng trường mua sắm mới mở. Tôi gửi cho cô ấy một tin nhắn, xác nhận khoảng tám giờ rưỡi thì chúng tôi sẽ đến nơi.

Trạm MRT không xa, ở ngay đối diện với đại giáo đường Đồn Môn. Chúng tôi xuống cầu vượt trên không, tìm sân ga chính xác trong màn đêm u tối. Tôi nhíu hai mắt lại nhìn bản đồ các tuyến đường năm màu bảy sắc trên bản thông tin, Quả bảo: "Không cần xem nữa đâu, ngồi tuyến số 614 có thể đến thẳng Yuen Long."

Đột nhiên, chiếc 614 tới ngay trạm. Chỉ có một toa tàu, thân xe màu trắng, có những lằn ngang màu xanh, tím đậm và tím nhạt, phía trên cửa sổ xe màu đỏ; khác với loại hai toa xe, thân xe màu xám bạc, cửa xe màu đỏ, viền khung cửa sổ màu xanh lam. Một phản xạ có điều kiện của tôi là xem phản ứng của Quả, trông thấy nét mặt của nó không có gì khác lạ, bước chân đã di động về hướng xe, bèn đoán rằng chiếc xe này chắc là phù hợp yêu cầu. Bước lên toa xe thì không có chỗ ngồi kề nhau. Vừa ngồi xuống chưa được mấy giây, thằng bé vội vàng bắt đầu chủ đề ức chế suốt trong lòng, rằng:

- Ba có lý do gì để không bắt xe buýt lúc đến?

- Ba đã nói rất nhiều lần, hôm nay ba không khỏe, không muốn bắt xe buýt.

- Trông ba đâu có giống không khỏe? Giờ nhìn ba có vẻ hoàn toàn không có chuyện gì cả.

- Tại ba căng thẳng bởi buổi diễn thôi mà! Đó là vở cải biên từ tác phẩm của ba! Cũng giống như là một tác phẩm của mình vậy. Giờ hoàn thành suôn sẻ rồi, cuối cùng cũng thả lỏng ra được.

- Căng thẳng đến như vậy sao? Con cũng không hiểu là có gì để căng thẳng nữa.

- Con không hiểu được, thì ba cũng hết cách.

- Nhưng lúc đó chiếc 216 đã đến ngay trước mặt ba rồi, chỉ cần lập tức lên xe, sẽ nhanh chóng tới ngay điểm đến, sao lúc đó mới chịu rời đi? Hành động như thế hoàn toàn không hợp lý.

- Ba có cảm giác rất ức chế với chuyện xe buýt này. Ba biết là khi ba bước lên đó rồi, tâm trạng sẽ rất là khó chịu.

- Có gì để khó chịu chứ? Đó là một chiếc xe buýt rất đặc biệt, số lượng ít ỏi, bình thường cũng rất hiếm khi thấy, chỉ tìm thấy ở 216. Đó là một cơ hội ngàn năm có một mà! Như vậy thì ba cũng không hiểu được thế nào là trân trọng.

- Thưa quý ngài! Ngài là fan nghiện xe buýt, còn tôi thì không. Thứ mà ngài cảm thấy quý giá, đối với tôi mà nói thì không có chút ý nghĩa gì. Đối với tôi lúc bấy giờ, điều quan trọng nhất là sự bình tĩnh và nhanh chóng đến địa điểm.

- Ba vốn dĩ không hiểu được việc phải tôn trọng xe buýt!

- Xe buýt chỉ là một phương tiện giao thông, có gì để tôn trọng hay không tôn trọng chứ? Ba không có thành kiến thù địch gì với xe buýt, nhưng cũng không có cảm giác đặc biệt tốt gì. Tất cả đều chỉ là nhu cầu lúc bấy giờ thôi.

- Nhưng xe buýt lúc đó hoàn toàn phù hợp với yêu cầu của ba, vừa nhanh chóng vừa tiện lợi, vả lại nó còn là một kiểu kinh điển nữa.

- Con lại vậy nữa rồi! Ba không có hứng thú gì với kiểu dáng của nó cả. Chính là con khiến cho ba cảm thấy phải chịu một áp lực lớn khi bắt xe buýt, bởi vậy mà ba mới không cách nào để thuyết phục mình bước lên xe buýt cả.

- Sao lại bị áp lực nhỉ? Chiếc xe buýt ấy rất thoải mái mà! Bởi vì con biết chiếc xe buýt ấy tốt như thế nào, hiếm thấy như thế nào, mới mong rằng ba cũng có cơ hội mà hưởng thụ, thử cho biết nó. Tại sao ba không cho mình cơ hội chứ?

- Ôi chao ôi! Cảm ơn con nhiều nhé! Nhưng ba không cần thử cho biết. Kể từ khi con được vài tuổi cho đến nay, ba đã từng theo con đi vô số chiếc xe buýt rồi! Về mặt này với một người làm ba như ba thì đã đủ nhân hết nghĩa rồi! Giờ đây con đã to xác, có thể tự mình đón xe, không cần phải đến người lớn theo cùng, vậy là điều rất tốt! Con thích chọn tuyến đường nào, chọn kiểu nào, con hoàn toàn có sự tự do của con, không ai can thiệp đến con. Nếu như con gặp phải chiếc xe mà mình thích, thật lòng ba mừng thay cho con. Nhưng xin con đừng ép buộc ba phải theo con đối mặt với những thử thách như vậy nữa. Sức chịu đựng về tinh thần của ba đã đến giới hạn cực điểm của nó rồi.

- Con có ép buộc gì ba đâu chứ? Chỉ là con muốn chia sẻ với ba về sự yêu thích của con đối với xe buýt mà thôi!

- Được rồi, được rồi! Ba hiểu ý tốt của con, nhưng mà, xin thứ lỗi là ba không thể thưởng thức cái hay của xe buýt giống như con. Cũng giống như việc ba không cách nào khiến con thích đọc sách, thích viết lách, thích văn học được vậy!

Con trai tôi trở nên im lặng, không đáp lại lời nào. Tôi có hơi kích động, không kiềm nổi mà to tiếng, bảo:

- Con có biết vở kịch lúc nãy nói về điều gì không? Con có biết hoàn cảnh sáng tác quyển sách ấy của ba không? Thời gian ba viết quyển sách ấy, cách hai năm trước khi con ra đời. Lúc đó ba nghĩ rằng, nếu như ba được làm ba, có một đứa con gái, ba sẽ làm sao để con bé biết được cái hay cái đẹp của việc viết lách, biết được điểm tốt của văn học. Ba sẽ đem hết những gì mà ba thích nhất, coi trọng nhất chia sẻ cho con bé, hy vọng con bé sẽ yêu thích, cũng sẽ coi trọng nó. Thế là xong, kết quả ba đẻ ra một đứa con trai. Đó cũng chẳng phải là vấn đề gì khẩn trương cả. Nhưng, đứa con trai này của ba ngược lại không một chút hứng thú gì với tất cả những gì mà ba coi trọng nhất, trân quý nhất. Lúc nào ba cũng muốn chia sẻ với thằng bé, nhưng nó không có một chút động tĩnh nào. Thế là, rốt cuộc rồi ba cũng hiểu ra, ba không thể cưỡng ép thằng bé thích những gì mà mình yêu thích. Thôi được! Thế thì cứ để cho thằng bé tự do lựa chọn thôi! Nó thích xe buýt, không thích văn học cũng không sao. Ba không thể ép nó coi trọng văn học, cũng giống như việc con không thể ép ba coi trọng xe buýt. Chính là chuyện đơn giản như thế đó!

Quả tỏ vẻ vỡ lẽ ra, nói:

- Thì ra là vậy đó sao? Thì ra cuốn sách này ba viết có ý nghĩa như vậy sao? Trước giờ con cũng chưa từng biết! Đến bây giờ con mới biết, thì ra ba cảm thấy thất vọng về con đến như vậy!

"Thất vọng" là một từ mà tôi luôn luôn bảo với chính mình là không được dùng. Nhưng, ngược lại bây giờ chính do thằng bé nói ra trực tiếp. Việc này khiến cho tôi cảm thấy đau lòng. Tôi thử giải thích rằng:

- Ba không cảm thấy thất vọng về con, chỉ là không như mong muốn mà thôi.

Tôi không biết cách nói này có gì khác nhau. May mà Quả không đào sâu thêm nữa, chỉ là hình như nghĩ thấu đáo điều gì đó vậy, nói chốt lại thì:

Thì ra những gì mà chúng tôi coi trọng lại khác nhau đến vậy. Người này không biết tại sao người kia lại thích văn học, cũng giống như người kia không biết tại sao người này lại yêu thích xe buýt. Xem ra, chúng tôi mãi mãi không thể hiểu được đối phương.

Có lẽ là như vậy. Nhưng cho dù có không hiểu nhau, cũng có thể tôn trọng sự lựa chọn của đối phương mà! Đây mới đúng là tôn trọng thực sự!

Tôn trọng sự khác biệt của người khác so với mình?

Không thể hiểu được nhau, cũng chỉ có thể là như vậy thôi.

Tâm trạng của Quả hình như ổn định lại. Trong khi toa của chiếc MRT lắc lư sang trái sang phải, chúng tôi ngồi đến trạm cuối Yuen Long trong sự trầm mặc không lời nói nào.

Vợ tôi đã tìm được vị trí ở một nhà hàng Bắc Âu. Bên ngoài cửa kính to là những chiếc xe qua lại trên con đường trọng điểm giao thông. Các loại xe buýt rọi đèn đẹp đẽ đang qua lại chằng chịt trên đường, nói thật thì trông cũng rất khả quan. Con trai tôi vừa ngồi xuống, đã không nhịn nổi phải kể sự kiện 216 hồi trưa này cho mẹ nghe, đồng thời không ngừng kể tội tôi. Sự hòa giải khó thể có được ở trên MRT lúc nãy hình như đã bị xô ngã ngay tức khắc, nhưng tôi đã không có sự bất an bồng bột nữa. Dù sao thì thằng bé cũng là con trai thân thiết của tôi. Tôi đổi sang cặp kính lão, chầm chậm xem thực đơn, cảm thấy combo Noel của tiệm này rất đặc sắc. Vợ tôi vừa nghe sự tố cáo của con trai, vừa an ủi nó bằng nụ cười. Tuy là không nhắc lại những nghi ngờ và bất mãn đối với tôi, nhưng mùi thuốc súng ở trong đó đã yếu đi rất nhiều. Một hồi lâu, thậm chí còn bốc mùi thú vị của một vở kịch vui nữa.

Sau bữa cơm chúng tôi đón xe buýt. Trước tiên là bắt tuyến 276 từ Yuen Long đến Thượng Thủy, rồi đổi sang tuyến 279X từ Thượng Thủy về Fanling. Chuyến đi không sóng gió gì nổi lên cả, vẫn có thể coi là vừa ý.

Về đến nhà, con trai tôi gào lên rằng phải treo vớ Noel đằng trước cửa sổ. Một đứa mười lăm tuổi rồi đấy, ấy vậy mà vẫn tin có chuyện ông già Noel trao quà. Nó không biết rằng, quà hằng năm là do tôi lén bỏ vào trong vớ. Cũng chẳng phải thằng bé không nghi ngờ như thế, nhưng lần nào tôi cũng luôn miệng phủ nhận. Vợ tôi nhắc nhở thằng bé rằng: Con không còn là một đứa trẻ nữa, năm nay ông già Noel sẽ không tới đâu. Ông ấy còn có nhiều đứa trẻ khác thực sự cần sự chăm sóc nữa.

Nửa đêm tỉnh dậy, sớm hơn thời gian đã cài đặt báo thức. Tôi mò mẫm xuống giường, trước tiên là đi vệ sinh, sau đó lấy hộp quà từ trong hộc tủ ra. Nhẹ nhàng mở cửa phòng của con trai tôi, bước từng bước nhè nhẹ, thò tay ra ngoài cửa sổ, bỏ món đồ đã chuẩn bị trước vào trong chiếc vớ. Thằng bé ngoan như một đứa bé ngủ say, không hề phát giác điều gì. Tôi rón ra rón rén bước về phòng ngủ của mình, nằm xuống bên cạnh vợ tôi, thở một hơi, chìm dần vào trong giấc mơ.

Món quà năm nay của ông già Noel là gì vậy? Là mô hình thu nhỏ chiếc xe buýt hai tầng màu đỏ.

Con gái của Descartes

Khi Descartes bước vào phòng, nhìn thấy chính mình trong gương. Trước tiên Descartes ở trong gương hơi lùi lại ra phía sau một cách như phản xạ có điều kiện, sau khi định thần lại, hai mép miệng có hơi trễ xuống, dường như đang vội vã bỏ đi, thì lại quay đầu đứng yên, nhìn chằm chằm vào chính mình đang đứng ở ngay cửa phòng, như thể đang kình địch với một người có ý thù hằn vậy.

Trong căn phòng u tối thắp hai ngọn nến, một ngọn ở trên bàn làm việc, một ngọn trên một chiếc tủ thấp, vừa đủ rọi sáng bên trái mặt của người trong gương. Trên người của người ấy mặc một chiếc áo khoác đen, để lộ chiếc cổ áo sơ mi màu trắng với chiếc bâu lớn lật xuống dưới, tay trái đang ôm chiếc mũ rộng vành đen vừa mới cởi xuống. Một mái tóc đen không dày dặn ở trên đầu, hai bên được uốn cong đổ lơ thơ trên vai. Đôi chân mày điểm sương và bộ ria trên môi, ngược lại cho thấy một độ tuổi đã không còn trẻ nữa. Một chiếc mũi chim ưng cong hết sức thần thái, có thể bù đắp cho bọng mắt phù húp và ánh mắt mệt mỏi. Dáng vẻ xem ra có chút hài hước, quả nhiên là giống với bức chân dung được vẽ trong tình trạng không mong muốn hồi trước. Ông cũng không nhịn được mà cười trong khổ não.

Descartes đến gần gương hơn một chút, xốc mớ tóc ở hai bên mặt và bộ ria mép lại mà so, nói lầm bầm rằng: "Có vẻ nên đổi một bộ tóc giả có màu nhạt hơn một chút rồi. Kể từ khi tuổi quá bốn mươi, vì tóc ngày càng thưa thớt và bạc dần, cũng vì muốn giữ ấm trong mùa đông, mà lúc nào ông ta cũng đội tóc giả, và thay đổi định kỳ cho hợp với màu sắc của bộ râu và chân mày. Tóc giả đều là hàng thượng hạng được mua từ Paris về, về mặt này ông rất mực chú trọng. Nhưng về chuyện ăn mặc và trang điểm, thì ngược lại ông hoàn toàn không chăm chút. Tạm trú gần hai mươi năm ở The United Provinces, nếu như không mở miệng ra nói thứ tiếng Hà Lan mang chút khẩu âm tiếng Pháp, thì hoàn toàn không thể nhận ra ông là người Pháp.

Hôm nay quả thực về rất trễ. Rõ ràng là đã bảo rất nhiều lần, sáng sớm hôm sau phải lên thuyền, ngược lại thì bạn bè cứ níu kéo không chịu buông ông ra, uống hết ly này đến ly khác ở quán rượu, sau đó cả đám còn kéo nhau ra bến tàu mà hóng gió. Thực sự là hết chịu nổi, mệt đến độ hiện giờ đầu óc ông vẫn còn căng thẳng quay cuồng. May mà thằng nhóc Schluter không lười nhác, nó không những ở đó suốt, đợi cho đến khi ông quay về thì nhanh chóng mở cửa, không làm ồn đến chủ nhà, còn lập tức chạy lên phòng ngủ trên lầu thắp nến cho ông. Ban đầu ông mượn Picot thằng bé người Đức này để làm người hầu, nghe nói hình như thằng bé có vẻ hơi không chịu đi đến Thụy Điển xa xôi. Nhưng mà, xem ra trong hai ba hôm nay, thằng bé cũng rất trung thành tận tâm. Vấn đề theo hầu đã có thể yên tâm được.

Descartes tháo chiếc mũ xuống, ngồi vào bàn làm việc, nhẹ nhàng vươn giãn lưng ra. Bất giác quay đầu lại nhìn vào chiếc gương. Từ góc này, ông đã không còn nhìn thấy hình ảnh phản chiếu của mình nữa. Sau đó, với tư thế có hơi gượng gạo, ông nhìn quanh căn phòng ngủ này một lần nữa, trong lòng có suy nghĩ, trước đó mình đã ở đây bao nhiêu năm rồi. Có lẽ đã mười lăm năm rồi thì phải. Đây là phòng khách trong căn hộ của một người bạn buôn bán sách tên là Thomas Sergeant. Sự bài trí bàn làm việc, tủ áo và giường ngủ, vẫn hoàn toàn giống như năm ấy, chỉ là không biết tại vì sao lại đặt một chiếc gương ở ngay trên vách tường đối diện cửa ra vào, giống như một vật được đặt tùy tiện ở vị trí ấy rồi sau đó quên bẵng đi mất, nhưng cũng có vẻ như là có cố tình ý đồ gì đó vậy. Sergeant biết là Descartes sắp đến Amsterdam vài ngày, nên kiên quyết mời ông một lần nữa đến ở trong căn phòng này. Thịnh tình khó chối từ, Descartes bèn đồng ý. Nhưng, không biết tại làm sao, vừa bước vào phòng, bỗng dưng ông cảm thấy có hơi hối hận. Có lẽ, cũng chưa đến mức nghiêm trọng như là hối hận, nhưng nói đúng hơn là trong người cảm thấy không được thoải mái. Nhưng mà, cũng được thôi, dù sao thì ngày mai cũng sẽ phải khởi hành đi rồi.

Tuy có cảm giác hai mí mắt nặng trĩu, đầu cũng hơi nhức, nhưng Descartes lại không cảm giác buồn ngủ. Chắc không phải là đang cảm thấy căng thẳng vì chuyến đi biển đâu? Ông đưa mắt kiểm tra lại tình trạng của đống hành lý một chút. Hai chiếc rương da đựng quần áo chống lạnh và một số vật phẩm hằng ngày đã đặt trước tủ áo một cách chỉnh tề ngay ngắn, bên cạnh chiếc giường máng một bộ đồ để sáng sớm ngày mai thay ra mà đi. Kể từ lúc trưởng thành ông đã bắt đầu rời khỏi quê nhà, sống một cuộc sống ly hương ở nước ngoài, mang vác đồ đạc nhẹ nhàng đã trở thành thói quen. Chỉ nói riêng ở Hà Lan thôi, cũng không biết là đã dời bao nhiêu chỗ ở, trong những năm gần đây càng lúc ông càng cảm thấy áp lực và mệt mỏi với việc đi lại, năm ngoái quay về Paris một chuyến thì tinh thần lại thêm bất ổn, ở đó không bao lâu thì bồn chồn có ý muốn quay trở lại thị trấn nhỏ hẻo lánh ở miền Bắc Hà Lan. Vài hôm trước, khi rời khỏi Egmond là nơi mình đã sống gần năm năm trời, trong lòng Descartes lại cảm thấy giống như mình đang vĩnh biệt cuộc sống thanh tịnh nhàn du vậy, một niềm nuối tiếc vô vàn . Để nảy sinh ra cảm giác lưu luyến như thế này, có lẽ đó là trạng thái bởi vì bản thân ông đã bước vào tuổi xế chiều. Nghĩ đến đó thì ông cảm thấy hết sức không vui.

Trước khi lên đường, ông đã viết thư cho Picot ở Paris, dặn dò nếu như ông gặp phải điều gì bất trắc trong chuyến đi Thụy Điển này, xin Picot hãy thay mặt ông lo chuyện hậu sự về pháp luật và tài sản ở nước Pháp. Sau đó, ông đặc biệt đi về phía Nam tới Leiden, ủy thác một chiếc hộp da cho một người bạn thân đã nhiều năm là Cornelius van Hogelande . Trong đó chủ yếu là một ít bản thảo viết tay và những thư từ của người khác viết cho ông. Ông nói với Cornelius van Hogelande với vẻ thận trọng, nếu như không may ông thiệt mạng, nhờ Cornelius van Hogelande hãy đốt hết những thư từ, ngoại trừ có một bức thư ở trong đó nhất định phải giữ lại. Đó là một bức thư đầy ác ý của kẻ đối đầu với mình lúc bấy giờ, một nhà thần học phái Calvin, Gisberttus Voetius thuộc đại học Utrecht viết cho linh mục Marin Mersenne ở Paris, đó là bằng chứng tố cáo ông ta vu khống Descartes là kẻ vô thần luận. Cho dù những tranh luận của ông với Gisbertus Voetius có vẻ như đã bình ổn, nhưng ông cảm thấy cần phải giữ lại bức thư này để làm chứng cứ lịch sử, để người đời sau biết được sự bỉ ổi của con người này. Nhưng mà rồi, cuối cùng ông cũng đã nói thêm với Cornelius van Hogelande rằng: "Theo nhận định của anh, nếu anh cho rằng những bức thư nào có giá trị cần được giữ lại, thì cũng có thể không cần phải đốt đi." Người bạn cũ nghe xong, bèn gật đầu với ông bằng vẻ hiểu ý.

Descartes mang tâm trạng đi chết ấy khởi hành đến Stockholm. Trong mắt của một số bạn bè không nhạy cảm, tâm thái ấy của ông kỳ thực là có hơi phô trương và buồn cười. Bloemaert là người mà trước giờ với tính tình và hành động không hề có chút gì giống với một linh mục, lại bảo Descartes chỉ nói những lời bóng gió. Rõ ràng là Descartes được nữ hoàng Christina của Thụy Điển thỉnh mời với nhiều vàng bạc, trở thành thầy hướng dẫn triết học cá nhân tôn quý của bà, quả thực là ông đã tìm thấy một ngọn núi dựa dẫm được đắp bằng vàng, sao ông lại mang một vẻ mặt sầu não như đang đi ra pháp trường vậy chứ ? Có sự hậu thuẫn của người tán thưởng và trợ giúp lớn mạnh này, sau này khi công bố học thuyết sẽ không còn phải sợ bị sự công phá của những người đối địch. Trong lòng Descartes nghĩ, đầu óc của thằng cha này quả là có hơi đơn giản. Nhưng mà, sau bao lần lẩn tránh và dây dưa, tại sao ông ta lại quyết định nhận lời mời, đến cả bản thân Descartes cũng không rõ lắm.

Đến cái hôm một ngày trước khi Descartes lên đường, Cornelius van Hogelande và Jean Gillot từ Leiden đến Amsterdam, cùng với một số người bạn ở nơi ấy tiễn biệt ông . Nào ngờ sáng sớm hôm đó, Descartes vẫn còn đang ngáy ngủ ở trên giường (những năm gần đây ông có thói quen ngủ đến gần trưa), cũng không cần người hầu Schluter thông báo một tiếng nào, Augustine Bloemaert với thân hình béo núc ních cứ đột ngột xông vào, kéo Descartes vẫn còn đang trong giấc mộng dậy, bảo rằng muốn đưa ông đi vẽ chân dung. Từ trước đến giờ Descartes cũng chưa từng vẽ chân dung, cũng không có hứng thú gì đối với hội họa, nhưng Augustine Bloemaert lại bảo rằng đã mời được một bậc thầy lớn về môn vẽ chân dung thời bấy giờ là Frans Hals, khó khăn lắm mới hẹn được thời gian, không thể không đi. Với thái độ không một chút gì là bằng lòng, Descartes thay quần áo, theo người bạn nhiệt tình quá độ kia lên xe ngựa đi Halen. Nghe bảo Frans Hals chưa từng rời khỏi Halen, nếu như muốn vẽ chân dung, buộc người ta phải đến phòng vẽ tranh của ông. Descartes nghĩ bụng, danh họa của một trường phái lớn, để xem thử coi ông là thần thánh phương nào đây.

Mất hơn nửa ngày trời để đi từ Amsterdam đến Halen, rồi lại từ Halen quay về Amsterdam, để có được một bức chân dung mà Descartes cho rằng như một kép hát. Lão già Frans Hals ấy như một thầy lang dạo không muốn tốn nhiều nước bọt, hoặc giả như một con điếm bị đơ vì phải tiếp quá nhiều khách, với bút pháp thành thục gần như là sơ sài, vẽ qua loa một bức chân dung cho một người Pháp được giới thiệu là một nhà triết học vĩ đại nhất thời bấy giờ. Tổng cộng cũng chỉ mất khoảng hơn một giờ đồng hồ. Cầm xem bức chân dung với kích cỡ không lớn và được vẽ trên một tấm gỗ, ngay lập tức Descartes cảm thấy dở khóc dở cười. Đây chẳng phải là một bức tranh vẽ trên tường của một đứa trẻ sao? Tóc tai thì như bị gió tung hất rối bời, hai mắt thì vừa to vừa húp trông như mắt ếch, chân mày cong dựng lên như một con trâu nhỏ, cặp ria mép ở trên môi rõ ràng như là kết quả của một trò đùa gian ác, nhìn tổng thể thì hoàn toàn giống với một kẻ điên đầu óc có vấn đề. Ông cũng lười để ý đến việc Augustine Bloemaert đã trả cho nhà đại danh họa kia bao nhiêu tiền, cũng không buồn nhìn lại một lần nữa cái thứ miệt thị ác ý kia. Nào ngờ trong buổi tiệc đưa tiễn buổi tối, vị linh mục béo ấy lại đem bức chân dung ra cho bạn bè thưởng thức, mọi người lại khen nức khen nở, kêu to lên rằng đã bắt được cái thần thái của đại triết gia, quả nhiên là bút pháp của danh họa, thậm chí còn cao hơn một cấp so với người đồng hành Hà Lan là Rembrandt. Trong sự huyên náo của nhiều người, Descartes không nói một tiếng nào, tự mình uống lấy ly rượu nhạt.

Điều kỳ lạ là, giờ nghĩ lại, bức chân dung sơ sài kia lại vô cùng giống với hình ảnh của mình nhìn thấy ở trong gương khi bước vào cửa. Sau đó, ông lại nhớ ra, lần đầu tiên vẽ chân dung trong đời, lại có chút gì đó cảm giác giống như di ảnh. Rồi không tránh khỏi việc phải nghĩ đến, một trăm năm, hai trăm năm, thậm chí là mấy trăm năm sau, nếu người trong tương lai vẫn biết đến cống hiến triết học của Descartes, có thể nào sẽ lấy bức chân dung hài hước này để kỷ niệm hình ảnh của ông? Nghĩ đến đó ông bèn có hơi hối hận, giống như bất cẩn để lại một vết nhơ trong suốt một đời huy hoàng của mình vậy.

Descartes tiếp tục ngồi ở trước bàn làm việc, hai cùi chỏ chống lên mặt bàn, ông lấy hai lòng bàn tay xoa nhè nhẹ hai mắt. Trong tầm nhìn u tối, hiện ra một vệt sáng màu sắc chập choạng lẩn khuất. Đây là một hiện tượng kỳ dị mà từ nhỏ ông đã lưu ý. Tại sao khi nhắm mắt lại thì sẽ thấy được nhiều màu sắc trong bóng tối? Điều đó hoàn toàn nhất trí với nhân thể luận mà ông đưa ra. Thị giác không hề giống như Aristos và những nhà triết học kinh viện kia nói, được tạo ra từ một vài "hình tượng" bay qua bay lại trong không trung rồi lọt vào mắt chúng ta. Những gì mà mắt tiếp nhận được chỉ là một vài kích thích cảm quang của tia sáng và màu sắc, truyền những thông tin kích thích này đến não bộ, qua xử lý ở đó, những gì xuất hiện ra được gọi là hình ảnh thị giác. Do đó, cho dù có nhắm hai mắt lại, thì dây thần kinh nội bộ của nhãn cầu vẫn sẽ tiếp nhận kích thích yếu ớt, rồi gây ra phản ứng tựa như nhìn thấy màu sắc. Ông mở hai mắt ra, tay trái vỗ lên lòng bàn tay phải, nghĩ bụng: "Nhất định phải bổ sung điểm này vào Luận về con người!"

Đó là một tiểu luận được viết từ mười sáu năm trước, cùng với bản thảo nói về vật lý học Luận về ánh sáng, hiện giờ chúng được cất trong chiếc hộp da cũ kỹ trên bàn làm việc. Trong tư duy kết cấu ban đầu nhất, hai tiểu luận này lần lượt thuộc về phần thứ nhất và phần thứ hai trong tác phẩm Thế giới. Ban đầu, Descartes hết sức tự tin, tác phẩm triết học về tự nhiên này sẽ làm nên tên tuổi cho ông, chấn động cả thế giới, nhưng ngược lại do ông biết được vì tác phẩm Cuộc đối thoại có liên quan đến hai hệ thống thế giới lớn mà Galilei đã bị tòa thẩm giáo La Mã khiển trách và lục soát cấm túc, thì lập tức ông ngưng lại việc sáng tác, đồng thời bỏ đi ý định xuất bản. Thậm chí ông còn nghĩ đến việc thiêu hủy bản thảo, cuối cùng ông quyết định cất lại một cách cẩn thận và bí mật. Nhiều năm trôi qua, bất luận bạn bè trong giới học thuật có khuyên nhủ và dụ dỗ ông như thế nào, thì ông cũng từ chối công bố nó. Đây là quyển sách mà ông từng nói với Merlin rằng, "đã cất giữ ở một nơi mà sau khi chết một trăm năm cũng không ai có thể tìm ra được". Một phần nội dung của tác phẩm Luận về con người, sau đó lần lượt cũng được công bố bằng nhiều hình thức khác nhau, nhưng tác phẩm Thế giới đồng ý với thuyết nhật tâm, đến ngày nay vẫn là điều cấm kỵ không thể công khai. Trừ phi một ngày nào đó Galilei được bình an trở lại. Hồi còn trẻ, Descartes đã từng dốc hết sức để nghiên cứu hiện tượng khoa học tự nhiên, để tránh né những đàn áp của tôn giáo, sau đó ông chuyển sang nói về thần học và siêu hình học với giá trị không lớn, đúng là không thể nào ngờ được. Chẳng lẽ phát hiện quan trọng nhất, công sức quan trọng nhất mà mình đã làm cả một đời, lại uổng phí đến như vậy sao?

Kể từ năm năm trước, ông đã hùng hồn mạnh mẽ xuất bản tác phẩm Nguyên lý triết học với mong muốn là nó có thể thay thế triết học kinh viện, và trở thành sách giáo khoa ở nhà trường, nhưng lại gặp phải sự lãnh đạm thờ ơ của giáo hội Dòng Tên và những nhà thần học Sorbonne ở nước Pháp, nên động lực để viết lách của ông đã giảm xuống rất nhiều. Có một dạo, thậm chí ông còn cảm thấy sau này mình cũng không nên viết bất cứ thứ gì nữa. Trong khi ông chưa đến tuổi năm mươi, muốn có được thành tựu trong giới tư tưởng lúc bấy giờ, ông đã cảm thấy có hơi chạnh lòng thoái dạ. Tuy ông có đầy ắp lòng tin với tác phẩm Thế giới, nhưng lại không hạ được quyết tâm liều mạng một phen, chẳng cần phải lo đến an nguy và danh tiếng. Ông không muốn làm người tuẫn đạo cho chân lý, nhưng việc chờ đợi trong một thời gian dài đằng đẵng đã khiến cho ý chí của ông càng ngày càng tiêu mòn đi. Những điều có được lớn nhất trong những ngày gần đây, chính là việc ông đã nói đến tính chất passions của linh hồn, và những vấn đề có liên quan giữa thể xác và linh hồn, trong những bức thư qua lại và những cuộc trò chuyện với công chúa Elisabeth. May nhờ những câu hỏi nhức nhối của cô công chúa trẻ tuổi thông minh lanh lợi hơn người này, mà Descartes đã dần chỉnh lý ra một bộ lý luận có liên quan đến passions, đồng thời viết cho công chúa một bản sơ thảo. Cũng vì nhìn thấy được bản sơ thảo này, mà nữ hoàng Thụy Điển là Christina mới cảm thấy hứng thú với triết học Descartes, đồng thời nhiều lần mời ông đích thân đến để thăm hỏi.

Trong ngày đầu tiên ông đến Amsterdam, Descartes bèn đi tìm nhà in Louis Elzevier, thương lượng về việc xuất bản tác phẩm mới của mình là Những đam mê của linh hồn (Les Passions de l'Âme). Bản sơ thảo đã chỉnh lý hoàn thành vào mùa Xuân năm ấy, nếu không có gì bất trắc, sẽ được in xong vào tháng 11, đồng thời sẽ được bán công khai ở Hà Lan. Đến lúc đó cũng sẽ gửi bản mẫu đến Stockholm cho tác giả. Louis Elzevier cũng đồng ý sẽ gửi một phần sách thành phẩm đến Paris, đổi một tờ bìa khác, để Henri Le Gras ở nơi đó xuất bản. Sau khi xác nhận việc sắp xếp của quyển sách, Descartes như đặt được một hòn đá lớn ở trong lòng xuống. Ngoài việc chứng minh rằng mình vẫn có thể viết sách và sáng tạo học thuyết ra, nói không chừng nghiên cứu của mình cũng tìm thấy cơ hội đổi đời trong môi trường mới, dưới sự ủng hộ của người tán thưởng trợ giúp mới, vật lý học của ông cũng có thể sẽ có một ngày nhìn được thế giới. Nghĩ như thế, tâm trạng cũng không còn thấy đau buồn thê lương gì nữa cả.

Descartes vẫn cứ ngồi bất động ở trước bàn làm việc, xoa vào chiếc bụng no căng với vẻ thẫn thờ. Tối nay đã ăn nhiều một cách không kiểm soát được, rồi lại uống nhiều nữa. Ông nhớ lại trong khi thảo luận với công chúa Elisabeth về passions, ông đã từng đưa ra lập luận về việc khi tâm trạng không tốt, thì ngược lại cảm giác thèm ăn sẽ tăng lên. Lúc đó công chúa bèn chất vấn rằng, với trường hợp của bản thân bà thì ngược lại. Nếu như lập luận của ông không sai, lẽ nào bản thân mình hiện giờ đang rơi vào cảm xúc bi thương, do đó gây ra tình trạng mạch máu hoạt động quá độ, kích thích dạ dày và đường ruột hấp thu quá độ?

Thực ra là ông đã muốn về nghỉ ngơi từ sớm. Khi bước ra từ quán rượu, Gillot đề nghị ra bến tàu để đi dạo, thổi bay mùi rượu. Chẳng biết tại vì sao, đứng ở đầu đường với vài người bạn ít ỏi cả đời, trong đầu bỗng nổi lên ý nghĩ vĩnh biệt, bèn theo ý của họ. Cả bọn vừa đi vừa hát, Bloemaert còn hát to lên, rõ là trong bộ dạng của một hòa thượng rượu thịt. Ngẩng đầu nhìn lên trời, có thể trông thấy sao lấp lánh trải khắp bầu trời. Ở góc dưới thấp đằng Đông có một ngôi sao to, không nhấp nháy, với mắt thường cũng có thể nhận thấy đó là hành tinh. Đám người ngà ngà say ấy bèn tranh luận chí chóe với nhau đó là sao Hỏa, sao Mộc, hay là sao Thổ. Descartes nghĩ, màu sắc của ngôi sao ấy không hề nghiêng về màu đỏ, cũng không có hình bầu dục, diện tích thì rất to, nhất định là sao Mộc. Van Hogelande nói một cách tiếc nuối rằng: "Nếu có kính viễn vọng của Galilei ở đây thì tốt." Descartes từng viết thư hỏi linh mục Merlin, có phải kính viễn vọng của Galilei có thể nhìn thấy mặt trăng của sao Mộc không? Nghe nói chiếc kính viễn vọng này lúc bấy giờ rơi vào tay đối thủ quyết tử của Descartes là Pierre Gassendi. Vào năm ngoái, khi còn ở Paris, Descartes bị một người thứ ba kéo đi gặp Pierre Gassendi, có thể nói là đã hòa giải với thằng cha này rồi. Lúc bấy giờ, lão cáo già này lại không chủ động đem kính viễn vọng ra cho Descartes chiêm ngưỡng, ông cũng chẳng màng hạ mình nhẹ giọng mở miệng ra hỏi, cuối cùng thì đã bỏ lỡ cơ hội hiếm có này.

Đến bến tàu, nào ngờ giữa đêm hôm khuya khoắt thế này mà lại ồn ào náo nhiệt như ban ngày, tàu thuyền đậu đầy dưới bến, hàng hóa lên xuống không ngớt. Quả nhiên Amsterdam không hổ danh là khu hoạt động kinh tế mới nổi của châu Âu. Thấy một đám người họ mải ngẩng đầu nhìn lên bầu trời đêm chỉ chỉ trỏ trỏ, có một thủy thủ nói bằng tiếng Hà Lan, ngày mai Bắc Hải sẽ có bão lớn. Thấy sắc trời trong trẻo như thế này, mọi người đều không tin, nhưng ngược lại thì chàng thủy thủ ấy lại nói với vẻ rất chắc chắn, thậm chí do phán đoán chuyên nghiệp của mình bị ngờ hoặc nên hắn có hơi cáu giận. Những người say sưa ấy cũng không ngừng mồm mép, thốt ra lời cười nhạo, đôi bên suýt chút đã ra tay đánh nhau một trận ra trò. Descartes đứng bên cạnh, trong lòng bỗng trầm ngâm xuống. Cảnh tượng tai nạn trên biển bỗng hiện lên trong trí não của ông.

Descartes ngồi trước bàn làm việc vùi mặt mình vào đôi lòng bàn tay, có ý muốn chế ngự cơn lo sợ về chuyến hàng hải này. Sự lo sợ này chưa từng xảy ra trước đó. Ngoài việc lo lắng sẽ gặp tai nạn trên biển ra, thì còn bởi mùa đông giá rét ở quốc gia phía Bắc, mà hễ nghĩ đến thôi thì Descartes đã run rẩy cả người. Ông thò tay lấy chiếc hộp da ở trên bàn, mở ra, moi ra xấp thư từ trong đó. Đó là những thư từ mà công chúa Elisabeth đã viết gửi cho ông trong vòng bảy năm qua. Ông mang tất cả chúng theo bên mình, như thể nó là món đồ hộ thân gì đó vậy. Ngoài thư từ của công chúa, tác phẩm Thế giới và những bản thảo chưa hoàn thành khác, trong hành lý chỉ có vài quyển sách, Descartes lại không thích đọc sách. Ông tình nguyện ngao du khắp nơi, quan sát thế giới, hoặc ngồi một mình và suy nghĩ, nghiên cứu vấn đề bằng lý tính của bản thân mình. Tám chín phần mười sách vở trên thế giới này không những không có tác dụng, thậm chí còn có hại chứ chẳng có ích gì. Sau khi trở thành một nhà triết học có chút ít danh tiếng, không đọc sách đã trở thành thói quen của ông. Những tác phẩm học thuật mà người ta gửi tặng cho ông, phần lớn ông còn chẳng thèm nhìn tới, hoặc giả chỉ là lật xem qua, rồi phủ định nó hoàn toàn. Do đó trong nhà ông hầu như không có giữ sách vở gì, trong những chuyến lữ hành thì ông càng không mang theo sách. Lần này ông đến sống ở Thụy Điển, vì lo sợ về sự buồn chán tẻ nhạt của mùa Đông khắc nghiệt, có thể nói là mang vài quyển sách theo dùng để giải buồn, nhưng toàn là những trước tác của người xưa. Trong đó có một quyển Luận về cuộc sống hoàn hảo của Lucius Annaeus Seneca tuy là nội dung chả là gì, nhưng vì nó là quyển sách mà trước đây ông đã giới thiệu cho công chúa Elisabeth, do đó ông mới mang theo, làm một sự gửi gắm tinh thần.

Có ai đó gõ nhè nhẹ lên cửa. Descartes chợt tỉnh lại từ trong suy nghĩ vẩn vơ. Bên ngoài cánh cửa vọng vào một giọng tiếng Pháp mang âm hưởng tiếng Đức của Schluter, hỏi khe khẽ rằng:

- Thưa ông, ông vẫn chưa ngủ sao? Ngày mai phải lên đường từ rất sớm đấy ạ!

Descartes ghìm thấp giọng lại nói:

- Ta còn chút việc cần phải xử lý. Cậu ngủ trước đi!

- Ông không có dặn dò gì khác nữa sao?

- Không!

- Dạ được, thưa ông!

Cùng với tiếng bước chân rón rén ấy ra đi, ánh sáng rọi vào từ khe cửa cũng tắt lịm.

Descartes còn việc gì cần phải xử lý chứ? Bản thân ông cũng không biết nữa. Mấy ngày hôm nay, lúc nào cũng có ý nghĩ rằng có cần phải viết một bức thư cho công chúa Elisabeth trước khi lên tàu không. Tuy trước đó đã thông báo cho bà biết quyết định của mình sẽ tới Thụy Điển, cũng nhận được sự chấp nhận hào phóng của bà, nhưng tâm trạng lúc nào cũng có hơi bấn loạn cân nhắc. Quả thật công chúa sẽ không sinh lòng đố kỵ bởi ông đã từng theo nữ hoàng Chrsitina chứ? Vả lại năm ngoái công chúa đã từng thể hiện, bản thân bà từng vì tiền đồ của gia tộc mà nghĩ đến việc đích thân đến Thụy Điển một chuyến, để chiếm được sự ủng hộ của nữ hoàng. Sau đó vì hành trình trắc trở vô vàn nên đã hủy bỏ. Giữa bà và hoàng thất Thụy Điển, có lẽ đã có một mối quan hệ phức tạp khó thể hình dung được. Hiện giờ, rốt cuộc là công chúa đang ở Crossan hay là ở Berlin? Lần cuối cùng gặp mặt công chúa là vào tháng 8 của ba năm về trước, khi bà bị buộc phải rời khỏi Den Haag. Công chúa Elisabeth tội nghiệp, phụ thân bà đã thất bại trong sự tranh đoạt vương vị của đế quốc La Mã thần thánh, sau đó đã tử trận ở sa trường, bỏ lại các thành viên thân tộc trong vương thất, sau đó mãi trong tình trạng lưu linh thất sở, gửi thân nơi nhà người. Cái gọi là thân phận vương tộc, chỉ là một cái danh hư ảo, kỳ thực là cuộc sống cơ hàn, nhưng về mặt lễ nghi vẫn phải giữ cho được thể diện, tâm trạng khó lòng mà biết được. Thêm chuyện tháng 2 năm nay, chú của bà là Barles đệ nhất quốc vương nước England, vì thua trong cuộc nội chiến mà rơi vào cảnh bị chém đầu công khai, đối với công chúa mà nói đó chắc chắn cũng là một cú sốc khó thể chịu được. Trong lúc bà cần sự cổ vũ về tinh thần nhất này, sự kết giao nhiều năm của người vừa là thầy vừa là bạn Descartes, lại theo một vị nữ hoàng Thụy Điển hiển hách hơn mà còn trẻ trung hơn nữa, điều này có thể không khiến cho Elisabeth cảm thấy chua xót trong lòng sao? Đương nhiên, tâm trạng như thế chắc chắn bà sẽ không thể hiện ra bên ngoài, và muôn phần chúc phúc cho chuyến đi này của Descartes. Descartes cảm thấy, trước lúc lên đường mình buộc phải thể hiện một chút tâm ý với công chúa, hoặc thể hiện một chút ẩn ý khiến cho bà khoan dung.

Trên bàn làm việc đã đặt giấy viết thư, bút lông ngỗng và mực mà ông dùng mấy hôm nay. Descartes sắp xếp lại nến và góc độ của giấy viết thư, cầm bút lên, chấm mực, người khom về phía trước, phục lên bàn, nheo đôi mắt lại, bắt đầu viết một bức thư:

Thưa bà,

Kể từ tháng trước viết thư gửi đến điện hạ, tôi chưa nhận được phúc đáp của Bà, lòng rất lo lắng là trong quá trình đưa thư đã xảy ra bất trắc, hoặc vì những ngày bôn ba gần đây của tôi đã để lỡ mất, trong lòng luôn cảm thấy bất an, chỉ e có gì đó thất lễ với chỉ thị của điện hạ. Tuy đã bẩm báo với điện hạ về hành trình đi Thụy Điển của tôi, nhưng đến lúc sắp lên đường vẫn mong muốn nói rõ với Bà một lần nữa, tôi không hề quên đi sự tín nhiệm và sự quan tâm của Bà đến tôi, đồng thời cảm kích lòng khảng khái độ lượng của Bà, đã cổ vũ tôi tiếp tục tìm tòi cơ hội nghiên cứu học vấn. Vì vậy, tôi nhất định phải đền đáp ân huệ nhiều năm của điện hạ bằng thành quả trác việt. Vị nữ hoàng mà tôi sắp sửa yết kiến có tố chất nổi tiếng thông minh hiếu học, cũng có tài năng trị vì việc cơ mật quốc gia. Tôi hy vọng chuyến đi này có thể dốc hết sức lực để cống hiến sự phục vụ của tôi cho nữ hoàng, đặc biệt là chia sẻ lý luận có liên quan đến passions mà điện hạ đã khởi phát và hoàn thiện. Vì vậy điện hạ sẽ luôn được khắc ghi trong mọi ngôn hành của tôi, là một ngọn đèn soi sáng cổ vũ những lúc nguy nan và khi lầm đường lạc lối của tôi, giúp tôi vượt qua những nguy hiểm trở ngại của chuyến đi và những thử thách ở quốc gia phía Bắc. Cũng như lời hứa của tôi trong bức thư lần trước, nếu như điện hạ có giao tiếp với nữ hoàng trong việc tiếp giúp sự vụ an khang của gia tộc, và tôi có thể dốc hết sức lực với thân phận nhỏ bé ở đây, xin bà đừng ngại bởi cá tính ôn hậu và lòng yêu thương bảo vệ đối với thần dân, mà ngần ngại ra lệnh có liên quan cho tôi. Vì phúc lành của điện hạ và thân tộc của Ngài, tôi vui vẻ trung thành ra sức lớn nhất, cho dù có tan da nát thịt cũng không dám từ nan.

Về thời hạn chuyến đi Thụy Điển này, kỳ thực cho đến lúc này đây vẫn chưa có một kế hoạch cố định, tất cả mọi thứ cũng chỉ đợi xem tình hình thực tế sau khi đến nơi, đặc biệt là phụng sự của tôi có thể dâng ra cho nữ hoàng, có hiệu quả không, có hữu dụng không và có phù hợp với yêu cầu của bà không. Do đó vẫn tồn tại một khả năng là sau mùa Đông kết thúc cuộc thăm hỏi và tạm biệt nữ hoàng, rồi nhân mùa đầu Xuân mà quay trở về phương Nam. Đến lúc đó nếu như thời cơ thích hợp, hoặc có thể suy nghĩ đến việc tiện đường đi Đan Mạch, sẽ gặp mặt điện hạ trên đường qua Berlin, để đáp lại cái tình ba năm không gặp, và lãnh huấn thị của đích thân Bà. Còn một chuyện luôn luôn mắc ở trong lòng tôi là bệnh tình sức khỏe của điện hạ, cũng hy vọng có thể đích thân tiến hành chẩn đoán cho Bà, đưa ra phương án hữu hiệu có thể khiến cho bà khôi phục lại sức khỏe. Tôi chẳng hề lo lắng và đem những chủ đề nói trên tỏ rõ cách nghĩ của tôi cho điện hạ, vì đối với đối tượng mà tôi có trách nhiệm thể hiện sự tôn sùng, tôi tuyệt đối không thể mang bất cứ một ý đồ riêng tư gì. Con đường công chính và thành thực là một sự khẳng định và hữu dụng nhất, đây chính là cách ngôn mà tôi luôn luôn giữ chặt lấy. Do đó, cho dù những gì mà tôi viết ở trên đây có bị người khác đọc được, hoặc giả rơi vào trong tay của một kẻ có lòng bất chính, tôi cũng không sợ nó sẽ dẫn đến một sự ngộ nhận ác ý nào, hoặc khiến cho người ta hiểu lầm chức trách hoàn toàn trung thành của tôi, và sự thể hiện không hề giấu giếm.

Kẻ nô bộc thấp hèn và phục tùng nhất của điện hạ!

Descartes

Descartes cầm bức thư lên, đưa đến gần ngọn nến và đọc lại một lần, cảm thấy rất hài lòng, bèn viết lại một bản gốc một cách nghiêm chỉnh nội dung ấy. Sau đó, xếp bức thư sắp sửa được gửi đi ấy, đặt vào trong phong bì, bức còn lại được cất vào trong tập hồ sơ chuyên để cất giữ bản gốc. Ông xoa nhẹ nhẹ hai mắt đang mơ hồ, nghĩ ra việc gì đó, bèn cầm bút bắt đầu viết một lá thư khác.

Linh mục tôn kính,

Đã lâu không liên lạc, hình như tôi vẫn chưa cho ngài hay, hiện giờ tôi đang ở Amsterdam, ngày mai đã phải lên tàu, lên đường đi Stockholm. Trong chuyến đi này chưa biết là kiết hay là hung, khiến tôi lo âu. Vừa rồi thủy thủ ở bến tàu có nói, ngày mai Bắc Hải sẽ có gió lớn. Cho dù có may mắn vượt qua nạn biển, cũng chưa biết được rằng mình có thể vượt qua được mùa Đông u ám và dai dẳng của Thụy Điển hay không.

Cuộc đời tôi sợ nhất là lạnh, nhưng cứ phải đi đến vùng đất lạnh giá nhất trên thế giới, bản thân mình cũng cảm thấy khó mà hiểu được. Nếu quả thật tôi bỏ mình không còn quay trở lại được, danh tiếng của tôi sau khi chết phải nhờ đến ngài bảo vệ. Với sự giao du rộng rãi của ngài trong giới tôn giáo và giới triết học, mọi người đều sẽ tôn trọng suy nghĩ của ngài. Những kẻ địch về luận thuyết tân giáo đồ của tôi ở Hà Lan ấy, ngài không cần phải để ý đến họ. Điều quan trọng hàng đầu là phải xác lập địa vị của tôi ở trong nội bộ nước Pháp. Pierre Gassendi có thể coi như là đã hòa giải với tôi rồi, có lẽ nên tranh thủ lấy sự ủng hộ của ông ta. Nhưng tên Roberval đã không có trình độ lại còn ngu muội ngu dốt ấy, cho dù thế nào đi nữa thì tôi cũng sẽ không tha thứ cho ông ta. Câu nói này cho dù có được công bố ra ngoài cũng không hề gì. Những linh mục dòng Tên kia, tuy lúc nào cũng thờ ơ lãnh đạm với tôi, hoặc giả chẳng màng để ý đến những phát ngôn kiến tạo của tôi đi nữa, nhưng cũng chưa đến nỗi thể hiện thái độ đối địch. Rốt cuộc tôi cũng chỉ là một sinh viên tốt nghiệp từ trường La Flèche, vẫn phải giữ mối quan hệ lễ độ với các vị linh mục trưởng bối. Chắc chắn họ là những đối tượng có thể tranh thủ được. Ngài biết rất rõ, mục tiêu của tôi là thuyết phục được họ để đưa tác phẩm Nguyên lý triết học vào giáo trình của nhà trường, thay thế môn triết học kinh viện đã quá lỗi thời và hoàn toàn không qua nghiệm chứng.

Cho dù tôi hết mực coi trọng, nhưng đã trải qua mười sáu năm trở lại đây môn vật lý học vẫn không thấy được bầu trời, cho dù tôi không còn sống trên đời này nữa, cũng phải suy nghĩ cẩn trọng có nên công bố nó hay không? Điều đó không chỉ liên quan đến vấn đề an nguy của bản thân tác giả, mà còn là vấn đề thời cơ. Nếu như công bố nó trong thời khắc không thích đáng, có thể dẫn đến những ngộ nhận nghiêm trọng, kéo đến sự công kích ác ý, ngược lại nó không có lợi cho sự phát hiện chân lý. Do đó, cho dù không đợi được ngày bình an quay trở lại của Galilei, trong tình huống lý tưởng nhất là khi học thuyết của tôi được truyền bá rộng rãi, có được một số lượng người theo đuổi nhất định, xây dựng được một thực lực nhất định trong giới học thuật, mới được xuất bản một cách chính thức, khi đó sẽ đạt được hiệu quả và lợi ích lớn nhất.

Xin Ngài hãy yên tâm, bản thảo Thế giới tôi đang giữ bên người. Trừ phi ý trời muốn tôi chôn thân ở giữa biển khơi, không thì cho dù tôi có gặp phải tình huống bất trắc gì đi nữa, ngài Pierre Banut sẽ tìm thấy nó trong đống di vật của tôi, đồng thời sẽ giữ kỹ nó. Còn về sắp xếp cụ thể như thế nào, tới lúc đó các Ngài hãy thương lượng lại với nhau nhé. Nói đến Banut, Ngài ấy hiện giờ vẫn còn đang ở Paris chứ? Sở dĩ tôi quyết định mạo hiểm bản thân mình, hoàn toàn đều do những lời đường mật của ngài ấy, đem những tư chất và thành ý của vị nữ hoàng Thụy Điển này nói một cách đẹp đẽ mỹ miều. Nhưng đến khi tôi khởi hành, thì ông ấy lại không ở Stockholm. Nghe nói ông ấy sắp sửa được thăng lên chức đại sứ đóng tại Thụy Điển chính thức ngay thôi. Xin hãy chuyển lời cho ngài ấy rằng hãy mau mau quay lại Thụy Điển, tôi không muốn trước khi ngài ấy đến nhậm chức thì tôi đã chết mất tiêu rồi. Ít nhất là trước khi chết tôi cũng phải bóp chết Ngài ấy cho hả cơn giận. Ngoài ra, cũng xin chuyển lời tới ngài Blaise Pascal , thí nghiệm đo sự biến đổi áp suất không khí ở những vĩ độ khác nhau như đã hứa, nếu như tôi có thể may mắn sống sót được ở Thụy Điển, tôi sẽ tiếp tục thử đo đạc những số liệu có liên quan.

Người bạn trung thực của ngài.

Đúng lúc Descartes định đặt bút ký tên mình, đột nhiên ông dừng lại, ngòi bút lơ lửng ở lưng chừng, thậm chí bàn tay cầm bút đã bắt đầu run. Ông nói lầm bầm một cách không tự nhận thức được rằng:

- Trời ạ! Tôi đang làm gì thế này? Tôi đang viết thư cho ai đây? Chẳng phải người tu sĩ hội Minimes này đã qua đời hồi năm ngoái rồi sao? Tại sao tôi lại quên cả việc này chứ? Lại còn viết thư cho một người đã mất nữa! Đầu óc của tôi đã xảy ra vấn đề gì vậy?

Descartes ném bút xuống, dùng hai tay ôm lấy đầu, ấn hết sức, như thể muốn cố định lại những gì đang vận hành không bình thường ở trong đầu mình. Nhưng chứng nhức đầu của ông chỉ càng lúc một dữ dỗi hơn, không có dấu hiệu thuyên giảm. Ông chụp lấy bức thư vừa mới viết xong, đọc lại một lần với nét mặt ngớ ngẩn, đột nhiên vò mãnh liệt tờ giấy ấy thành một cục, ném đùa ném đại nó vào trong màn đêm u tối phía sau lưng, giống như là làm thế sẽ có thể đặt cơn ác mộng ấy ra khỏi đầu vậy. Cánh tay phải quơ ra phía sau vẫn còn chưa kịp xuôi về lại chỗ cũ, thì ông đã nghe thấy một âm thanh phát ra từ đằng xa phía sau lưng.

- Ây da!

Descartes xuôi tay xuống, không một chút cử động, chuyên chú lắng nghe. Ông cảm thấy hình như có tiếng cọ sát nhè nhẹ của váy và áo ở phía sau lưng mình, sau đó là tiếng của một đứa con gái nhỏ, nói:

- Ba, ba không được vứt đồ đạc bừa bãi như vậy chứ!

Ông có hơi không tin vào tai của mình, nhưng cũng không thể cưỡng được mà quay đầu lại để xác nhận. Ông thấy một bé gái khoảng chừng năm tuổi người mặc một chiếc váy màu nhàn nhạt đang ngồi bên cạnh giường ngủ, trên đầu là mái tóc đen dài được uốn cong xòa tới vai, một đôi mắt to và lanh lợi long lanh trong màn đêm, hai chân không mang giày cũng không mang vớ đang thòng xuống không chạm đất, để lộ ra những ngón chân nhỏ như hạt đậu, đu đưa nhè nhẹ trong không trung. Descartes hoảng hốt không nói nên lời. Đứa bé gái cố ý ra vẻ không vui, bảo rằng:

- Ba, ba đã quên con nhanh đến thế sao?

- … Francine !

Một cái tên được bật thốt ra từ đôi môi đang run rẩy của Descartes.

- Ba, chúng ta đã không gặp nhau bao nhiêu năm rồi nhỉ? Khoảng chín năm rồi thì phải!

- Chín năm… là chín năm không sai…

- Cũng có nghĩa là, con vốn cũng đã được mười bốn tuổi rồi.

- Mười bốn… mười bốn tuổi rồi…

Descartes hoảng hốt quay người đi, hai tay chống xuống bàn làm việc, vừa lắc đầu, vừa nói lầm bầm rằng:

- Mình điên rồi chăng? Đầu tiên là mình viết thư cho một người đã chết, sau đó thì trông thấy đứa con gái đã qua đời! Mình cũng đã chết rồi chăng? Hay là tối nay đã uống quá nhiều rượu, say đến nỗi tinh thần bấn loạn?

Hình như đứa bé gái ấy biết được suy nghĩ trong đầu của Descartes, bèn thốt lên:

- Không có đâu! Ba hãy tự mình kiểm tra thử coi. Lập luận "tôi tư duy tức là tôi tồn tại" mà chính ba đã nêu ra.

Descartes quay đầu lại, con bé vẫn còn ở đấy, mỉm cười với ông.

- Tôi tư duy… tức là tôi tồn tại?

- Là một câu nói nổi tiếng của ba đó mà!

Descartes cúi đầu xuống nhìn đôi tay đang rộng mở của mình, rồi xoay đầu sang nhìn ngọn nến một cái, sau đó quay lại nhìn về phía cô bé ở trên giường, nói lầm bầm rằng:

- Đôi tay này, ánh lửa này, thậm chí đứa con gái đang ở trước mắt ấy, có lẽ cũng là ảo ảnh. Nhưng mà, bất luận là đang mơ, ảo giác, hay là trò đùa ác ý của thần linh, thì thực chất là ta đang tư duy đây. Ta đang tư duy, do đó ta đang tồn tại.

- Đây là sự việc rõ ràng và có thể phân biệt được chính xác. - Đứa bé gái tiếp lời vào.

Descartes vẫn rơi vào trạng thái nghi hoặc, tiếp tục tư duy bằng cách nói ra thành tiếng:

- Nhưng mà, ta không thể biết đích xác được rằng mình đang tồn tại bằng phương thức như thế nào, vì cảm quan đều là thứ không thể nào dựa dẫm được. Ta chỉ có thể biết chính xác, tư tưởng và linh hồn tồn tại, và nếu tư tưởng và linh hồn có thể chứng minh được sự tồn tại của bản thân mình, thì nó không cần nhờ vào vật chất, do đó nó cũng tồn tại độc lập với cơ thể. Đúng vậy! Đây chính là luận điểm của ta năm xưa.

- Đã như vậy, thì ba không cần phải nghi ngờ chính mình nữa.

- Nhưng mà, còn con? Sao con lại…

- Chẳng phải là ba cũng chủ trương cho rằng linh hồn là bất diệt hay sao?

- Đúng vậy.

- Vậy thì ba cứ coi con như là linh hồn của đứa con gái của ba đi.

- Nhưng ta, một người còn sống, làm sao có thể nhìn thấy được linh hồn của con chứ?

- Cái thứ gọi là linh hồn này, đương nhiên không thể nhìn bằng mắt thường được.

- Bởi vậy là ta đã chết, hoặc là một người sắp chết rồi phải không?

- Ba, đừng có cố chấp thái quá với vấn đề chết chóc nữa đi!

Descartes vừa nói, vừa quan sát tỉ mỉ cảnh tượng kỳ lạ ở trước mắt, đồng thời bạo gan từ từ tiến đến gần đứa con gái, đứng vào vị trí giữa căn phòng. Dưới ánh sáng của ngọn nến, hình ảnh của đứa bé gái càng trở nên rõ ràng hơn. Descartes thử hỏi:

- Chiếc váy trên người con, là màu xanh của nước hồ à? Viền chung quanh cổ áo và tay áo, có tua ren màu trắng…

Đứa bé gái nhún nhún đôi vai, giống như đang khoe những trang sức trên áo mặc trên người, gật đầu nói:

- Đúng vậy! Ba cũng nhớ đúng không? Đây là chiếc váy mà con thích mặc nhất hồi đó!

- Cho nên, con quả thật là Francine? Không phải là do ác quỷ tạo ra để chọc phá hoang tưởng của ta chứ?

- Tại sao con lại chọc phá ba chứ? Ba này! Con đến đây để chia sẻ bớt những ưu phiền với ba thôi mà!

- Francine!

- Nghe thấy ba gọi tên của con, cảm giác thật là ấm áp! Tuy nhiên, là một linh hồn, con không cảm nhận được hơi ấm.

- Francine, xin lỗi con! Trước đây ba đã bỏ mặc con. Thậm chí ba còn nói dối với người ta rằng con là cháu gái của ba.

- Con biết là ba có mặc cảm khó nói của mình.

Descartes nghĩ bụng, cho dù hình ảnh trước mắt mình là thật hay là giả, thì cảm giác cũng không còn đáng sợ như hồi mới đầu, thậm chí còn ngập tràn một sự ấm áp có chút gì đó khó thể tả được. Ông quyết định để mặc cho mình chìm đắm trong trải nghiệm kỳ dị này, quay lại nhấc một chiếc ghế, ngồi ở chỗ đối diện cách cô bé chỉ một cánh tay, nhưng đến lúc này, Descartes vẫn không thể chấp nhận ảo ảnh cô bé này chính là con gái của ông. Nói cho cùng, thì đó cũng chỉ là một ảo ảnh có hình dạng cô con gái của ông mà thôi. Chỉ cần nghe những lời nói của cô bé thành thục đến như vậy, thì không hề giống một Francine chỉ sống đến năm tuổi. Nhưng mà, đúng như cô bé nói, nếu linh hồn là bất diệt, theo cách tính toán của người trên thế gian này, giờ đây cô bé cũng đã mười bốn tuổi rồi. Một bé gái mười bốn tuổi thông minh đĩnh đạc hơn người, cũng chẳng thể nói ra những lời như lúc này được. Vả lại, cô bé ấy còn là một cô con gái của nhà triết học lớn Descartes nữa!

- Ba nhớ căn phòng này không?

Cô bé chợt mở lời trong khi Descartes đang trầm tư. Ông nhìn quanh căn phòng ngủ qua lời gợi ý của cô bé trong vô thức, và không quá để ý đến câu hỏi của con bé.

- Ba và mẹ đã sinh ra con trong căn phòng này thì phải!

Giọng điệu yêu kiều của cô bé, như một tia sét đánh trúng vào tim Descartes. Ngực của ông nghẹn lại đến nỗi không nói được lời nào. Rốt cuộc ông cũng đã thức tỉnh, kể từ khi bắt đầu vào ở trong căn phòng này mấy hôm trước, nguyên nhân của sự không thoải mái trong lòng là gì rồi. Mặc dù có chút hổ thẹn, nhưng ông cũng thử trực tiếp đối mặt với câu hỏi của cô bé. Thấy con bé đang nở một nụ cười hồn nhiên vô tư, một khuôn mặt hơi nghiêng, đợi ông trả lời với dáng vẻ khoan thai chẳng vội.

- Đó là ngày 15 tháng 10 năm 1634.

Cô bé vỗ tay, hân hoan nói:

- Trí nhớ của ba thật là cao siêu!

- Ba có ghi chép lại mà.

- Vậy sinh nhật của con thì sao?

- Ngày 19 tháng 7 năm 1635.

- Quả nhiên chẳng phải là ba không coi trọng con!

Cô bé vui mừng đến nỗi rưng rưng ngấn lệ.

- Khi ấy mẹ là cô hầu gái trong căn phòng này chứ?

- Đúng vây. Khi ấy ba là khách của phòng. Sergeant đã tiếp đãi ba sống ở đây.

- Vậy tại sao ba lại để ý đến mẹ chứ? Lúc đó mẹ đẹp lắm phải không? Hay là có điểm nào đó hấp dẫn ba?

Nhà triết học hít thở sâu một luồng khí, cảm thấy khó xử với câu hỏi này, chần chừ không biết trả lời như thế nào. Lần này con bé có chút hối hả, vội vàng hỏi tiếp:

- Chắc ba không phải là người ưa bẻ hoa bắt bướm ở khắp nơi, sống một cuộc sống phóng đãng đâu ha? Cũng không chỉ đơn thuần là do tẻ nhạt phải không?

Descartes nghĩ bụng, "linh hồn" đứa con gái này chẳng phải gì cũng biết hết sao? Hỏi mình để làm gì chứ? Có phải đang cố ý thăm dò thử mình không? Là muốn đợi cho đến khi mình đưa ra một đáp án không phù hợp, thì lập tức chỉ trích mình, thậm chí là phản công chăng? Descartes bắt đầu cảm thấy cuộc đối thoại dị thường này không dễ ứng phó.

- Nói thực ra thì, đương nhiên, khi Helena còn trẻ có một sức hấp dẫn nhất định. Cô ấy làm việc rất tận tâm và tỉ mỉ, thái độ đối với ba cũng rất ôn tồn và dịu dàng. Có lẽ vì vậy mà ba đã nảy sinh cảm giác tốt với cô ấy. Nhưng cho dù ba là một người đàn ông độc thân, nhưng lại không có quá nhiều kinh nghiệm về mặt này. Con biết đó, kể từ khi trưởng thành là ba đã bắt đầu lập chí nghiên cứu học thuật, tìm kiếm chân lý, do đó trước tuổi bốn mươi, chưa từng có tâm tư suy nghĩ về chuyện kết hôn, tuyệt đối cũng không có cuộc sống phóng đãng gì nữa. Nhưng mà, khi ấy ở trong cùng một phòng với mẹ của con, tuy rằng thân phận khác nhau, nhưng đôi bên thường xuyên tiếp xúc, bèn có chút cảm giác thân mật. Đại khái chuyện là như vậy đó.

Cô bé gật đầu tựa như hài lòng, nhưng Descartes thì cảm thấy hình như vẫn chưa nói đến điểm quan trọng, bèn buộc lòng nói tiếp:

- Vả lại nữa là… Có cần phải nói với con bé việc này không chứ?

- Ba hãy nói hết đi nào, đừng có thấy bề ngoài con còn nhỏ, con đã mười bốn tuổi rồi, cũng đến lúc hiểu được những chuyện về phương diện này rồi mà.

- Được thôi, vậy thì ba thử nói nhé - đây có thể là một đề tài tương đối nghiêm túc đấy! Lúc bấy giờ, ba đang nghiên cứu về vấn đề cấu tạo của cơ thể người, đang lúc khổ não vì không có hiểu biết về các vị trí trên cơ thể của người con gái, lại cảm thấy hết sức hứng thú với chuyện sinh nở giữa nam và nữa, cùng với sự hình thành của thai nhi, thế là ba bèn làm một cuộc thí nghiệm, xảy ra quan hệ với mẹ của con. Thật thiệt thòi cho mẹ con, nhưng đấy là cơ hội duy nhất để ba có thể xâm nhập và quan sát về vấn đề này. Tuy là những tri thức có được vẫn có chút phiến diện, nhưng cũng không ngại ngùng mà không ngừng tiếp tục thí nghiệm. Nào ngờ, trong một lần thử, lại khiến cho cô ấy mang thai. Việc này không thể không nói rằng đó là sự sắp xếp của thượng đế, đương nhiên là ba cũng phải chịu trách nhiệm cho sự việc. Vì vậy mà, sau đó ba liên tục sắp xếp cho hai mẹ con của con, cố gắng hết sức tranh thủ cơ hội gặp mặt mà ở cùng nhau.

- Nhưng tại sao ba lại không kết hôn với mẹ?

- Việc này hả, con còn bé khó mà hiểu được. Đương nhiên là ba biết, con đã "mười bốn tuổi" rồi, nhưng mà, đối với những việc trên thế gian này, con là một linh hồn thuần túy thì vẫn không hiểu hết được đâu. Ba nói với con, thân phận của ba tuy không hề cao quý, nhiều lắm cũng chỉ xuất thân từ gia đình Bourgeoisie, lớn lên sống những ngày tháng nay đây mai đó khắp nơi lan man không mục đích, cuối cùng mới quyết tâm lấy việc nghiên cứu triết học làm sự nghiệp, nhưng so với thân phận người hầu của mẹ con, dù gì đi nữa thì cũng có sự khác biệt về giai cấp. Điều này là không được thừa nhận theo phong tục xã hội. Về mặt kinh tế, ba dựa vào di sản và sự nghiệp của gia đình, tuy là đời sống của bản thân mình không thành vấn đề, nhưng nói đến việc phải chăm lo cho một gia đình, thì quả là một trách nhiệm nặng nề. Huống hồ, về mặt tín ngưỡng tôn giáo, ba là một tín đồ Thiên Chúa giáo La Mã, mẹ của con là tín đồ phái Calvinism Hà Lan, đôi bên cũng có điểm khó mà dung hợp chung với nhau được mà…

- Ba! Nói cho cùng thì kỳ thực ba chỉ lo là hai mẹ con của con sẽ làm trở ngại đến sự tự do nghiên cứu của ba, làm phiền đến cuộc sống ổn định yên tĩnh mà ba coi trọng nhất, hay là liên lụy đến danh tiếng thanh cao của ba chứ gì!

Bị con bé bắn trúng tim đen, Descartes nhất thời không có lời nào để đối phó được. Ông lấy hai tay xoa xoa vò vò khuôn mặt vốn dĩ đã có hơi méo mó của mình trong một lúc, như một kẻ say rượu muốn cố gắng giữ lấy sự tỉnh táo, chớp mắt kịch liệt, lắc lắc cái đầu, sau đó thở một hơi dài, bảo rằng:

- Con gái… Francine… con nói như vậy thực sự làm ba đau lòng quá. Sự việc không phải như vậy! Có thể là khi ấy tuổi con còn quá nhỏ, cho nên không hiểu được tình huống thực sự. Không sai, ba rất coi trọng công việc và cách sống của mình, nhưng ba cũng là một người đàn ông có trách nhiệm. Tuyệt đối ba không vứt bỏ hai mẹ con con mà không lo cho được. Ba đã cố gắng hết khả năng của mình, để chăm sóc cho đời sống của hai mẹ con con. Thậm chí ba còn quyết định, gửi con về quê hương ở nước Pháp, để cho con nhận được một sự giáo dục tốt hơn, để lớn lên con sẽ trở thành một cô gái có trí tuệ và học thức. Nếu chẳng phải con không may mắc phải chứng ban đỏ thì…

Nói đến đấy, Descartes bỗng nghẹn giọng, đến bản thân ông cũng có hơi ngạc nhiên.

- Còn mẹ thì sao? Rốt cuộc từ đầu đến cuối ba cũng không định sẽ cho bà ấy một danh phận người vợ chính thức hả? Bà ấy chỉ là người bạn thí nghiệm khoa học của ba, thậm chí chỉ là công cụ, hoặc là một người chăm sóc cho con gái của ba, một người hầu có quan hệ thân mật. Vốn dĩ ba chưa từng yêu bà ấy!

Đối mặt với những chất vấn của cô con gái, tài biện bạch thường ngày của Descartes hoàn toàn không còn dùng được nữa, chỉ có thể vỗ vào đầu mình như một thằng ngốc, khiến cho mái tóc giả cũng bù xù đi. Cuối cùng, ông không thể không thừa nhận rằng:

- Chuyện yêu này, nói thẳng ra, không phải là sở trường của người ba này.

- Ba, sở trường của ba là hùng biện, hay là ngụy biện!

- Francine! Ba không thể không tin, con thực sự là đứa con gái của ta. Thôi được rồi! Giữa hai cha con chúng ta, thì ba cứ thừa nhận dứt khoát, ba không có tình yêu với mẹ của con. Ba cũng không biết, bản thân mình có tình yêu với bất cứ người phụ nữ nào khác hay không. Nhưng mà, sự quan tâm của ba đối với Helena là chân thành. Ta chấp nhận bảo vệ cô ấy, thậm chí không để cho cô ấy phải chịu những tổn thương của những lời ong tiếng ve. Vì việc này mà ba lúc nào vắt cạn hết tâm sức, mà sắp xếp mọi điều có lợi cho cô ấy. Cho dù đến sau khi con rời khỏi thế gian này. Xin lỗi, nói như thế này ngay trước mặt con thì có hơi kỳ quái, ta cũng luôn luôn trù tính cho tương lai của cô ấy, hy vọng là nhanh chóng để cho cô ấy được ổn định trở lại. Sau khi Helena quay về với cuộc sống tự do, qua lời giới thiệu của ba, cô ấy đã qua lại với Jansz van Wel là người đã mở quán rượu cùng với gia đình mình ở Egmont. Ngoài việc đích thân đảm nhiệm làm người chứng hôn của họ, ba còn chuẩn bị cho cô ấy một món nữ trang hồi môn với danh nghĩa là ba của cô ấy, đảm bảo cho cô ấy có một cuộc sống yên ổn vô lo. Trước lần rời khỏi Egmont này, ba đã đến nhà trọ Hồng Tâm để thăm Helena. Cô ấy giúp việc trong quán rượu của nhà chồng, làm việc vui vẻ, cuộc sống sung túc, còn sinh được một cậu con trai rất dễ thương nữa!

Descartes đã tốn hết nước bọt đến lúc này mới bình tĩnh trở lại được, có vẻ như hơi thở gấp. Con bé cúi đầu xuống, nhẹ nhàng chớp mắt, giống như đã cân bằng được những lời biện giải của cha vừa nói, hạ giọng bảo:

- Vậy thì, coi như con cũng có được một đứa em trai vậy.

Ngọn nến đặt trên đầu tủ đã cháy còn một nửa, còn ngọn nến đặt trên bàn làm việc gần như đã cháy gần hết, phát ra tiếng nổ lách tách, ánh lửa cũng trở nên chập chờn. Ngồi trên ghế, cái bóng của Descartes với cơ thể tầm trung, lắc lư trên người của cô gái không ngừng, cho đến khi đột nhiên biến mất. Ngọn nến ở phía sau lưng cuối cùng cũng tắt lịm. Một mùi khói tàn dư tràn ngập trong không khí.

Tuy là ánh nến đã giảm đi một ngọn, nhưng sự vật trong căn phòng và hình ảnh cô con gái đang ngồi trên giường hình như lại trở nên rõ ràng hơn. Tin chắc là do đồng tử đã mở rộng đến mức lớn nhất, sợi thần kinh trong nhãn cầu cũng tăng cường tương ứng để tạo ra tác dụng tiếp nhận. Những phân tích về quang học thị giác và cấu tạo cơ quan trong cơ thể người diễn ra một cách tự nhiên trong suy nghĩ của Descartes, đến khi cô bé đưa ra một câu hỏi tiếp theo, Descartes quay trở lại hiện thực với trạng thái luống cuống. Cô con gái hỏi với vẻ chắc nịch rằng:

- Ba, vậy ba có tình yêu đối với con không?

- Đương nhiên là có rồi!

Descartes lập tức đưa ra đáp án không một chút thuyết phục.

- Tình yêu là một dạng passion, đúng không?

- Tại sao lại nói như vậy?

- Chẳng phải ba đang chuẩn bị xuất bản một tác phẩm về phương diện này sao?

- Đến việc này mà con cũng biết à?

- Les Passions de l'Âme!

- Sao con biết được?

- Ba nói, linh hồn hoặc tâm hồn có hai loại hành vi chủ động và bị động. Hành vi chủ động được quyết định bởi ý chí gây ra, hành vi bị động thì được phản ứng bởi nhiều loại passions khác nhau tạo ra.

- Đúng, đúng vậy! Năng lực hiểu biết của con tương đối cao.

- Vậy thì, tình yêu chẳng qua chỉ là một dạng passion bị động thôi. Chẳng qua cũng chỉ là một dạng phản ứng máy móc của cơ thể. Là thứ khiến cho mình vui vẻ bởi yêu cầu khát vọng bẩm sinh, là thứ có lợi cho mình, thậm chí là muốn kết hợp với thứ đó thành một thể, khiến cho trái tim đưa ra một loại tinh thần động vật đặc biệt nhất định, tạo ra kích thích đối với thể tùng của não bộ, rồi sinh ra passion tình yêu trong vị trí của linh hồn này. Vì passion bị linh hồn nhận biết được, rồi khởi động phản ứng có liên quan trên cảm quan, để thần kinh của các bộ phận trong cơ thể đưa ra tinh thần động vật có liên quan. Trong quá trình này không nhất định có liên quan đến ý chí, cũng chính là hành vi chủ động của linh hồn. Thậm chí có nhiều khi, passion tình yêu lại xung đột lẫn nhau với action mà ý chí chủ trương, rồi cấu thành hai loại cảm động có sức mạnh tương phản với thể tùng. Đây gọi là sự giằng xé hoặc mâu thuẫn nội tâm.

Với việc cô con gái nhớ vanh vách lý luận vẫn chưa công bố của mình như vậy, vả lại còn diễn giải một cách rõ ràng và có trật tự, Descartes cảm thấy kinh ngạc vô cùng. Nhưng mà, lý tính tự nhiên cho ông biết rằng mình phải giữ bình tĩnh. Bất luận trước mắt mình là một sự dối lừa, một sự hoang tưởng, hay là một hiện tượng nào đó không thể giải thích được, thì trước tiên ông cũng phải đề phòng mình mất đi lý trí và năng lực phán đoán. Thế là, Descartes đáp lời bằng ngữ khí ngợi khen, rằng:

- Đúng vậy, nói rất hay!

- Vậy thì, đó chính là tình yêu của ba đối với con mà ba đã nói sao?

- Chẳng lẽ, như vậy vẫn chưa đủ à?

- Vậy ý chí của ba thì sao? Ba có chủ động hạ quyết tâm để yêu con không? Chẳng phải ba đã từng nói, sự khác nhau giữa tình yêu và dục vọng, là bởi tình yêu là de volonté sao?

Descartes nghĩ bụng, con bé khó đối phó này, quả thật là con gái của mình rồi. Nào ngờ Descartes lại nghĩ đến công chúa Elisabeth, nhớ lại trong những bức thư tự hạ mình về mặt lựa chọn từ ngữ của bà, làm thế nào bằng ngữ khí của một người vô tri, để đặt cho ông từng câu hỏi nhức nhối mà còn chí mạng vĩnh viễn, khiến cho lần nào ông cũng vắt cạn hết trí óc để nghĩ ra một câu trả lời khiến cho bà vừa ý. Trong suốt một đời ông gặp phải vô số những địch thủ lý luận, hết thảy ông đều không để họ vào trong tầm mắt mình. Đối với những kẻ ác độc trong số đó, ông cũng phản công bằng một ngọn gió quét sạch lá rụng một cách không hề nể tình; còn đối với những kẻ ngu ngốc trong số đó, ông không màng biện giải với họ, để tránh tốn công uổng lời. Duy chỉ có công chúa Elisabeth có thể thẳng thắn chỉ ra những sai lầm của ông, hoặc những luận điểm chưa thực sự hoàn thiện của ông, thì ông đều lắng nghe một cách khảng khái, để tâm tiếp nhận, đồng thời tiếp tục đi sâu vào thảo luận với thái độ bình tĩnh ôn hòa và ôn tồn thiện nguyện. Chắc chắn công chúa là người đối thoại lý tưởng nhất mà ông từng gặp qua trong suốt một đời này. Giờ đây, cô con gái ở trước mặt lại cho ông cảm giác vừa ép người nhưng lại ôn tồn ngọt ngào giống như vậy.

- Đúng thế, trong sách ba đã nói như thế.

Descartes chỉ có thể nói ra một câu vô nghĩa mang tính đối phó như vậy, bằng khẩu khí đọc thuộc lòng, cô bé lập tức đọc ra một cách lưu loát:

"Tình yêu của một người cha đối với con cái thuần tuý như vậy, đến nỗi ông ta không hề có dục vọng muốn có được bất cứ thứ gì từ chúng, cũng không hy vọng sở hữu được chúng. Ngược lại, ông ta coi chúng nó là bản thân mình ở một dạng khác, đồng thời mong muốn chúng có được những điều tốt đẹp giống như những điều tốt đẹp của chính mình, thậm chí còn hơn thế nữa. Vì ông ta coi chúng và mình như là một chỉnh thể, và những gì mà bản thân mình chiếm được ở trong đó không phải là phần tốt hơn, do đó ông ta luôn luôn đặt lợi ích của chúng ở trên lợi ích của mình, thậm chí không tiếc phải hy sinh tính mạng của bản thân mình để bảo vệ chúng. "

- Lạy Chúa tôi!

- Ba, đây là phần mà ba nói về tình yêu trong tác phẩm mới của mình. Ba đã lấy tình yêu của một người cha đối với con cái ra làm ví dụ.

- Nhưng mà, con gái! Khi ấy con mắc chứng ban đỏ! Cho dù ba có hy sinh tính mạng của mình cũng không cứu được con!

- Ba hiểu sai rồi! Không phải con trách ba không cứu con.

- Ba cũng không coi thường lợi ích của con mà!

- Ba, ba thử nghĩ coi. Con không có ba mẹ kết hôn chính thức. Thân phận công khai của con là cháu gái của ba. Cho dù con có may mắn không phải bị bệnh mà chết, và quả thật là ba sẽ gửi con về quê hương ở nước Pháp như lời ba đã nói, chẳng qua cũng chỉ là vì ba muốn gửi nuôi con ở trong nhà của người thân, được nhận sự giáo dục cơ sở trong gia đình kiểu con gái. Con sẽ trưởng thành như thế nào vẫn là một con số chưa thể biết được. Nhưng chắc chắn là con không thể đường đường chính chính đứng trước mặt người trên thế gian này, với thân phận là con gái của một nhà triết học vĩ đại nhất lúc bấy giờ, tức là Descartes. Vì con là đứa con gái riêng của ba, con sẽ chỉ là vết nhơ trong cuộc đời của ba. Và trái ngược với những thành tựu và vinh quang mà ba luôn luôn theo đuổi, vết nhơ là con đây vẫn phải sớm được lau sạch đi thì tốt hơn chứ gì.

Descartes đang bị lương tri giày vò một cách nghiêm trọng, hốt hoảng đến nỗi cả người lẫn ghế bật lùi về phía sau một bước, chỉ suýt chút nữa là đổ cả xuống sàn. Ông chợt kêu lên một cách không thể nào kiểm soát được:

- Francine! Đây là sự trả thù! Là sự trả thù của một linh hồn! Là sự trả thù đối với những tội ác mà ta đã phạm phải!

Toàn thân Descartes run lên, hơi thở hổn hển, không còn có thể nào mà nói chuyện đàng hoàng được nữa. Ông biết là mình cần phải chế ngự sự bất ổn trong lòng, không được để cho mình bị đánh gục bởi cảm xúc dồn dập. Chẳng phải là ông luôn luôn nói với công chúa Elisabeth rằng, chỉ cần đối xử với cảm xúc của mình một cách lý tính, trong đầu mình hiện ra những nhận thức hợp lý với sự việc, thì có thể đưa ra passion đúng đắn, để khống chế passion phụ sao? Sau đó, bằng cách gần như tự mình nói lầm bầm, thể hiện quá trình tư biện trong lòng mình ra, cũng không biết có phải là có ý trả lời với người tố cáo không nữa:

Linh hồn trả thù đang ở trước mặt mình hiện giờ, chắc chắn là ảo ảnh được tạo ra bởi passion của mình. Vì tinh thần động vật trước đây đã để lại dấu ấn trong sự kích thích thể tùng của não bộ - ký ức về Helena và đứa con gái, passion vui mừng khi đứa con gái được sinh ra đời và passion đau thương khi nó qua đời chính là lỗ hổng nhỏ bé bị cưỡng ép mở ra được lưu lại trên bề mặt não bộ do vật chất nhỏ bé xuyên qua. Tuy nhiên, phải nói thẳng ra là, cảm giác lúc bấy giờ hình như không đặc biệt mãnh liệt nữa. Trong những năm ấy, là thời kỳ đỉnh cao trong sự nghiệp của ta, sau khi xuất bản quyển Diễn thuyết về phương pháp và ba tiểu luận về khoa học, bận rộn trong việc biện luận với các học giả ở khắp nơi bằng thư từ, trong lúc đứa con gái nhỏ mất đi, chính là lúc ông đang chỉnh lý lại lần cuối cùng tác phẩm *Suy ngẫm về triết học tiên khởi*. Ta lấy đâu ra từng ấy tâm tư và tinh thần, để chìm đắm trong những dao động của cảm xúc nữa chứ? Là một người đàn ông phải ứng phó với hiện thực, đó chẳng phải là cách làm có thể bào chữa sao? Nhưng mà, cũng rất khó nói, trong tình huống mà mình không thể ý thức được, bao việc trải qua ấy để lại những ấn tượng sâu sắc, chính là hình ảnh của lỗ hổng bị đâm xuyên qua trên bề mặt thể tùng. Khi ta quay trở lại căn phòng mà ngày trước đã từng sống, những ấn tượng đã bị vùi sâu này được mở ra và thẩm thấu trở lại bởi tinh thần động vật, khơi dậy những ảo ảnh giống như đang ở trong giấc mơ, tất cả những gì trước mắt chẳng phải là sự thật, mà là sự việc xảy ra ở trong não bộ, ở trong tâm trí. Tất cả đều chỉ là hình ảnh hiển hiện phi vật chất!

Như thể Descartes đang tự mình tranh biện, thỉnh thoảng nhìn sang trái, đôi khi ngó sang phải, đồng thời hai bàn tay mò mẫm trong không trung. Khi có được kết luận cuối cùng, động tác của ông dựng lại, ánh mắt nhìn thẳng vào cô con gái đang ngồi ở trên giường, đưa tay phải về phía cô bé, bảo:

- Francine! Hãy để cho ba xác nhận, rốt cuộc con là người hay là ma nào!

Do lúc nãy chiếc ghế đã bị bật lùi ra phía sau, khoảng cách giờ đây lại không đủ cho Descartes có thể thò tay ra là có thể bắt được cô bé. Với việc chồm người ra đằng trước của ông, cơ thể cũng bắt đầu nhỏm ra khỏi chiếc ghế, tư thế có hơi giống như là đang chộp lấy cô bé. Lúc này, đột nhiên cô con gái lại rụt người ra phía sau một chút, đôi chân co rút lại, cả cơ thể co rúm lên giường, lưng tựa vào vách tường. Descartes chụp hụt, hai tay chống lên cạnh giường, vẫn chưa đến nỗi té ngã xuống sàn, lại vì hai chân đang tê dại, nên không thể không lùi người về phía sau để mò mẫm vị trí của chiếc ghế, rất khó khăn mới có thể ngồi ngay ngắn lại được.

Tuy là cô con gái đã có một phản ứng thoát thân, nhưng trên mặt lại không có chút gì hoảng sợ, mà ngược lại còn để lộ một nụ cười tinh nghịch, như thể đang chơi một trò đuổi bắt với người lớn vậy. Cô bé co hai chân lên ngồi nghiêng người, kéo ngay ngắn lại tà váy, dùng bàn tay vuốt lại cho thẳng thớm những nếp nhăn trên bề mặt chiếc váy. Căn phòng vang lên âm thanh ma sát của vải vóc, như thể nó đang phủi nhè nhẹ lên linh hồn của Descartes. Sự bộp chộp vừa rồi của ông dần dần được vỗ yên. Đôi vai của ông thả lỏng ra, hô hấp cũng bình thường trở lại, lưng tựa yên vào lưng ghế. Cô con gái dừng động tác lại, vừa vuốt ve mớ tóc trên vai, vừa nói:

- Ba, nếu như con là một đứa con trai, ba có yêu con nhiều hơn không?

- Không đâu - ý của ta là, ta sẽ vẫn yêu như là yêu con vậy.

- Tại sao vậy? Chẳng phải đàn ông nào cũng mong muốn có một đứa con trai, để kế thừa tài sản và sự nghiệp của mình, truyền nối huyết mạch của gia tộc mình sao?

- Tiếc là ta không có bao nhiêu tài sản để cho con trai ta kế thừa. Cái gọi là gia đình và gia tộc, cũng không phải là thứ mà ta quan tâm từ trước tới giờ. Thứ còn lâu dài và rộng lớn hơn cả tài sản và huyết thống nữa, đó chính là công lao cống hiến cho lợi ích của nhân loại. Còn về sự nghiệp, ta cho rằng công việc nghiên cứu triết học và khoa học, con gái cũng không hề kém hơn con trai. Thậm chí, vì con gái không bị những độc hại của thứ triết học kinh viện bởi chế độ giáo dục chính thống, nên ngược lại nó càng thích hợp để tiếp nhận sự bồi dưỡng của nền giáo dục kiểu mới, tâm hồn cũng khai phóng hơn với tư tưởng mới. Lấy ví dụ như công chúa Elisabeth mà ta gửi thư qua lại suốt với bà, tuy là bà thường xuyên bảo rằng mình ngu muội vô tri, nhưng trí óc của bà thì cao hơn nhiều nhà được gọi là đại học giả. Nếu như bà ấy không chịu sự ràng buộc bởi thân phận là phái nữ và là thành viên của vương thất, thì bà ấy nhất định có thể đạt được thành tựu trong học thuật.

- Giữa ba và công chúa Elisabeth, chỉ có mối quan hệ thầy trò và bạn bè sao? Chẳng lẽ trong lòng của ba, không có chút gì gọi là yêu bà ấy chăng?

Suýt chút thì Descartes nhảy nhỏm ra khỏi ghế, vội vàng nói với một vẻ trịnh trọng, rằng:

- Con gái nhỏ à! Con có thể nói năng cẩn trọng hơn một chút được không? Con có biết là lời này mà bị truyền ra ngoài, sẽ gây tổn hại bao nhiêu đối với danh tiếng của công chúa không?

- Ô kìa kìa! Quả thật là ba rất bảo vệ công chúa đó!

- Một người tôn quý như công chúa đây, không phải có thể tùy tiện đem ra đùa giỡn được đâu!

Thấy cha quả thực có hơi cáu, cô con gái bèn mím môi lại, không dám nói tiếp chuyện đó nữa. Descartes cũng cảm thấy ngữ khí của mình quả là có hơi nặng nề, ông thả lòng ra, thử đổi một khuôn mặt của một người cha hiền từ, bảo:

- Francine thân yêu, tuy rằng khi con sinh ra đời đã không có phúc phần hưởng được địa vị tôn quý của công chúa, nhưng đối với ta mà nói, thì con mãi mãi là cô công chúa của ta. Với sự thông minh và trí tuệ của con thừa hưởng từ ta, được sự dạy dỗ tận tâm của ta, lớn lên con nhất định sẽ trở thành một cô gái kiệt xuất không thua kém gì với công chúa Elisabeth trên mặt học thức.

- Nhưng mà, ba đừng có quên rằng, con đã chết.

Nào ngờ rảo quanh một vòng lớn, rồi cũng quay về với sự thật vô tình này. Descartes đành thở một hơi dài, tâm trạng cũng trùng xuống. Ông đành phải nói một cách miễn cưỡng rằng:

- Vậy thì, Francine, bây giờ con bảo ba phải cư xử với con như thế nào đây? Coi con như là một người còn sống thực sự, hay là một ảo ảnh đã qua đời chứ? Hay đó là một linh hồn bất diệt, tuy là ta luôn luôn tin tưởng, nhưng khi tận mắt nhìn thấy thì lại có cảm giác không thể nào ngờ được.

Trông thấy dáng vẻ khốn đốn của ba mình, cô bé chồm người về đằng trước một chút, ngồi vào giữa chiếc giường, hỏi han với vẻ ân cần:

- Ba, ba hà tất phải phân biệt thật giả để làm gì chứ? Ba cứ coi con như là một fable đi nào!

- Fable?

- Chẳng phải chính ba đã nhiều lần sử dụng cách nói này sao?

- Chính xác là như vậy, nhưng mà…

- Khi ba giải thích vũ trụ được sinh ra như thế nào, ba giả thiết đó chỉ là một fable. Khi ba giải thích cấu tạo của cơ thể người, ba cũng giả thiết đó chỉ là một fable. Cuối cùng thì những fable giả thiết ấy, giống hệt với vũ trụ và cơ thể người trong thực tế. Tại sao lại trùng khớp đến như vậy chứ? Chẳng qua chỉ là, ba mượn fable để làm cái cớ, để tránh né sự chỉ trích phản bội giáo lý về mặt tôn giáo mà thôi. Ba, ba thực sự là một người biết kể chuyện đấy! Hồi con còn nhỏ, ba có nói về fable cho con nghe không? Hay chỉ là ba rất biết viện cớ mà thôi? Đến nỗi nói về một linh hồn đã dùng hết tất cả các cách để lừa gạt ba, khiến ba hoài nghi về tính chân thực của tất cả sự vật, ba cũng bảo là một fable.

- Nhưng chỉ là ba muốn vận dụng lập luận mang tính giả thiết, để chứng minh sự tồn tại của linh hồn, rồi sau đó chứng minh sự tồn tại của thần linh. Nhưng có một bọn ngu dốt vô tri, ngoan cố bảo rằng ba đang âm thầm đưa ra thuyết hoài nghi và thuyết vô thần. Ta có thể không bị chúng chọc cho tức chết sao?

- Đừng nổi nóng nào, ba! Có thể thấy cái cớ fable không có điểm dùng được mà! Những kẻ muốn công kích ba, sẽ không vì vậy mà thôi công kích ba. Còn ba vì lo sợ sẽ gặp phải những bức hại của tôn giáo, chẳng phải đến fable căn bản nhất ba cũng không dám công bố sao? Cho thấy cái mà fable nói, là chân thực.

- Nhưng mà tòa thánh La Mã luôn luôn nói rằng, chỉ cần là hypothesis chức không phải là demonstration về mặt khoa học, cũng không khiêu khích những tín ngưỡng chân thực được ghi chép trong Kinh thánh, thì đến cả thuyết nhật tâm cũng có thể đưa vào thảo luận.

- Vậy tại sao đến việc nói một cái fable mà ba cũng chần chừ những mười sáu năm trời chứ? Chẳng lẽ trong lòng ba không phải đã hiểu rõ ràng từ sớm, kỳ thực sự tồn tại linh hồn bất diệt, thậm chí là sự tồn tại của thần linh, mới là một fable thực sự sao?

- Francine! Sao con có thể nói ra những lời báng bổ như vậy chứ? Vừa rồi chẳng phải con đã nói, bản thân con là một linh hồn bất diệt đó sao?

- Ba, con đã nói rồi, con là một fable.

- Được rồi, được rồi! Vậy thì con là một fable đi. Là một fable, có thể nói cho ba biết là cảm giác của một linh hồn thuần túy như thế nào không? Ba rất tò mò với điều này.

- Chẳng phải là ba đã biết từ sớm rồi sao? Trong khi ba tổng kết ra "cogito, ergo sum ."

- Chính xác, chính xác. Ta cho rằng đây chính là chứng cứ xác thực, nhưng mà… suy nghĩ như vậy, từ đầu đến cuối tồn tại trong một cơ thể bằng xương bằng thịt, vả lại còn gắn kết chặt chẽ với nó. Sau khi rời bỏ thể xác hoàn toàn, linh hồn hoặc tư tưởng tồn tại độc lập, rốt cuộc sẽ như thế nào? Ba rất muốn biết điều này.

- Gấp gáp làm gì chứ? Sau khi ba chết đi thì ba sẽ biết được thôi.

Descartes giật thót trong lòng, nhưng ngoài mặt vẫn giữ bình tĩnh, bảo rằng:

- Con gái à, ý của con là kỳ hạn chết của ta đã gần kề rồi phải không?

- Con không nói như vậy! Con chỉ là một linh hồn, chứ không phải là thần thánh, làm sao con có thể biết được kỳ hạn chết đã định trong số mạng của ba là lúc nào chứ?

- Vậy thì, ta muốn hỏi một câu, một người bằng xương bằng thịt có thể dựa vào cảm quan của cơ thể để nhận biết được ngoại vật như ta đây, làm sao có thể trông thấy được linh hồn, cũng chính là con, vả lại còn nói chuyện với con nữa chứ?

Cô con gái dẩu môi, lấy ngón tay ấn vào giữa môi, hai con mắt đảo quanh, suy nghĩ một hồi, rồi mới bảo:

- Không phải là ba nhìn thấy con bằng cảm quan của cơ thể ba. Mà chính là linh hồn của ba trực tiếp nhìn thấy được con, một linh hồn khác. Có thể nói là vậy.

- Vậy thì, có thể nói rằng, vốn dĩ là con không ở đó, ngồi ở trên chiếc giường đó, thậm chí còn không ở trong căn phòng này, mà là ở trong linh hồn của ta, hoặc là suy nghĩ của ta chăng?

Lần này cô bé nghiêng mặt, một tay tựa vào má, suy nghĩ cẩn thận rồi bảo:

- Cũng không có lý do gì để không thể nói như vậy.

Descartes gật đầu, rồi thận trọng đưa ra lập luận, bảo rằng:

- Đã là như vậy, nếu như ta đến gần nhìn thấy con như thể đang ngồi trên giường, thò tay ra, thì không thể chạm vào con một cách thực thụ được. Vì con thực sự vốn đã không còn ở trên vị trí vật lý ấy. Đúng vậy không?

Vì vừa nãy đã bị cha có ý muốn bắt lấy, cô bé có ý cảnh giác mà thụt lùi về phía sau, bảo:

- Đúng vậy, nhưng mà cũng không đúng.

- Lời này có nghĩa là gì?

- Là một linh hồn phi vật chất, đương nhiên con không thể bị sờ chạm. Do đó tay của ba sẽ không thể chạm vào "cơ thể" con một cách thực sự được. Nhưng mà, giống như đang ở trong mơ vậy, xảy ra trong linh hồn của ba, hoặc giả là tất cả những gì trong suy nghĩ, cảm giác sẽ giống như thực vậy, do đó, linh hồn của ba, hoặc là vị trí linh hồn của ba, chính là thể tùng, hoặc sẽ phát ra tinh thần động vật, thông qua dây thần kinh để đến được cơ và da trên tay của ba, khiến cho ba có phản ứng cảm quan là đã sờ được vào con. Bởi vậy, khi mà ba thử chạm vào một thứ không thể chạm được là con, thì ba lại sẽ cảm thấy như đã thực sự chạm được vào con vậy.

- Do đó, rốt cuộc cũng không thể nào phân biệt rõ ràng được sao? Không những không thể nhận thức được rõ ràng chân tướng của sự vật bên ngoài, càng không thể nhận rõ được rốt cuộc thì sự vật đang ở bên ngoài hay đang ở bên trong. Là như vậy phải không?

Cô con gái gật gật đầu, nói:

- Đúng thế, ba. Điều duy nhất mà chúng ta có thể biết được chính xác đó là sự tồn tại của bản thân mình. Còn sự tồn tại của người khác hoặc vật khác, mãi mãi bị đặt vào trạng thái tồn nghi. Cơ sở chân lý mà ba đã xác lập, cũng chính là "tôi đang suy nghĩ, đang tồn tại một cách chắc chắn", cũng chỉ là phạm vi duy nhất có thể của chân lý.

Descartes không biết là có phải mình đã bị thuyết phục hay không, nhưng tâm trạng ông lại rơi vào trong tuyệt vọng. Cũng giống như một căn nhà được xây dựng bằng sức lực của cả một cuộc đời và kiên cố vô cùng, cuối cũng đã không chịu nổi một cú hích nhẹ nhàng, bỗng chốc đã sụp đổ.

- Chúng ta chỉ có thể biết được chính xác "bản ngã", nhưng ngược lại không thể nào biết được chính xác "thế giới". Vậy thì, vật lý học của ta, chẳng không phải là công cốc rồi sao?

- Cũng không thể nói như thế được. Tuy chúng ta không thể nào có được tri thức tuyệt đối về thế giới vật lý, nhưng cũng có thể có tri thức tương đối, mang tính giả thiết, có khả năng. Nói cho cùng, mỗi người trong chúng ta, cũng chỉ là một phần tử trong thế giới vật lý rộng lớn vô biên này. Hoặc giả, cũng giống như quan điểm máy móc mà ba đã nêu ra trong tác phẩm Thế giới, cũng xây dựng cơ sở dựa trên sự sinh ra và vận hành của nguyên lý khác nhau. Do đó, nếu chúng ta đặt vấn đề để suy nghĩ theo hướng ngược lại, "linh hồn" hay "tư tưởng" được nói đến trong não bộ của chúng ta, kỳ thực cũng có thể là cả một hiệu ứng vận hành máy móc. Đây chẳng phải là câu hỏi khó, linh hồn phi vật chất làm thế nào có thể thúc đẩy được cơ thể vật chất, mà ngay từ đầu công chúa Elisabeth đã không ngừng hỏi ba sao? Nếu đến bản thân linh hồn, cũng chẳng qua là do hiệu ứng vật chất cấu tạo nên, tất cả vấn đề chẳng phải có thể dễ dàng tách bạch rồi sao?

Lời nói này của cô con gái, khiến cho Descartes càng thêm hốt hoảng, trong đầu ông nổi lên sự phản kháng lại một cách bản năng. Bỗng nhiên ông lại dùng ngữ khí của một người cha nghiêm khắc, nói như thể vừa muốn hét to lên nhưng lại cần phải kiềm chế, rằng:

- Francine! Đây là thuyết vô thần trọn vẹn từ đầu đến đuôi đấy!

Cô con gái không hề hoảng sợ bởi phản ứng của người ba, ngược lại còn ngồi thẳng người lên, đáp lại bằng một thần thái thản nhiên, rằng:

- Ba, ba hãy nhìn lại hướng nghiên cứu của mình một chút đi, tại sao trước tiên là nghiên cứu vật lý học, sau đó mới nói về siêu hình học, thậm chí rẽ vào vấn đề thần học? Nếu như năm đó Galilei không phải chịu thẩm tra và phán quyết, hai tác phẩm Thế giới và Luận về con người đã được xuất bản thuận lợi. Nếu như phái học thuật mới nổi này của ba, cho dù vẫn chưa được toàn thế giới công nhận ngay lập tức, nhưng cũng có thể phát triển tự do và truyền bá công khai một cách mạnh mẽ, mà không phải chịu uy hiếp bởi sự bức hại hay là chèn ép, ba sẽ còn viết Diễn thuyết về phương pháp và Suy ngẫm về triết học tiên khởi chứ? Vẫn sẽ tiếp tục hao tâm tổn trí để chứng minh về sự tồn tại của thần linh? Để phụ cho giáo lý cơ bản của giáo hội, để mua vui cho những kẻ bất luận là những nhà thần học tân giáo hay là Thiên Chúa giáo La Mã chứ? Vẫn sẽ tiếp tục đi tranh thủ lấy lòng tin của người khác, ba là một tín đồ kiên định bất di bất dịch phải không? Nhưng mà, xin đừng quên rằng, ba đã từng nói với công chúa Elisabeth rằng, suy nghĩ, tư duy và suy ngẫm của siêu hình học sẽ không tiếc mất bao nhiêu thời gian. Chỉ cần biết lý luận cơ bản, cũng chính là kết luận mà ba đã đưa ra, vậy là đủ rồi. Cũng giống như trồng cây, chỉ cần cây lớn lên khỏe mạnh, thì sẽ không cần phải uổng công dư thừa mà xới đất ra không ngừng, để lật rễ nó ra mà xem. Cách nghĩ trong lòng ba kỳ thực là, siêu hình học và thần học, hoặc là thứ có thể gọi là "nguyên lý thứ nhất", vốn dĩ là thứ không một chút quan trọng nào cả. Nghĩ nhiều cũng vô ích, không nghĩ tới thì tốt hơn. Nói chung, chỉ cần tin tưởng vào hai nghĩa lý là sự tồn tại của thần linh và linh hồn bất diệt, chuyện tín ngưỡng không cần phải đào sâu nghiên cứu. Đã xác lập công tác "nguyên lý thứ nhất", tức là đã được ba hoàn thành rồi, vậy thì mọi người sau này sẽ đạp lên mảnh đất nền tảng này, dùng hết sức để nghiên cứu tri thức của vật lý học thôi! Ba, đây chẳng phải là lập trường của ba sao? Thần linh và linh hồn mà ba đã lập luận, quy đến gốc rễ, kỳ thực chỉ là một tấm thảm để vạn vật vận hành thôi! Xem ra có vẻ rất là cơ bản, nhưng bất cứ lúc nào cũng có thể mở tung ra chỉ bằng một cú đá.

Descartes vừa nghe, vừa lấy hai tay ấn vào hai bên thái dương, khiến cho bộ tóc giả cũng bị tuột ra. Tuy là ông ngập tràn khó xử, nhưng tâm trạng đã có hơi ổn định trở lại. Ông đáp một cách bình tĩnh rằng:

- Con gái, ý của con là, ta là một người vô thần luận, nhưng đến bản thân mình cũng không biết được chăng?

Lần này cô con gái không đáp, chỉ chống hai tay lên hai bên má, đôi mắt chớp chớp nhìn ông. Descartes có hơi sợ ánh mắt của cô con gái ảo ảnh này, bèn ngoảnh mặt đi, giả như đang tiếp tục suy nghĩ, nhưng não bộ của ông kỳ thực chỉ là một mớ hỗn độn. Đây là chuyện mà trước giờ chưa từng xảy ra. Ngay từ lúc mới bắt đầu, ông đã là một người suy nghĩ đầy ắp tự tin. Những gì gọi là “hoài nghi” ấy cũng chỉ là quá trình suy nghĩ cố ý sắp đặt. Ông cũng chưa từng chịu thua với những chất vấn của người khác. Ông mãi mãi là đúng, còn người khác mãi mãi là sai. Chỉ có đứng trước mặt công chúa Elisabeth, và còn, trước mặt người được gọi là “con gái” này đây.

Lúc này, Descartes phát giác, ngọn nến duy nhất ở trên đầu tủ vẫn duy trì vị trí cháy được một nửa. Nhưng mà, trong thời gian mà ông nói chuyện với cô con gái, rõ ràng là đã trải qua một khoảng thời gian. Chẳng lẽ lại là mình quan sát sai lầm chăng? Descartes quay đầu lại nhìn lên giường, phát hiện cô con gái đang ngồi ở trước mặt mình, người hình như đã lớn lên không ít, ít nhất là giống với bộ dạng của một cô gái trưởng thành yêu kiều nhỏ nhắn. Cũng giống như phía dưới chiếc váy màu xanh lục của nước hồ, là cơ thể của một cô gái trưởng thành. Và bộ dạng của cô ấy, rõ ràng là giống với công chúa Elisabeth! Descartes thản thốt hét lên:

- Điện hạ!

Trên khuôn mặt cô con gái hé ra một nụ cười ôn tồn hòa nhã, bảo:

- Con không phải là Elisabeth, con là Francine mà!

- Nhưng mà…

- Giờ đây con xuất hiện với hình dạng của một Francine trưởng thành.

- Nhưng tại sao, dáng người của con lại giống với công chúa Elisabeth thế?

- Thật à? Có thể lại là passions trong lòng của ba tác oai tác quái rồi!

- Lại là vấn đề passions sao?

- Chẳng phải ba từng nói, action của ý chí không thể trực tiếp không chế passion sao? Chỉ cần dựa vào cách gián tiếp, thử lấy lý tính kêu gọi sự tương phản hoặc là passion khắc chế lẫn nhau, để điều hòa passion nguyên gốc. Đầu tiên là dùng lý tính để phân tích cái lợi cái hại của sự việc, sau đó tập trung vào điểm có lợi, để khơi dậy passion vui vẻ, giảm bớt passion bi thương.

- Đúng vậy, tác dụng của ý chí thì có giới hạn, nhưng mà, đó là một vấn đề rèn luyện của linh hồn. Nếu như rèn luyện thành thục, thì thao tác như vậy sẽ càng nhanh chóng, thuận lợi và hữu hiệu hơn. Do đó, lý tính vẫn vượt trội hơn passion.

- Ba, đến bây giờ ba vẫn còn có lòng tin như vậy sao?

- Đây không chỉ là vấn đề về lòng tin. Nói cho đến cùng vẫn là vấn đề về đạo đức đẹp đẽ.

- Dùng lý tính để đưa ra một phán đoán chính xác, sau đó kêu gọi một passion trực diện, hoặc là tác dụng trực diện của passion, đến khi đạt được cái đẹp và cái thiện cực điểm đó. Đây chính là đạo đức đẹp đẽ mà ba nói chăng?

- Con nói rất đúng. Đây chẳng phải là nội dung mà ba đã thảo luận với con trong bản sơ thảo quyển sách mới của ba sao?

- Ba, ba lại coi con như là Elisabeth rồi.

- Xin lỗi con, ba lại bị làm cho rối rắm rồi.

- Nhưng mà, đạo đức đẹp đẽ có thực sự là kết quả của một ý chí tự do không?

- Nếu không phải như vậy, thì làm sao có thể gọi là đạo đức đẹp đẽ được?

- Nếu giống như công chúa Elisabeth nhiều lần nhấn mạnh, lý tính chịu sự can thiệp không ngừng của passions trong cơ thể, rồi không thể vận hành bình thường, vậy người này còn có năng lực đạo đức đẹp đẽ thực tiễn không? Có lẽ vẫn phải hoàn toàn chịu trách nhiệm về đạo đức, hoặc chịu sự chỉ trích về mặt đạo đức đúng không?

- Về vấn đề này thì ba đã nhiều lần trả lời cho bà ấy rồi.

- Ba không hề trả lời nghi vấn của bà ấy, mà là ba chỉ mượn tác dụng của lý tính để an ủi bà ấy thôi. Đối với một cơ thể yếu ớt nhiều bệnh tật, lại chịu áp lực của xã hội lớn khủng khiếp trong một thời gian dài như bà ấy mà nói, một lý tính thuần túy không phải chịu sự phiền nhiễu, và action chính xác mà ý chí đã tạo ra, chỉ là những lời xa xỉ thiếu sự thông cảm mà thôi!

- Đúng vậy, ta thừa nhận là không thể thuyết phục bà ấy hoàn toàn về điểm này, để giải trừ âu lo cho bà.

- Không chỉ ở điểm này thôi đâu. Còn có những xung đột có liên quan đến ý chí tự do và chỉ ý của thần linh, ba cũng không thể đưa ra một đáp án khiến cho bà ấy tín phục.

- Vấn đề này, các nhà thần học và linh mục của giáo hội trong trăm ngàn năm nay cũng không có một người nào có thể đưa ra một cách nói không thể phản bác được.

- Do đó, đây sẽ là vấn đề vốn dĩ không thể giải đáp được đúng không? Cũng có nghĩa là đôi bên vốn dĩ không thể tồn tại cùng với nhau. Nếu không thì, tất cả mọi sự việc đều được thần linh toàn năng tiên tri giải quyết hoàn toàn vào thuở ban đầu sáng tạo ra thế gian rồi. Mặc cho người ta có nỗ lực như thế nào đi nữa, cũng không thể thay đổi được kết quả của sự việc. Con người được cứu vớt, hoàn toàn dựa vào sự ân sủng của thần linh, cá nhân của một người không thể ảnh hưởng đến ý chí của thần linh được. Sự lựa chọn làm ác hay là làm thiện trở nên không chút ý nghĩa gì cả. Cuộc đời của con người chỉ diễn xuất dựa vào một kịch bản được viết sẵn. Nếu không thì, con người có được ý chí tự do, và ngược lại thần linh thì không tồn tại. Vì thần linh mà bị ý chí tự do của con người ảnh hưởng, thì không phù hợp với tư cách của thần linh.

- Con nói gì thế? Điện... à không, Francine!

- Con muốn nói, tức là ba cho rằng ba đã giải đáp rồi, nhưng kỳ thực vốn chưa hề được giải đáp, cũng là vấn đề ba mãi mãi không thể giải đáp được - lý tính của con người, hoặc cái gọi là linh hồn mà ba đã nói, rốt cuộc có phải là vấn đề passions của cơ thể vật chất và thần có tính linh tối cao phi vật chất.

Descartes nhìn chằm chằm vào cô gái như nó là chính bản thân mình ở một dạng khác này đây, cấm khẩu không nói nên lời. Đối phương tiếp tục nói:

- Chính là vì ba đang giả vờ đứng ở một phương diện giáo lý chính thống, để loại bỏ sự nghi hoặc của tòa thánh, tranh thủ sự ủng hộ của giáo phái, mà dùng hết sức lực của mình để thỏa hiệp giữa hai nghĩa lý là ý chỉ của thần linh và sự bất diệt của linh hồn, thậm chí còn thử phát minh ra một sự chứng minh, mà tự mình cho rằng chính xác hơn và rõ ràng hơn, nhưng ngược lại mục đích thì hy vọng kết thúc cho xong, sau đó có thể đem hai vấn đề này cất sang một bên, không tiếp tục đào sâu nghiên cứu nữa, và tập trung tinh thần xử lý những thảo luận triết học tự nhiên của thế giới. Đây là việc ba đã làm xuyên suốt, nhưng ngược lại thì ba không dám thừa nhận.

- Nhưng mà, không có khái niệm về thần linh, nguyên lý về thần linh, không có linh hồn bất diệt, thì tất cả nhận thức của chúng ta không phải đều sẽ sụp đổ hết thảy sao?

- Làm gì có chứ? Thử bỏ thần linh ra đi, bỏ linh hồn bất diệt ra luôn, thứ còn lại chỉ là lý tính, có ý chí, còn có passion nữa. Ba thứ này đóng vai trò vận hành của cơ thể bằng xương bằng thịt, hoàn toàn có thể tự túc tự tại, hoàn toàn có thể giải thích bằng luận thuyết máy móc cơ thể người của ba. Không cần mượn bất cứ nguyên nhân của siêu tự nhiên nào ở ngoài. Đây không phải là những gì mà ba mơ tưởng, để lập luận tính toán bằng lý tính và phương pháp luận thống nhất, để đạt được nhận thức về thế giới tự nhiên đó sao?

Cô con gái đã trở thành hình hài người lớn, nói năng cũng có vẻ như thành thục và thâm trầm hơn rất nhiều, luận điểm và cách dùng từ cũng có thể tranh luận được với Descartes. Cô bé trở thành một đứa con gái thực sự không thể chối cãi của Descartes, một bản ngã khác của ông. Không, thậm chí còn mạnh hơn cả Descartes nữa, một bản ngã có khác biệt trong sự tương đồng, hoặc là một siêu bản ngã.

Descartes khổ não tìm kiếm cách phản bác, nhưng chẳng phải là để biện hộ cho tín ngưỡng, mà là vì tự tôn lý tính của bản thân. Trong suốt cuộc đời của ông, chưa từng bại dưới tay một người nào khác, ít nhất là ông luôn luôn cho rằng như thế, nhưng lần này ông không thể không thừa nhận mình đang ở thế dưới gió, và vì thế mà cảm thấy xấu hổ nhục nhã. Chắc chắn ông sẽ tìm ra lỗ hổng của đối phương, công kích vào khe hở cho dù là nhỏ bé nhất.

- Francine, chẳng phải lúc nãy con vừa nói, con là linh hồn đứa con gái đã chết của ta sao?

Lúc này, ngọn nến trên đầu tủ phát ra tiếng nổ khe khẽ. Descartes bị phân tâm, ngoảnh mặt nhìn về phía đó một cái. Ông phát hiện ánh lửa đã gần như cháy đến cùng rồi, đang giằng xé vừa kịch liệt vừa như sắp chết trên đống dầu nến tan chảy ra. Ông quay đầu lại, tiếp tục nói lời mà mình chưa nói hết, rằng:

- Con hãy cho ba đích thân chứng thực một chút, sự tồn tại hoặc không tồn tại của linh hồn đi nào.

Nói xong, Descartes từ từ đứng dậy ra khỏi ghế, chân bước một cách hết sức cẩn thận. Ông đi rất chậm, như thể là để chuẩn bị vồ lấy một con vật nhỏ bị dồn vào chân góc tường vậy, lo sợ là nó sẽ hốt hoảng và chạy đi mất, và hình như với tốc độ khó thể phân biệt được này, từng bước từng bước tiến lại gần. Nhưng mà, khi ông đến gần hơn, cô bé ở trên giường lại càng lui ra phía sau. Descartes cảm thấy kỳ lạ, rõ ràng là đối phương không có đường lui, nhưng tại sao lại giống như đang giữ một khoảng cách cố định với mình vậy? Ông cố sức chớp chớp đôi mắt, có ý muốn nhìn cho rõ sự thực trong bóng tối. Sau đó Descartes phát hiện, vốn dĩ con bé không hề cử động một chút nào, chỉ là nó dần dần thu nhỏ lại mà thôi. Đến khi ông đến gần cạnh giường, chỉ cần thò tay ra là có thể bắt dính con bé, thì con bé đã biến trở lại với kích cỡ của một bé gái năm tuổi.

Khi ấy, giống như Descartes đang giẫm lên thứ gì đó tựa như lá khô vừa mềm vừa giòn. Ông dừng lại, dang chân phải ra, cúi đầu xuống nhìn thử, sau đó khom lưng nhặt thứ ấy lên. Đó là tờ giấy đã bị vò thành một cục. Mở ra xem, trên đó chính là nét chữ của chính ông, là bức thư mà ông đã viết cho linh mục Mersenne đã chết từ lâu.

- Ba, lúc nãy khi ba vứt đồ lung tung đã ném trúng vào con. - Cô con gái trách móc.

- Ta đã ném trúng vào con sao? Ta xin lỗi, con gái. Ta đã ném trúng vào chỗ nào của con?

Cô con gái chỉ vào trán của mình.

- Ta đã ném trúng vào trán của con à? Xin lỗi con nhé! Con gái! Ta không cố ý! Ta thật là lỗ mãng!

Descartes vứt tờ giấy viết thư ấy lên trên giường, thò tay phải ra, định sờ vào trán của cô con gái.

- Ném trúng vào chỗ này phải không? Đau không nào? Để ba thổi cho con một cái nhé.

Cô bé không hề né ra như ông nghĩ, ngược lại còn lấy tay vén mớ tóc ở trước trán ra, trườn ra đón lấy ngón tay sắp sửa chạm vào.

Cuối cùng thì Descartes đã chạm được vào trán của cô con gái, vừa mềm mại, vừa cứng cáp. Ông lấy ngón tay xoa nhè nhẹ lên giữa trán, sau đó ngón tay lại chạm vào mớ tóc đang rũ xuống. Tiện tay ông đã luồn mớ tóc ấy vào giữa những ngón tay, xoa xoa một cách nhẹ nhàng ấm áp, rõ ràng là mớ tóc mềm mại suôn mượt. Sau đó, người ông khom xuống chồm về trước, hai tay bưng lấy khuôn mặt tròn trịa của cô con gái, dùng lòng bàn tay xoa xoa hai má bầu bĩnh của cô bé một cách đầy yêu thương. Trong thứ ánh sáng gần như là cuối cùng, ông nhìn thấy hai mắt của con gái rưng rưng ngấn lệ, còn tầm nhìn của mình cũng trở nên mơ hồ mờ nhạt. Có nước mắt ấm áp chạy xuống hai bên sống mũi của ông. Ông cảm thấy như tim mình đang tan chảy dần ra. Vừa nãy trong lòng còn tràn đầy những bất bình và sỉ nhục, thậm chí là thái độ công kích, hết thảy đều tan biến cả. Ông kêu lên trong sự nghẹn ngào:

- Francine! Con gái của ta! Tại sao con không ở lại thế gian này để bầu bạn với ta chứ?

- Ba à, bây giờ chẳng phải con đã quay trở lại và bầu bạn với ba đây sao?

- Nhưng thậm chí con còn không phải là linh hồn bất diệt, mà chẳng qua chỉ là một ảo ảnh trong lòng của ta mà thôi!

Descartes ngồi xuống giường, nắm lấy đôi tay mịn màng của cô con gái, không ngừng vuốt ve những ngón tay mềm mại ấy. Cảm giác tiếp xúc ấy, sự đan xen và độ ấm ấy, hoàn toàn giống như thật, khiến ông cảm thấy giấc mơ này thực sự quá đẹp đẽ và tuyệt diệu, nhưng cũng quá đáng sợ.

Người cha kéo tay con gái lên, khiến cô bé nhấc cả người lên, để ông dễ dàng ôm chặt cô bé. Cơ thể bé bỏng thon thả mềm mại như thể không có xương của con bé, một thứ gì đó vừa mềm mại vừa ấm áp trong cánh tay của ông, như một con thú nhỏ tràn đầy sức sống, vừa ngoan ngoãn, vừa không cần phải ràng buộc. Thậm chí Descartes còn cảm nhận được hơi thở của con bé, nghe thấy nhịp đập của trái tim con bé. Passions trong lòng ông cuồn cuộn một cách mãnh liệt, gây ra các loại cảm xúc như hoảng hốt, vui vẻ, yêu thương, bi ai… đồng thời đôi bên va chạm và hòa hợp lẫn nhau. Sự vui vẻ và khổ sở khi làm một người ba còn mãnh liệt hơn cả khi đứa con gái còn sống. Cuối cùng ông cũng biết được, thế nào là tình cốt nhục vậy!

- Francine! Đây không phải là một sân khấu nội tâm chứ? Sau khi tan buổi diễn sẽ không xảy ra việc người về thì nhà trống chứ? Francine! Con gái của ta! Làm thế nào để ta có thể giữ con lại được?

Cô con gái đang vùi mặt vào vai của Descartes nói thì thầm rằng:

- Ba, có một cách.

Hy vọng trong lòng Descartes chợt lóe lên trở lại. Ông buông cô con gái ra, dùng hai tay vịn lấy hai vai của con bé, nhìn thẳng vào con bé, nói:

- Là cách gì?

- Hãy biến con thành con rối tự động.

- Ý của con là, một người máy?

- Chẳng phải trong fable của ba đã nói, cơ thể con người là một bộ máy tinh tế sao? Vậy hãy chế tạo ra một con rối có nhịp tim, biết ăn uống, có thể hoạt động, biết nói năng, và thậm chí còn biết suy nghĩ nữa đi nào!

Cách nghĩ ngây thơ vô tư của cô con gái khiến cho ông cảm thấy vừa kinh ngạc vừa đau lòng. Ông không thể không hỏi.

- Nhưng mà, ai ban cho con linh hồn?

- Tại sao cần phải có linh hồn? Có não bộ chẳng phải là được rồi sao?

- Vậy não bộ là linh hồn à?

- Ba cứ làm như vậy đi!

Tấm lòng yêu con của một người cha cuồn cuộn tràn trề lúc nãy của Descartes đột nhiên nguôi lại trong một lúc, ông bèn nói linh tinh rằng:

- Về lý thuyết thì có thể, nhưng mà, về mặt kỹ thuật… ta e là vẫn còn phải đợi vài trăm năm nữa thì mới có thể thực hiện được.

Lần này đến lượt cô con gái nhào lên trước, bằng đôi tay nhỏ bé yêu kiều đỡ lấy khuôn mặt thô ráp của người cha, nhìn thẳng vào đôi mắt của ông với một cự ly gần và nói:

- Ba phải có lòng tin với chính mình chứ!

Descartes không biết phải ứng phó với yêu cầu hoang đường này của cô con gái như thế nào. Cô con gái vẫn nhìn chằm chằm vào ông, nói với ánh mắt đầy ắp yêu thương rằng:

- Ba, ba biết không? Người đời sau này sẽ lưu truyền một câu chuyện. Là sau khi cô con gái Francine của nhà triết học lớn Descartes qua đời, vì hết sức đau lòng, không thể chia lìa, mà ông đã chế tạo ra một con rối tự động giống đứa con gái của mình như đúc, đặt cho nó cái tên là Francine, đồng thời ông và con rối luôn bên nhau như hình với bóng. Cuối cùng, Descartes mang theo cô "con gái" này đến Thụy Điển. Điều không may là, con tàu mà họ đã đi gặp phải một cơn bão trên biển. Thủy thủ cảm thấy nghi ngờ chiếc rương mà nhà triết học đã mang theo, trong khi lục soát căn phòng của ông, đã phát hiện ra con rối tự động này. Thuyền trưởng cho rằng con rối này là thứ không may mắn, bèn ném nó xuống đại dương đang ào ào nổi sóng. Sau đó sóng gió bình lặng trở lại, nhưng Descartes thì cứ mãi nhìn về phía biển cả mà gọi tên của cô con gái mình.

Cô bé nói xong, hai dòng nước mắt long lanh chảy xuống trên khuôn mặt.

- Ba, đây là fable mà con muốn nghe nhất!

Descartes ngậm ngùi, nói với vẻ hết sức xấu hổ rằng:

- Xin lỗi con! Con gái! Chuyện như thế này quả thực là ba không thể làm được! Ba không hề ghê gớm như trong tưởng tượng của con đâu.

Cô con gái lấy tay lau nước mắt trên mặt, cười toe toét, nói:

- Làm gì có chuyện đó chứ? Ba!

Nét mặt Descartes chợt đơ ra, không biết phải phản ứng như thế nào. Cô bé lại nói:

- Ba, ba không nhớ sao? Ba đã làm được mà!

- Francine… con có ý gì?

- Ba, con là một con rối tự động do chính tay ba chế tạo ra.

- Con là…?

- Ba thực sự quên rồi sao? Chính là do ba đã chế tạo ra, là một con rối tự động mà ba đã làm mẫu cho thế giới về thuyết bộ máy cơ thể người đó! Và ba đã cố tình chế tạo nó thành ra bộ dạng của con, bảo vệ như thể là con gái của ba vậy.

- Ta có làm ra việc này sao?

- Nếu không tin, thì đích thân ba hãy chứng thực đi nào!

Cô con gái nói xong, bèn quỳ lưng chừng xuống giường, thẳng người lên, dang rộng hai cánh tay, giơ ra một tư thế đợi kiểm tra. Descartes nhìn cô con gái với vẻ nghi hoặc, chần chừ không dám hành động.

Cô con gái thấy vậy, bèn tự mình động thủ, chầm chậm kéo dây kéo của chiếc váy ở phía sau lưng xuống, sau đó lật chiếc áo ra trước, đến khi lộ ra đôi vai và xương đòn. Cô bé dừng lại, cầm lấy hai tay của Descartes, đặt chúng vào vị trí trước ngực của mình, có ý bảo ông tiếp tục giúp mình cởi váy áo ra. Nhưng mà, đôi tay của Descartes đang run rẩy, cơ hồ không thể cầm chắc được chiếc váy áo. Bằng sự giúp đỡ của cô con gái, mới lúng ta lúng túng cởi được chiếc váy áo xuống. Đột nhiên Descartes nhớ lại cái đêm ngày 15 tháng 10 của mười lăm năm về trước, chuyện mà ông đã làm ở trên chiếc giường tại căn phòng này với cô hầu gái Helena, tình huống quả nhiên rất giống với hiện giờ.

Cô con gái đang trần truồng nằm xuống giường, nằm ngửa, giơ thẳng tay chân ra, thoạt nhìn giống như một con búp bê chưa mặc quần áo. Descartes không biết làm thế nào đành ngồi tần ngần ở bên giường, nhìn cảnh tượng không thể nào ngờ được ở trước mắt. Con bé nghiêng nghiêng cái đầu, cười với ông bằng vẻ cổ vũ, nói:

- Nào! Ba!

- Nào?... Làm như thế nào?

- Tháo con ra.

Đó gần như là một mệnh lệnh không thể không phục tùng, giống như được công chúa ban ra.

- Ở đâu?... Như thế nào?

Đến giọng nói của ông cũng run lên.

Cô con gái kéo tay ông, đặt nó vào vị trí chiếc rốn của mình.

Tâm trạng ông rơi vào một mớ hỗn độn, mắt không thể nhìn rõ sự vật ở trước mắt. Có lẽ là do ánh nến càng lúc càng tối. Descartes chỉ cảm giác thấy một cách mông lung, ở vị trí của chiếc rốn nhỏ nhắn ấy có một công tắc, sau khi ấn vào, toàn bộ vị trí từ lồng ngực cho đến dưới bụng, bèn mở ra hai bên như thể hai cánh cửa. Tim của ông đập loạn xạ nghe thình thịch, nhưng đồng thời lại không thể tự mình khom người ra đằng trước được, để mà thò đầu vào bên trong đó xem. Trong cái vỏ bọc cơ thể chằng chịt tỉ mỉ ấy, bố trí đầy những linh kiện và bộ phận mô phỏng các cơ quan của cơ thể người. Quả tim đốt nhiên liệu phát ra nhiệt, để nó đập có trật tự. Dịch thể chảy ra từ quả tim, chuyển năng lượng đến các bộ phận của cơ thể thông qua nhiều ống dẫn. Phổi như một hộp gió, co lại rồi phồng ra không ngừng, đưa không khí vào ống yết hầu để phát âm, cũng nhấp nhô sức nóng của quả tim. Sự sắp đặt này có chỗ giống với những răng cưa và mắt xích trong đồng hồ, có chỗ giống với cơ quan thúc đẩy bằng sức nước. Sau đó, cô bé chỉ vào điểm giữa chân mày của mình. Descartes ngoan ngoãn thò ngón tay ra, ấn một cái vào vị trí đó, toàn bộ phần từ trán trở lên của đầu bèn mở ra như một cái nắp. Lấy cái nắp đầu ấy ra, có thể nhìn thấy được, chỗ đó có lẽ là vị trí của não bộ, trong sự sắp xếp dày đặc của các linh kiện kim loại và ống dẫn không rõ là gì ấy, có một thứ giống như là thể tùng nho nhỏ. Miệng của cô con gái cử động, nói:

- Ba, chỗ đó chính là linh hồn của con.

Khuôn mặt không hoàn chỉnh của con bé hé ra một nụ cười hạnh phúc.

- Là linh hồn mà ba cho con.

Con bé giơ cánh tay nhỏ nhắn ra, ấn nhẹ nhàng vào giữa hai chân mày của người ba.

Xung quanh bỗng tối sầm xuống. Có lẽ là ánh nến cuối cùng cũng tắt lịm. Có lẽ là ông đã ngất xỉu rồi. Chỉ biết rằng, thế giới rơi trong bóng đêm tuyệt đối. Đến cả âm thanh cũng hoàn toàn im bặt. Linh hồn, cuối cùng cũng yên nghỉ.

* * *

Gió to đập rầm rầm vào cửa sổ, đánh thức Descartes. Ông nheo đôi mắt, bau đôi mày, ngẩng đầu lên một cách khó khăn, phát hiện ra mình đang nằm trên giường cùng với cả áo, mái tóc giả rơi một bên gối. Đầu nhức như muốn nứt rạn ra, hình như cơn say vẫn chưa dứt, bèn nằm xuống ngay ngắn lại, lấy ngón cái ấn ấn vị trí giữa chân mày.

Trời đã sáng bảnh. Nhưng phía cửa sổ vẫn chưa có tia nắng nào rọi vào, mà chỉ là một màu âm u đều đều. Chắc chắn là bầu trời có nhiều mây.

Có ai đó gõ cửa.

Schluter nói tiếng Pháp bằng khẩu âm tiếng Đức từ bên ngoài vào:

- Thưa ông! Tới lúc phải dậy rồi. Chúng ta chuẩn bị lên đường thôi!

Mệnh tử: Hoa

1.

Vào một buổi tối nọ, vợ tôi hẹn một học sinh cũ ăn cơm và tán gẫu, như thường lệ tôi lên giường ngủ từ rất sớm. Cũng không biết cô ấy về vào lúc nào, chỉ biết là khi cô ấy leo lên giường đã đánh thức tôi. Tôi đứng dậy đi vào nhà vệ sinh, quay về bên giường thì vợ tôi đã ngủ say rồi. Khi tôi chui vào trong chăn nệm, đột nhiên cô ấy lại nói: "Anh biết không? P sinh một BB máy đấy!" Tôi thấy mắt cô ấy đang nhắm nghiền lại, biết là cô ấy chỉ đang nói mớ, bèn không đáp lại lời cô, vùi đầu xuống ngủ.

Sáng sớm hôm sau trong khi đang ăn sáng, tôi báo cáo lại với vợ mình lời đêm qua cô ấy nói, nhưng ngược lại cô ấy một mực phủ nhận. Học sinh cũ của cô ấy là P quả thực đã sinh ra một cô con gái, cũng đã xấp xỉ một tuổi rồi. Theo như lời vợ tôi nói, sau khi P sinh con, đến cả con người cũng thay đổi. Một cô gái mà trước đây hút thuốc rất dữ, liền cai thuốc ngay tức khắc. Hai vợ chồng làm đạo diễn và biên kịch ở đài truyền hình, sống một cuộc sống kiểu Bohemian, giờ đây lại trở nên hết mực nghiêm khắc với việc ăn uống đi lại. Căn nhà được bố trí như một vùng trời thiếu nhi bảy màu sặc sỡ, đồng thời còn chú ý cao độ đến sự an toàn của chỗ ở, những thứ này đều không cần phải nói thêm nữa; yêu cầu dinh dưỡng đối với thực phẩm của con nhỏ càng yêu cầu khắt khe hơn. Ngoài việc giải quyết những khó khăn trong thời gian đi làm, cô ấy đã vắt và trữ đủ lượng sữa mẹ ra, mỗi ngày còn kiên trì đích thân làm cháo bột bằng cách xay nghiền canh cá tươi thêm vào nhiều loại rau xanh xay nhuyễn rồi nấu chậm. Sự yêu chiều của vợ chồng trước đây hoàn toàn chuyển sang cho con gái. Tội cho người cha mới nhậm chức đêm nào đi làm về tới nhà cũng chỉ biết lẳng lặng ăn mớ cháo dư thừa của cô con gái, địa vị trong nhà cũng rơi xuống vị trí người cung ứng và khổ sai.

- Nhưng rõ ràng là tối qua em đã nói về BB máy mà! - Tôi nói một cách kiên quyết.

- Không phải đâu! Có thể là em bị ảnh hưởng bởi "Reborn Babies" thôi!

Vợ tôi lấy muỗng đập vỡ quả trứng luộc, dùng đầu ngón tay bóc vỏ trứng, lộ ra lòng trắng trứng vừa mềm mượt vừa có tính đàn hồi. Rồi lại lấy muỗng tách lòng trắng trứng ra, trong đó là lòng đỏ hồng đào màu cam, độ sống và chín vừa đúng mức. Rắc lên một ít muối đá và tiêu xay, rồi đưa muỗng vào miệng, thái độ như thể là rất hài lòng. Tôi níu kéo lại chủ đề một lần nữa, bảo:

- "Reborn Babies" là gì vậy?

- Là một loại baby giả, hoặc có thể nói là một đứa bé đồ chơi.

- Vậy không phải là búp bê Tây sao?

- Cũng không phải! Không phải là loại búp bê Tây thông thường, mà là một loại búp bê cực kỳ giống với một đứa bé thực sự.

- P đã sinh được một búp bê thật, tại sao lại muốn có búp bê giả? Chẳng phải là để làm bạn với cô con gái sao?

- Không phải đâu, dùng để làm đạo cụ. P dự định viết một vở kịch mới có liên quan đến trẻ sơ sinh, rồi dự định mua một con búp bê giống như thật một chút để khi quay phim chụp ảnh cần phải dùng đến. Vả lại, hình như cũng có tình tiết liên quan đến "Reborn Babies".

- Nhưng tại sao loại búp bê này lại gọi là "Reborn Babies" chứ? Một cái tên thật là kỳ lạ. Tức có nghĩa là đã chết rồi sau đó sống trở lại à? Nghe ra có vẻ kinh dị quá!

Vợ tôi vừa ăn miếng trứng luộc cuối cùng, vừa nói:

- Hồi mới đầu em cũng cho rằng vậy, nhưng vốn dĩ không liên quan đến vấn đề chết yểu của trẻ con. Nghe nói "Reborn Babies" bắt nguồn từ châu Âu, đại khái là vào khoảng thập niên tám mươi của thế kỷ trước, có một số nhà thủ công mỹ nghệ thu mua những con búp bê Tây cũ truyền thống về, gia công lại, khiến cho da vẻ, tóc tai, thần thái, độ mềm mại của cơ thể... đều trở nên giống như một đứa bé thật. Những con búp bê được làm mới lại này, ban đầu gọi là "Reborn Dolls", sau đó không biết tại làm sao mà trở thành "Reborn Babies". Để làm ra một "Reborn Babies" cũng mất rất nhiều công sức, ít nhất là cần đến hai ba ngày mới hoàn thành một con. Có thể thực sự là vì làm quá giống thật, bắt đầu xuất hiện một lượng khách người lớn. Trong đó chủ yếu là nữ, nhưng nhiều khi cũng được sự ủng hộ của chồng hoặc là người yêu. Họ đặt làm một "Reborn Babies" lý tưởng của mình, mang về nhà và chăm sóc như là một đứa trẻ thật sự, những người này hết sức cẩn thận, sắp xếp một phòng cho trẻ con ở trong nhà, mua đầy đủ hết các thứ quần áo trẻ con dễ thương, còn có cả đồ chơi trẻ con nữa; và còn trang điểm cho những đứa bé này rất tỉ mỉ, rồi sau đó còn đưa chúng đi ra phố; còn tắm, thay tã, đút sữa... cho chúng nữa. Nói chung là làm hết sức mình, không hề qua loa sơ sài đâu! Anh thử lên Youtube mà tìm thử, có một số đoạn phim ngắn thị phạm việc chăm sóc "Reborn Babies". Những BB ấy, giống như thật ấy, anh hoàn toàn không thể nào nhận ra đó là giả đâu! Nếu như chịu chi ra với một cái giá đắt hơn một chút, còn có thể upgrade, cài đặt thêm tiếng cười, tiếng khóc, hô hấp và nhịp tim.

- Thật không? Quả thật là có hơi hoang đường khó tin!

- Có gì đáng ngạc nhiên đâu chứ? Chẳng phải chính anh cũng nuôi búp bê chồn và nhím, coi nó như là một con vật thật sự đó sao?

- Nhưng mà, đó không phải là một búp bê bình thường, mà là một sản phẩm thay thế trẻ con của nhân loại mà!

- Sở dĩ sản phẩm thay thế xuất hiện, có nghĩa là thực sự có nhu cầu như vậy. Có thể là do bản thân không thể sinh con, hoặc không chịu sinh con, nhưng lại rất muốn thử cảm giác làm ba mẹ. Cũng có thể là do con trẻ không may qua đời, thế là họ đành phải tìm một thứ thay thế về để bù đắp. Thậm chí còn có những người đàn ông lấy ảnh của mình hồi còn bé, theo kích cỡ cơ thể mà đặt làm một "Reborn Babies", gửi cho người mẹ tuổi đã cao của mình làm quà lễ Ngày của Mẹ, để cho bà ôn lại kỷ niệm hồi còn trẻ đã chăm sóc con trai mình. Nghe vậy cũng cảm thấy ấm áp lắm nhỉ! Em cảm thấy những người làm mẹ của "Reborn Babies" ấy, còn có cha nữa, đều rất can đảm. Họ không để ý đến những ánh mắt kỳ thị của thế giới, dám bảo với thế giới rằng: "Tại sao khi đặt tình cảm của mình vào một con búp bê giả, thì tức là vì tâm lý có vấn đề sao? Con cái của nhân loại chẳng phải luôn luôn chơi những con búp bê hình người và những con thú bông, coi chúng như là một sinh mệnh thực sự mà yêu mến bảo vệ đó sao? Chúng ta đã cổ vũ cho bọn trẻ làm như vậy, thì tại sao người lớn chúng ta lại không thể?"

Vợ tôi nói với một lý lẽ thẳng thắn mạnh mẽ, giống như đang giành lấy một cái quyền búp bê nào đó vậy. Theo như tôi biết, hồi còn bé vợ tôi không phải là kiểu con gái thích chơi búp bê Tây và thú bông, lớn lên cũng không có khuynh hướng này. Tôi không biết có phải là cô ấy bắt đầu nhớ về những ngày chăm sóc con trai sơ sinh hay không, vì vậy tâm tính của một người mẹ đã trỗi dậy. Hoặc là xuất phát từ sự tiếc nuối vì chúng tôi không có con gái chăng? Tôi tỉ mỉ quan sát suy nghĩ, phải chăng mình cần phải đặt một "Reborn Babies". Nhưng mà, phải chọn làm với một hình dạng dễ thương đẹp đẽ, hay là phải dựa theo hình dáng của con trai mình mà tái tạo chứ? Hoặc là, dựa vào ảnh chụp của hai vợ chồng chúng tôi mà ghép thành, sáng tạo ra một em trai hoặc một em gái cho đứa con trai đã mười lăm tuổi của mình? Chúng tôi đã qua cái tuổi thích hợp để sinh thêm một đứa bé rồi. Dù gì đi nữa, cũng như cô ấy nói, "Reborn Babies" chỉ là một búp bê bằng silicon, không cần ăn uống như thật, cũng không bệnh hoạn, đương nhiên là cũng sẽ không có những chuyện phiền toái và khiến người ta phải bận tâm trong quá trình trưởng thành. Cũng không cần phải gánh lại một lần nữa trách nhiệm nặng nề của người làm cha làm mẹ.

Vợ tôi ăn xong bữa sáng bèn đến trường đại học làm việc. Tôi dọn dẹp bàn ăn, bắt đầu lấy điện thoại ra tìm thông tin có liên quan đến "Reborn Babies".

2.

Sau đó vài ngày, tôi đã quên đi chuyện về "Reborn Babies". Vào một buổi chiều nọ, khi tôi đang viết lách ở trong nhà, nhân viên giao hàng nhanh đã bấm chuông cửa, gửi đến một bưu kiện. Chiếc thùng giấy ấy không lớn, cầm trên tay cũng không thấy nặng. Trực giác đầu tiên của tôi đó là quần áo hoặc đồ dùng thường ngày mà vợ tôi mua qua mạng. Xem qua thông tin của người nhận hàng ghi trên bưu kiện, thì lại là tên của cả tôi và vợ mình. Người gửi hàng là Homunculus, có thể là tên của một công ty, phía dưới là địa chỉ hình như là bằng tiếng Đức.

Tôi đặt chiếc thùng giấy lên bàn ăn, suy nghĩ xem có nên mở nó ra không. Có lẽ tôi nên thử hỏi vợ mình trước, nhưng mà, người nhận hàng cũng có cả tôi trong đó, vậy thì tôi mở nó ra cũng không thể gọi là tự ý được chứ. Tôi lấy kéo cắt băng keo dán hộp ra, mở phần đầu của chiếc thùng ra. Thứ hiện ra đầu tiên, chính là lớp xốp hơi bong bóng trong suốt dùng để chống sốc. Lấy lớp xốp hơi đó ra, phía dưới là một tờ giấy gói màu xanh phấn tinh xảo và mềm mại, chỗ nếp gấp còn lấy một hình trái tim màu đỏ dán lại. Đó rõ ràng là một món đồ được đóng gói một cách hết sức tỉ mỉ cẩn thận. Tôi cố gắng hết sức để gỡ tấm giấy hình trái tim màu đỏ ấy ra một cách nhẹ nhàng, mở giấy gói ra, trong đó lại là một món đồ được gói bằng giấy gói màu hồng phấn. Bên cạnh món đồ ấy, đặt vài món đồ rất ngay ngắn. Tôi lần lượt lấy những món phụ kiện ấy ra ngoài. Đầu tiên là một chiếc áo trẻ sơ sinh với nền màu trắng và trên đó có in hình một chú gấu nhỏ; sau đó là đôi vớ chân và găng tay trẻ em bằng chất liệu cotton mini; tiếp theo nữa là một cái núm vú và một món đồ chơi bằng nhựa có thể phát ra tiếng chuông leng keng; tiếp theo còn có hai miếng tã giấy. Cuối cùng là một tấm thẻ in chữ "Birth Certificate". Ngoài thông tin sản phẩm như loại hình, ký hiệu, chất liệu, phụ kiện… còn có những dòng chữ chúc phúc ấm áp. Ồ, suýt chút nữa là mình không để ý, phía dưới còn có một quyển "sổ tay chăm sóc bảo bối" nữa.

Hầu như tôi đã có thể khẳng định được trong cái gói màu hồng phấn đó là thứ gì rồi. Cảm giác ngay lúc đó, có chút gì đó giống như cảm giác bối rối không biết phải làm sao khi bất cẩn mang thai ngoài ý muốn, lại thêm cảm giác khốn đốn là không khẳng định được cha của đứa bé là ai.

Tôi không lập tức mở gói giấy màu hồng phấn ấy ra, thậm chí còn thụt lùi ra phía sau từ chỗ bàn ăn một cách vô thức, cách đó một khoảng, vừa xoa cằm vừa nhìn vào chiếc thùng vừa mới mở ra. Tôi nghĩ, hay là mình nên gọi điện cho vợ nhỉ. Khả năng lớn nhất đó là, những món đồ ở trước mặt là do cô ấy đã đặt mua. Có lẽ là xuất phát từ sự hiếu kỳ, hoặc là cô ấy cho rằng tôi sẽ cảm thấy hứng thú, phải chăng là bao gồm cả sự vui mừng mà không thể biết được. Thậm chí tôi nghĩ, có thể là mua dùm cho P cũng không chừng. Lần trước chẳng phải đã nói, P dự định làm một tập kịch có liên quan về việc sinh sản của phụ nữ, trong đó cần dùng đến đạo cụ là trẻ con sao? Nhưng mà, tại sao P không tự mình mua, hoặc nhờ trợ lý của đài truyền hình đặt mua chứ?

Tôi chần chừ không làm gì thêm, giống như thể nếu làm thế sẽ không phải chịu trách nhiệm với hậu quả của nó vậy. Thậm chí tôi đi thẳng về phòng sách, thử tiếp tục làm việc, quên luôn "vị khách không mời mà tới" còn ở phòng ăn. Hoặc vọng tưởng rằng kỳ thực đó chỉ là ảo giác của mình. Nhân viên giao hàng nhanh vốn chẳng hề tới, tôi cũng không hề nhận một bưu kiện nào cả. Nhưng hiển nhiên việc đó là vô lý. Bởi vậy tôi không thể chuyên tâm tiếp tục làm việc được nữa.

Tôi quay trở lại phòng ăn, lấy điện thoại ra chụp lại tình hình ở trên bàn, gửi cho vợ mình, viết thêm vài dòng: "Vừa mới nhận được. Là em mua phải không?" Vài phút sau, nhận được trả lời của vợ tôi: "Đó là gì vậy?" Ngay lập tức tôi có cảm giác như sét đánh ngang mày. Vậy, tình hình không phải như là mang thai ngoài ý muốn, mà là một sự trả giá bởi món nợ oan nghiệt, hoặc là một cuộc hạ sinh thần bí.

Tôi tiếp tục giả vờ như chuyện không liên quan gì đến mình, mãi cho đến lúc vợ tôi tan sở về. Tôi bước ra từ phòng sách, nhìn thấy cô ấy vẫn còn cầm cặp sách văn phòng, nhìn chằm chằm vào món đồ ở trên bàn với vẻ tò mò. Cô ấy thò đầu vào xem thử bên trong chiếc thùng, nói:

- Sao anh không lấy nó ra?

- Anh định xác nhận trước một chút xem có phải là ai đã gửi nhầm. Lục lọi bừa bãi đồ người khác thì không hay lắm.

- Nhưng mà, trên đó rõ ràng đã viết là gửi cho chúng ta. Rốt cuộc là ai chứ?

- Phải chăng là P? Trong những người mà chúng ta quen biết, có liên quan đến món đồ này, chỉ có P.

- Nhưng tại sao P lại làm như vậy? Cô ấy mua về dùng để quay vở kịch, đó là chuyện của công việc. Gửi món này cho chúng ta thì có ý nghĩa gì chứ?

- Phải chăng là yêu B quá hóa khùng, muốn chia sẻ với chúng ta niềm vui này của cô ấy chăng?

- Sự chia sẻ này cũng qua là xa xỉ rồi! Món đồ này không hề rẻ.

- Vậy thì, có cần phải trả lại hàng không? Dù gì đi nữa, chúng ta cũng chưa đụng tới gì cả. Hiện giờ mua hàng qua mạng thì thứ gì cũng có thể trả hàng, em cũng thường hay làm vậy mà.

Vợ liếc tôi một cái rồi nói:

- Trả hàng tự do là đặc thù của mua hàng qua mạng, không có gì phải nghi ngờ. Nhưng mà, trả thì trả, tại sao không thử mở ra xem cái đã?

- Anh cho rằng đừng đụng bậy bạ vào là tốt hơn.

- Đừng lo mà! Cẩn thận một chút là được chứ gì! Cũng không làm hỏng nó đâu. Coi thử một cái cho biết cũng được mà! Dù sao đi nữa thì nó cũng đã được gửi đến trước mặt chúng ta, không tận mắt nhìn thử thì chẳng phải là uổng phí sao?

- Nói cũng phải. - Tôi nói theo một cách thờ ơ.

Vợ tôi xắn tay áo lên, hai tay mở nắp thùng giấy ra, nói:

- Nào, anh tới lấy ra đi!

- Anh? Không cần đâu, em lấy đi!

- Anh là ba đó, anh tới hộ sinh đi chứ!

- Em nói bậy bạ gì vậy chứ?

Tôi cảm thấy hay là mình không cần phải lừng khừng nữa, thò tay phải vào trong thùng, nhưng cảm thấy một tay hình như không được ổn thỏa, bèn chuyển sang dùng hai tay. Đột nhiên vợ tôi hô lên để chặn tôi lại, nói:

- Đừng có lấy nguyên một món ra như vậy, hãy mở giấy gói ra trước nào!

- Có khác gì đâu chứ?

Lời của tôi tuy là vậy, nhưng tay lại làm theo ý của vợ mình, từ từ mở giấy gói màu hồng phấn ra.

- Như thể anh là một bác sĩ phụ khoa đang đỡ đẻ nhỉ! - Vợ tôi nói đùa.

Chẳng biết tại làm sao, tôi bị lời của cô ấy nhát cho giật mình, tay cũng hơi run run. Tôi nói tiếp theo lời ấy rằng:

- Màu sắc này, quả thật là có cảm giác hơi ẩm ướt của máu vậy!

- Oh my God! Anh xem kìa, đầu của "Baby" ra rồi kìa!

- May mà không mở sai hướng, chân ra trước thì không tốt.

- Nó đang cười kìa!

- Ra đời chẳng phải là nên khóc sao?

- Không nhanh như vậy đâu, sau khi ra ngoài rồi mới khóc.

- Vậy cũng không đến nỗi cười mà ra chứ!

- Là con trai hay con gái? Nhìn hình dạng thì chưa biết được.

- Chắc là… con trai.

- Ồ! Thất vọng không? Em luôn muốn có một cô con gái mà.

- Đâu có đâu!

- Lấy ra mau đi nào.

- Có nên kéo đầu ra trước không?

- Anh quên rồi à? Cũng chẳng phải là lần đầu làm ba!

- Ra hết rồi. Cảm giác của làn da ấy, như là thật vậy!

- Phải không? Để em ẵm thử.

- Em cẩn thận chút nào! Đừng có hấp tấp quá vậy!

- Chỉ là một con búp bê thôi mà! Làm gì phải căng thẳng đến như vậy chứ!

- Làm hỏng nó thì khó mà trả hàng.

- Nói thật thì, đúng là không dám nặng tay. Quá là giống thật đi!

- Cái này, sẽ phát ra tiếng cười chứ?

- Bóp bóp thử xem… coi bộ hình như không rồi.

- Uhm, biết cười thì có hơi đáng sợ. Yên tĩnh thì hay hơn.

- Nhưng nó có nhịp tim này!

- Phải không đó? Không cần phải khởi động sao? Vừa mới lấy ra là đã có rồi à?

- … Có lẽ là, vốn dĩ đã có.

- Ây da, quả thật là đập thình thịch đây!

- Anh xem coi nó giống ai?

- Giống ai?

- Giống anh với em không?

- Không phải thế chứ.

- Có thể lấy hình đặt làm theo mẫu mà.

- Nói thật, quả nhiên là có hơi giống lúc thằng Quả BB.

- Ha ha! Là Quả Quả số 2!

- Không đâu, là Bối Bối Tái Sinh.

- Là Bối Bối sống lại, "Reborn Babies".

- Này, em ẵm hời hợt quá! Sao có thể như vậy được chứ? Để anh ẵm cho!

- Này ẵm đi!

- Em thấy, đặt tên gì được chứ?

- Còn muốn đặt tên? Chẳng phải là định trả hàng sao?

- Trả hàng cũng có thời hạn mà… có thể suy nghĩ thêm một chút.

- Được thôi, anh suy nghĩ đi. Dù sao đi nữa thì em cũng không có ý kiến gì, cũng không cần đến em phải nuôi. Nếu anh có hứng thú, anh đi mà chăm sóc nó.

Vợ tôi nói xong, cầm lấy cặp táp văn phòng, đi vào phòng sách. Tôi để cho Bối Bối Tái Sinh ấy nằm trên khủy tay trái của mình, tay phải cầm quần áo trẻ con ở trên bàn lên, giũ giũ, suy nghĩ làm thế nào để mặc vào cho nó đây.

3.

Về việc "nhận nuôi" Bối Bối Tái Sinh, ban đầu tôi vẫn có chút chần chừ. Con búp bê trẻ em giống như thật ấy, đừng nói là không thể vứt bỏ đi như rác, cho dù là đặt nó sang một bên không màng tới, trong lòng cũng sẽ cảm thấy có một sự khó chịu lẩn khuất đâu đó, cảm thấy giống như mình chăm sóc hời hợt hoặc ngược đãi trẻ em vậy. Nói đến việc trả hàng, thì càng thấy bất an ở trong lòng, tình huống giống như là mình tận tay đưa con vào cô nhi viện vậy.

Đêm đầu tiên, trước hết là tôi phải quyết định sắp xếp cho Bối Bối Tái Sinh như thế nào. Đặt nó trở lại vào trong thùng giấy thì hoàn toàn không cần phải suy nghĩ gì. Nhưng mà, nếu như để nó một mình ở sô pha phòng khách hay là trên bàn trong phòng đọc sách, cũng cảm thấy có chút không thỏa đáng. Để đúng với tình người, thì phải để nó ở trong phòng ngủ của chúng tôi, nhưng vợ tôi kiên quyết tuyệt đối là không nằm cùng với nó trên một chiếc giường. Tôi cũng cảm thấy để trẻ sơ sinh ngủ cùng với người lớn là không thích hợp. Thường vì việc đó đã gây cho trẻ con tai nạn ngộp thở, tôi đặc biệt lưu ý đến tin tức loại này. Cuối cùng tôi đã dời một chiếc ghế có lưng dựa từ phòng ăn vào, trên đó trải một tấm thảm được gấp lại, rồi đặt Bối Bối Tái Sinh lên trên đó.

Bối Bối Tái Sinh ngủ rất yên tĩnh, không giống như trẻ con thật là đến nửa đêm sẽ khóc quấy, phải thay tã và cho bú sữa. Đến nửa đêm tôi tỉnh dậy, một cách vô thức tôi đã thò tay ra trong bóng tối, xác nhận là món đồ bé bỏng ấy không bị rơi xuống đất. Bất chợt nhận thấy nhịp tim đang đập trong cơ thể nhỏ nhắn mềm mại ấy, khiến tôi lập tức run lên.

Những ngày đầu tôi cẩn thận giữ một khoảng cách với Bối Bối Tái Sinh. Tuy không muốn quá vô tâm trắc ẩn với búp bê trẻ nhỏ, nhưng cũng cảm thấy là không nên có phản ứng gì quá độ. Chỉ là ban ngày thì cho nó ngồi trên ghế, tối đến thì đặt nó nằm xuống, một hành động hợp với nhân tính như thế thôi. Những phụ kiện trẻ con kèm theo ấy, để đó mà không xài tới thì cũng có hơi lãng phí, bèn mặc tã giấy và quần áo trẻ con vào cho nó, mang thêm găng tay và vớ trẻ em, nhét núm vú giả vào miệng nó.

Nhưng mà, trong lúc tôi viết lách trong phòng sách bên cạnh, tâm trạng lúc nào cũng có một chút bất ổn. Chốc chốc lại viện cớ mà đi vào phòng ngủ, liếc nhìn con búp bê trẻ em đó một cái. Nhiều khi còn buộc lòng phải đến chỉnh lại tư thế ngồi cho nó, có khi còn sửa lại núm vú giả, có lúc còn sờ sờ lên đỉnh đầu của nó, khen vài câu cho dáng vẻ như thiên sứ của nó.

Có một hôm đột nhiên nhận thấy, tã giấy trên người của Bối Bối Tái Sinh đã mặc liền mấy hôm rồi, đến lúc phải thay tã cho nó. Khi tôi đặt nó lên giường để thay tã, lại nghĩ đến việc thử tắm cho nó một lần cũng hay. Thực tình thì những hôm đó tôi liên tục lên mạng xem những đoạn phim ngắn về "Reborn Babies", mức độ như thật của những đoạn phim tắm rửa ấy quả thật khiến cho người ta phải há mồm trố mắt. Nhưng tắm rửa cũng không phải là việc chỉ lấy đại một cái chậu rồi tắm. Vì trong nhà không có một cái bồn tắm cỡ nhỏ thích hợp, thế là tôi bèn chạy xuống cửa hàng vật dụng trẻ em ở bên ngoài để mua. Rồi thấy ngoài những cái bồn ra, còn có rất nhiều thứ nhỏ nhắn đáng yêu, hình như là một bình sữa có in hình nhân vật hoạt hình, quần áo mặc trong nhà và ra đường rất dễ thương, chiếc mũ nhỏ, khăn lông nhỏ, yếm đeo cổ và các loại đồ linh tinh đáng yêu. Ngắm ngắm nghía nghía, không thể nhịn được thế là tôi đành phải mua mỗi thứ một ít.

Chuyện thú vị như vậy, tôi quyết định đợi vợ mình tan sở về nhà thì cùng nhau nghịch. Vợ tôi thấy tôi mua về một đống đồ dùng trẻ em, thì cô ấy như dở khóc dở cười. Khi tôi nói là muốn tắm cho Bối Bối Tái Sinh, cô ấy còn bảo là tôi điên. Nhưng mà, đến khi tôi chuẩn bị xong nước nóng trong nhà tắm, ẵm Bối Bối Tái Sinh vào trong, cô ấy cũng tò mò mà thò đầu vào, bộ dạng hình như cũng rất hiếu kỳ.

Tôi nhẹ nhàng cẩn thận cởi quần áo và tã giấy cho Bối Bối Tái Sinh, một tay đỡ lấy người của nó, chầm chậm đặt nó vào trong nước ấm, tay còn lại nặn lấy một ít sữa tắm, nhẹ nhàng thoa lên người nó. Cảm giác làn da của Bối Bối Tái Sinh vừa mềm mại vừa có tính đàn hồi, giống hệt với một đứa bé thực sự. Đột nhiên tôi cảm thấy rợn cả toàn thân, cũng không biết là do cảm động hay là sợ hãi. Trong sự sóng sánh của mặt nước, cơ thể của nó có hơi dao động giống như là sống thật. Khuôn mặt của nó phảng phất chút thay đổi thần thái, lộ ra một nét thoải mái và vui vẻ. Trong khi tắm cho nó, tôi còn hết sức cẩn thận không để nước chảy vào mắt nó.

Vợ tôi vốn dĩ đang đứng nhìn trong sự thờ ơ lạnh nhạt, đến lúc này cũng không thể nhịn được nữa mà càng lúc càng xích lại gần, nói rằng cũng muốn thử, liền thò tay vào giành lấy đứa bé trong chậu nước, chen đẩy tôi ra một bên. Thái độ thờ ơ hồi mới đầu của cô ấy, dần dần trở nên nghiêm túc hơn, đồng thời nói về các thứ chuyện tắm cho con trai mới sinh là Quả hồi mười mấy năm trước. Cứ thế mà người một lời kẻ một tiếng, cả nhà tắm ngập tràn hơi nước và cảm giác ấm cúng. Lúc này, Quả đi ngang qua ở ngoài, nhìn nhìn ba mẹ đang bu quanh ở trước bồn rửa tay, và cả việc hoang đường mà họ đang làm, bèn buộc miệng nói một câu: "Ba mẹ điên đủ chưa?"

Hình như Quả ôm một thái độ thù địch với Bối Bối Tái Sinh, cho dù nó chỉ là một món đồ chơi. Trước giờ nó luôn luôn không thích búp bê hay thú bông, bất luận là hình dạng con người hay là con thú. Hồi còn nhỏ, nó từng có một con thú bông duy nhất, là một con thỏ Miffy. Không biết tại làm sao, mà Quả lại gọi nó là "Thỏ Daddy". Đó là con thú bông mà tôi đã tốn hết một ngàn Yên Nhật để gắp từ máy gắp thú ở Nhật Bản mang về. Đã từ lâu lắm rồi Quả không còn chơi "Thỏ Daddy" nữa, cũng không có một chút lòng thương tiếc yêu mến gì với chồn và nhím của tôi. Còn về một con búp bê trẻ em mà chúng tôi vô tình đem về này, lại còn luống cuống chăm sóc cho nó nữa, Quả cho rằng hết sức tào lao. Nhưng mà, có lúc nó cũng nói: "May mà nó không phải là thật, nếu không thì phiền phức lắm.” Nhớ lúc trước chúng tôi đã từng hỏi Quả rằng có muốn có một em trai hay em gái gì không, nó kiên quyết thể hiện sự phản đối. Đại khái là không muốn có một đứa trẻ khác giành lấy sự chú ý của ba mẹ, cũng cảm thấy không thích hợp với việc làm anh trai. Cho dù là với Bối Bối Tái Sinh, thằng bé cũng hoàn toàn không có hứng thú gì, thậm chí là có một chút sợ hãi, hầu như là chưa từng chạm vào nó. Ngược lại tôi không quan tâm đến phản ứng của Quả, tiếp tục say sưa chìm đắm trong trò chơi nuôi dưỡng một đứa bé giả.

Kể từ lúc làm động tác tắm rửa cho Bối Bối Tái Sinh ấy, thì coi như đã mở được một cánh cửa trong lòng, sau đó thì hành vi ly kỳ gì cũng không còn trở ngại nữa. Tôi chính thức bước vào vai của một người chăm nuôi trẻ nhỏ, cảm thấy giống như ôn lại chuyện cũ, nhưng lại ngập tràn cảm giác mới mẻ. Tôi sẽ cho Bối Bối Tái Sinh bú sữa và thay tã cho nó đúng giờ giấc, hằng ngày đều thay đồ và mỗi đêm đều tắm rửa. Thậm chí sau đó còn mua một cái nôi em bé được đan bằng mây, để làm chỗ ngủ cho Bối Bối Tái Sinh. Chiếc nôi ấy có hơi giống với chiếc nôi mà hồi trước Quả đã từng nằm, gợi lại biết bao nhiêu là ký ức. Đồ chơi cũng mua về rất nhiều món, toàn là những thứ có màu sắc sặc sỡ, có thể phát ra những tiếng giòn giã trong trẻo. So với những người chơi “Reborn Babies” từng thấy ở trên mạng, có thể nói tôi đã hết sức tiết chế rồi. Những người mê cuồng kia còn xếp đặt hẳn một căn phòng trẻ con riêng ở trong nhà, trong phòng không những là có đầy đủ hết mọi thứ, mà còn là những thứ chất lượng cao và đẹp đẽ tinh xảo vô cùng, thực sự là cách đối xử với một công chúa với hoàng tử. Có người còn nuôi một lúc vài con, mỗi đứa đều có cá tính và sở thích riêng của mình, tuyệt đối không phải là đang đùa.

Vợ tôi không nhiệt tình lâu bền đến như vậy, chỉ là thỉnh thoảng vui chơi một chút thôi, còn phần lớn thời gian cũng chỉ là khoanh tay đứng bên cạnh mà nhìn. Tôi có tiền lệ chơi chồn và nhím, cô ấy cũng không cảm thấy tôi có vấn đề gì. Chơi búp bê hay gấu bông nói chung phần lớn là của con gái, nhưng vợ tôi lại không có trải nghiệm về mặt này. Việc này tuyệt đối không làm cản trở cô ấy trở thành một người mẹ tốt. Chỉ có điều, tính chất người mẹ trong cô ấy có khuynh hướng tương đối thực tế, không phải là kiểu người yêu con cái như là một món đồ chơi.

Tôi càng nhìn bộ dạng của Bối Bối Tái Sinh, càng cảm thấy nó giống với tôi và vợ mình, cũng vì vậy mà giống với Quả. Nhưng mà, lại không hoàn toàn giống với bộ dạng của Quả hồi còn nhỏ. Nói một cách chính xác, nó hoàn toàn phù hợp với yêu cầu làm em trai của Quả. Có một em trai cách mình mười lăm tuổi, vốn dĩ cũng là một chuyện rất khiến người ta đau đầu. Bởi sự cách biệt của tuổi tác mà hai anh em không thể chơi chung với nhau, thậm chí anh trai còn gánh thêm trách nhiệm chăm sóc em trai, đây chắc chắn không phải là tình huống mà Quả cảm thấy vui vẻ. Đối với một người cha như tôi mà nói, không chỉ là việc trong nhà có thêm một đứa em trai, đến cả việc dẫn dắt Quả trở thành một người anh, cũng cần phải được điều chỉnh và thích ứng nữa. Còn với vai trò là cha của hai đứa con, tương lai cũng khó tránh được việc so sánh chúng nó lẫn nhau. Tôi cứ suy nghĩ mãi về việc phải ứng phó như thế nào với những thử thách mới mẻ này.

Đương nhiên, cũng không phải là không có lúc dừng lại để suy tư. Đầu tiên, nuôi một đứa bé giả, kỳ thực cũng không đem lại ý nghĩa gì nhiều. Tôi không giống với một số người, vì không sinh được con hoặc vì mất con mà phải đi tìm vật thay thế; bình thường tôi cũng không phải là người đặc biệt thích con nít, cũng không thích nựng nịu con cái của bạn bè người thân. Đối với việc nuôi một đứa trẻ, tuy có một kỷ niệm đẹp đẽ, nhưng những chuyện gian nan cực khổ trong đó cũng vẫn cứ hiện ra nhan nhản ngay trước mắt, trên thực tế mà nói thì vạn lần không muốn để chuyện đó lặp lại. Thêm nữa, giả vờ chăm sóc một đứa trẻ búp bê như thế này, rồi cũng có một ngày sẽ cảm thấy phiền toái và mệt mỏi. Đến lúc đó mới bỏ mặc hoặc vứt bỏ nó đi, chẳng không phải là qua lạnh lùng vô tình sao? Con búp bê vô tội, con người sao lại làm thế? Thế là, đại khái là đến tuần thứ ba, tư gì đó, tôi bắt đầu suy nghĩ một cách nghiêm túc về việc chấm dứt trò chơi này.

Một hôm nọ, trải qua một tuần lạnh lẽo cực kỳ, thời tiết cũng ấm lại, ánh nắng trải đều khắp nơi, khiến cho người ta bỗng cảm thấy tràn trề sức sống. Bối Bối Tái Sinh đang nằm ngủ trưa trên giường, nét mặt cũng hiện ra một nụ cười vừa ấm áp vừa hoạt bát. Đột nhiên tôi nghĩ, hay là mình đưa nó ra ngoài tản bộ đi. Ý định đưa Bối Bối Tái Sinh ra ngoài đã hiện ra trong đầu tôi rất nhiều lần, nhưng mãi vẫn chưa có cơ hội và cái cớ thích đáng. Nhưng lúc này thì cứ như là anh đào đã chín vậy, không hái ngay tức khắc thì không được.

Lập tức, tôi thay quần áo ra ngoài cho Bối Bối Tái Sinh, rồi trùm một tấm khăn lông dày ở bên ngoài. Tuy là thấy thời tiết đã ấm hơn rồi, nhưng dù sao cũng là mùa Đông, lỡ mà lạnh cóng thì sẽ không tốt. Vì tôi không có mua xe đẩy trẻ em hay là dây đeo trẻ em, chỉ có thể ôm nó trong lòng bằng đôi tay. Ra khỏi nhà, trong lúc đợi thang máy, trong lòng vẫn có chút gì đó thấp thỏm lo âu, lo lắng về suy nghĩ của người ta với việc mình ẵm một con búp bê ra ngoài. Cửa thang máy vừa mở ra, một đôi vợ chồng đã nghỉ hưu sống ở bên cạnh nhà. Họ nhìn tôi với ánh mắt vừa kinh ngạc vừa có thiện ý. Bà vợ cất tiếng nói:

- Ôi chao! Con bé giống hệt hai vợ chồng cháu!

Tôi không đáp lại lời, chỉ có thể mỉm cười để đáp trả. Đối phương cũng nói một cách vui vẻ rằng:

- Bao tháng rồi? Không đến một tháng nhỉ?

- À, cũng gần bốn tuần rồi.

- Tóc nhiều dữ kìa! Là con trai đúng không?

Tôi gật gật đầu, bà ấy lại hỏi:

- Tên là gì thế?

Tôi ngẩn người, vốn dĩ định nói là "Bối Bối Tái Sinh", nhưng mà trực giác khiến tôi đổi lại, nói:

- Tên là Hoa.

- Ồ, là Hoa à?

Anh trai tên là Quả, em trai tên là Hoa hả.

Bà ấy cười, lấy tay che miệng và nói:

- Ha ha ha! Hoa và Quả, hai anh em, hay lắm đó!

Sau đó, đến lượt ông chồng vỗ vỗ vào vai tôi, nói:

- Cực cho cháu rồi! Một chàng trai dũng cảm! Đổi lại là tôi thì không ổn rồi! Tuy là chúng tôi cũng chỉ có một cô con gái.

Không biết tại sao, lời của họ khiến cho tôi cảm thấy có một sự cổ vũ vô danh nào đó. Tôi bước vào thang máy, tâm trạng cũng không còn căng thẳng như ban nãy nữa. Tôi ẵm đứa bé bằng một kỹ thuật rất điêu luyện, chào người quản lý của tòa nhà. Đứa bé đảo đôi mắt to và tròn của nó, giống như thể rất hiếu kỳ với tất cả mọi thứ trên đời. Mang nó ra công viên đi dạo một vòng, trên đường cũng gặp phải những ánh mắt ngưỡng mộ của người khác, hình như họ đều nói: "Xem kìa! Một đứa bé đẹp và dễ thương ghê chưa!" Bối Bối Tái Sinh, không, Hoa khiến cho tôi cảm thấy hãnh diện.

Khi về đến nhà, đúng lúc gặp phải đứa con trai vừa mới tan học ra về. Thằng bé thấy tôi ẵm đứa bé giả đi lung tung khắp nơi, lập tức nhăn nhíu cặp chân mày lại, như thể không muốn đi cùng tôi vậy. Tôi và Quả bước vào trong thang máy, thằng bé mới nói:

- Daddy, ba làm cái gì vậy?

- Có gì đâu, đưa em trai con ra ngoài chơi.

- Em trai con?

- Đúng vậy! Sau này gọi em trai con là Hoa nhé.

Con trai tôi liếc một cái. Tôi nhẹ nhàng nhấc Hoa lên, đưa đến trước mặt Quả, nói:

- Kêu anh đi nào! Anh Quả!

Quả thụt lùi về phía sau một chút, như thể thường ngày gặp phải chó vậy.

- Đừng sợ! Em là em Hoa của anh đây!

4.

Đã coi Hoa như là một đứa con trai, thì việc nói chuyện với nó cũng là lẽ đương nhiên. Nhớ lại hồi Quả còn nhỏ, ngày nào tôi cũng ẵm nó ra công viên đi dạo, cũng mặc kệ là nó nghe không hiểu, thì tôi cũng vừa đi vừa nói này nói nọ cho nó nghe. Hồi đó mình đã nói những gì thế? Giờ đã không còn nhớ được nữa. Đại loại là trông thấy thứ gì thì cứ giải thích cho nó nghe một lượt. Ví dụ như trời và đất sinh ra như thế nào, tại sao lại có nắng và có mưa, tại sao thời tiết có sự thay đổi ấm lạnh, thực vật có những loại nào, có gì khác với động vật, động vật lại tiến hóa như thế nào để thành người, tại sao con người có trai có gái, có già có trẻ, như thế nào là sống, như thế nào là chết… Những thứ mà một người cha cho rằng đó là quy luật lớn của nhân sinh. Thực chất đó là một bộ lược sử tự nhiên.

Nhưng mà, khi tôi đưa Hoa đi và thử giảng giải lại một lần nữa những việc này, trong lòng luôn luôn cảm thấy có chút khúc mắc. Chẳng phải tại vì Hoa không phải là một đứa bé thật, mà chính là vì, việc này nói ra cũng hơi kỳ lạ, trong lòng hình như cảm thấy là kỳ thực Hoa đã hiểu hết tất cả. Nhìn vào ánh mắt ngây thơ nhưng đầy ắp trí tuệ của nó, tôi có dự cảm là đứa trẻ này lớn lên sẽ đạt được thành tựu bất phàm.

Một khi quyết định coi Hoa là một đứa con trai thật sự mà nuôi dưỡng, tâm trạng càng trở nên yên ổn, không lấn cấn thấp thỏm như hồi ban đầu. Việc chăm sóc quả thật là đơn giản, ăn uống, ị, ngủ không cần phải nói rồi, đến cả vấn đề sức khỏe mà những bậc cha mẹ thông thường hay lo lắng thì tôi cũng không cần phải để ý. Tôi bắt đầu hiểu được tâm trạng của những người nuôi "Reborn Babies". Sự trải nghiệm đặc biệt như thế này, cũng giống như chỉ lọc ra phần tốt đẹp nhất trong việc nuôi dưỡng trẻ con, và loại bỏ đi phần phiền toái và khiến cho người ta lo âu nhất. Cũng chính về mặt này mà nói, "Reborn Babies" có ưu thế hơn là trẻ con thực sự.

Giả như có người cho rằng Hoa chỉ là một món đồ chết, thì tuyệt đối tôi cũng không đồng ý. Qua ngày tháng tiếp xúc với nó lâu dần, tôi càng cảm thấy nó không chỉ là một món đồ chơi, thậm chí không chỉ là một món đồ sống sờ sờ, mà còn có một sự tồn tại về mặt tinh thần. Để tránh cho người khác hiểu lầm là trong đó có phần tâm linh quái dị, nên tôi đã không hề tùy tiện dùng từ "linh hồn". Nói một cách xác đáng hơn đó là, bởi sự kích thích của trí tưởng tượng, Hoa đã nhận được một sức sống trong thế giới trò chơi ảo này. Sức sống như vậy, qua việc tôi không ngừng nói chuyện với nó, càng lúc nó càng trở nên hoạt bát và năng động. Ngoài việc nó có một cơ thể rất giống như thật, rồi dần dần, vì trở thành đối tượng của ngôn ngữ mà được một dòng linh khí bao bọc. Dòng linh khí này khiến cho cơ thể vật chất của nó từ từ được sống dậy, vượt qua sự mô phỏng và đạt được mức độ như thật.

Tôi bắt đầu phát hiện ra cá tính của Hoa. Nó là một đứa trẻ có đầu óc tò mò rất mạnh mẽ. Tôi nói với nó vấn đề gì, nó cũng lắng nghe một cách chăm chú, thỉnh thoảng còn cổ vũ tôi nói tiếp bằng một thần thái hiếu kỳ. Ngược lại, tôi lo là sự khao khát của nó đối với tri thức sẽ vượt quá giới hạn có thể chấp nhận được của một bộ não nhỏ bé, bèn nhắc nhở mình phải dừng lại ở lúc thích hợp. Lúc đó, tuy Hoa không thể hiện ra ngoài mặt sự không hài lòng của mình, nhưng sự thất vọng trong ánh mắt vẫn không thể che đậy được.

Tôi cho rằng trẻ con phải có nhiều thời khắc chơi đùa vô vị. Tôi không có thời gian để chơi đùa với nó cả ngày được, còn anh trai của nó thì tuyệt đối không chịu đảm nhiệm vai trò của người chơi cùng.

Thế là hai con chồn và nhím mang từ Anh về được phải đi gánh trách nhiệm. Khi tôi cần phải tập trung làm việc, bèn để cho chồn và nhím chơi cùng với Hoa ở trên giường. Kích cỡ của chồn hơi nhỏ hơn so với một đứa bé con, nhờ được nuôi dưỡng đã lâu, tính tình cũng trở nên ôn hòa và hiền hậu. Nhím thì có tiếng chứ không có miếng, trên người nó toàn là lông mềm, đương nhiên cũng không làm cho trẻ con bị thương. Có lúc, Hoa và hai con vật nhỏ ấy lăn lộn ở trên giường; có khi, lại ngoan ngoãn quây quần bên nhau, ra vẻ rất là thân mật. Trông thấy cảnh tượng ấy, tôi cũng cảm thấy an tâm.

Vào một hôm nọ, khi tôi bước vào trong phòng ngủ, phát hiện chúng đang đọc sách. Tôi thấy một quyển sách to đang mở ra ở trên giường, chồn và Hoa cúi đầu xuống, hai đứa chụm đầu lại mà đọc một cách chăm chỉ. Còn nhím với nét mặt ngây thơ thì ngồi thừ ở một bên. Tôi tiến lại thò đầu vào xem thử, nhận thấy thì ra là *Outside Over There* của Maurice Sendak, bản tiếng Trung Quốc dịch là *Nơi xa xôi ấy*. Đó là một quyển truyện tranh của Quả mà hồi nhỏ tôi với thằng bé đã từng xem cùng với nhau. Một câu chuyện rất đơn giản, kể về việc cha của nữ nhân vật chính là Ida nhân có việc nên phải đi xa, có một đám tiểu quỷ đã lẻn đánh tráo một đứa trẻ bằng băng với em gái của Ida. Sau khi Ida phát hiện ra, cô bé đã mặc chiếc áo mưa màu vàng của mẹ vào, cơ thể cô trôi lên không trung, ngẩng mặt lên trời mà bay đến đất nước của bọn tiểu quỷ. Bọn tiểu quỷ biến ra rất nhiều đứa trẻ nhỏ để làm cho Ida lẫn lộn không thể phân biệt được thật giả, thế là cô bé lấy ra một chiếc tù và rồi thổi lên, khiến cho những đứa trẻ giả nhảy múa không ngừng. Cuối cùng thì bọn tiểu quỷ đều mệt xỉu đi, Ida tìm thấy em gái của mình. Về đến nhà, mẹ cô cầm lấy thư của cha cô bé gửi về, bảo ông vẫn còn thêm một khoảng thời gian nữa mới có thể về nhà được, dặn dò cô bé Ida dũng cảm phải chăm sóc mẹ và em gái.

Chắc chắn là chồn đã lấy quyển truyện tranh này từ trên kệ sách xuống. Chúng đang xem chỗ trang mà Ida đang tìm em gái của mình trong đám trẻ nhỏ giống hệt như nhau. Tôi kéo hai đứa quỷ nhỏ ấy ra, cầm quyển truyện tranh lên, bảo: "Là chuyện hay ho mà chồn làm chứ gì!" Thấy bọn chúng nó không đáp lời, tôi bảo: "Sao thế? Muốn đọc sách lắm đúng không? Được thôi! Ta đọc cho các con nghe nhé!" Thế là tôi bèn ngồi xuống ở đầu giường, ôm lấy Hoa và chồn, đọc quyển truyện tranh ấy một lượt từ đầu tới cuối. Sau khi đọc xong, thấy bộ dạng của Hoa hình như vẫn còn chưa muốn nghỉ, tôi bèn lấy một quyển truyện tranh khác từ trên kệ sách xuống, *The Tin Forrest* của Helen Ward và Wayne Anderson, đọc từng trang từng trang một. Đó là câu chuyện kể về một cụ già đã làm thế nào để sáng tạo ra một khu rừng rậm giả bằng phế liệu kim loại, sau đó sinh ra thực vật và động vật như thật.

Từ đó về sau, tôi bèn thường xuyên đọc sách cho Hoa nghe. Ban đầu là đọc sách nhi đồng, hình như là những sách học biết chữ, cổ tích và truyện tranh, nhưng nhanh chóng thôi, Hoa cảm thấy không đủ, muốn xem những thứ sâu xa hơn một chút. Thế là tôi bèn đọc các sách như là bách khoa toàn thư tri thức khoa học, sách ảnh động thực vật, Đường thi, Tống từ, tác phẩm kinh điển thế giới… Nói đúng hơn là, hễ cứ tiện tay lấy được gì từ trên kệ sách xuống cho nó, thì nó bèn đọc rất hứng thú và nhiệt tình, cứ như thể không có gì là khó khăn cả. Những sách có dung lượng dài, tôi không thể đọc từ đầu đến cuối, bèn cứ để mặc cho nó tự nghiên cứu lấy. Bỏ đi một lúc rồi quay lại, vẫn thấy nó ngồi đọc với vẻ hết sức nghiêm túc, không chút mệt mỏi và lười nhác. Sự phát triển về năng lực trí tuệ của Hoa thực sự khiến cho người ta ngạc nhiên.

Về việc trong nhà xuất hiện một thần đồng (có lẽ nên nói là thần đồng sơ sinh), vợ tôi chỉ cảm thấy thú vị, chứ không tham gia vào việc dạy dỗ. Tôi cho rằng thái độ của cô ấy hình như quá bảo thủ, chưa cảm giác được Hoa đóng vai trò là một đứa con trai có tiềm năng khổng lồ. Đối với hành vi của em trai mình thì Quả cho rằng không hề là vậy. Đương nhiên, một đứa bé như Hoa thì không hề biết được cái gì gọi là lộ liễu rõ rệt. Về mặt học hành, một đứa bé nhỏ tuổi như Hoa lại cho thấy một sự hứng thú và bẩm sinh hơn người, tạo thành một sự đối lập mãnh liệt với anh trai của nó, chả trách anh trai Quả cảm thấy không thú vị gì. Là một người ba, tôi vừa không muốn làm mai một tài hoa của Hoa, cản trở sự phát triển của nó, nhưng lại không muốn đầu óc nó phát triển quá sớm, làm ra những chuyện mà không phù hợp với lứa tuổi. Dù gì thì nó cũng chỉ là một đứa bé cỏn con. Nghĩ đến đó thì tôi không thể không rơi vào tình trạng khó xử.

Có một hôm, sau khi tôi vùi đầu cả buổi chiều vào việc viết lách, quay trở vào phòng ngủ, dự định sẽ nghỉ một chốc lát. Nhìn thấy Hoa đang ngồi tựa vào chiếc gối dựng đứng, trước mặt nó đặt một quyển sách đang mở ra. Tôi cầm lấy quyển sách lên, phát hiện thấy đó là quyển Diễn thuyết về phương pháp của Descartes. Tôi gọi chồn đến, hỏi xem có phải là chuyện hay ho mà nó đã làm không. Chỉ có chồn mới có thể tự mình trèo lên giá mà lấy sách xuống. Nhưng ngược lại chồn cứ tỏ ra vô tội, lắc lư chiếc đuôi lắm lông của mình. Tôi cầm lấy sách, lật một lúc, thở một hơi. Lúc bấy giờ, đột nhiên Hoa mở miệng nói:

- Ba, trả sách lại cho con được không? Con vẫn chưa đọc hết mà!

Tôi quơ quơ quyển sách cầm trên tay, nói:

- Cảm thấy thế nào? Có hay không?

- Hay mà!

- Hay như thế nào? Hay chỗ nào vậy?

- "Tôi tư duy, tức là tôi tồn tại", điểm này rất là thú vị.

- Thú vị như thế nào?

- Ba vẫn không hiểu à? "Tôi tư duy, tức là tôi tồn tại."

- Con nói bản thân con?

- Đương nhiên.

- Vì vậy nên?

- Con đang nghĩ, con đã tồn tại, thì con nên nhận thức thế giới này như thế nào? Con nên khiến sự tồn tại của mình có ý nghĩa như thế nào?

Giọng điệu của Hoa tuyệt đối không giống với một đứa trẻ con bình thường. Tôi tiếp tục đối thoại với nó như một người lớn:

- Con cảm thấy hiện giờ rất không có ý nghĩa gì à?

- Nói thực thì, có hơi vô vị.

- Vậy thì, phải làm gì để không thấy vô vị chứ?

- Ba, con muốn trưởng thành.

- Cái gì?

- Con muốn trưởng thành. Con không muốn mãi mãi là một đứa bé con.

- Trưởng thành thì có gì hay chứ? Làm một đứa bé con thì có gì không tốt?

- Làm một đứa trẻ con thì rất thoải mái, nhưng làm việc gì cũng phải nhờ vào người khác, đây là chỗ không tốt.

- Con muốn dựa vào chính mình sao?

- Con muốn làm một người độc lập.

- Con cảm thấy một người chăm sóc như ba đây chưa đủ tốt sao?

- Không phải, ba làm rất tốt, nhưng lại tốt quá mức.

- Con không muốn ta sắp đặt mọi thứ cho con à?

- Con muốn được tự do.

- Trưởng thành không có nghĩa là tự do.

- Nhưng nếu không trưởng thành, thì chắc chắn không có tự do.

- Trưởng thành không đơn giản như con nghĩ đâu, con buộc phải đối mặt với một sự mạo hiểm tương ứng.

- Một cuộc sống không có mạo hiểm, thì không có ý nghĩa gì cả.

- Nhưng ta lo cho con mà!

- Làm cha cũng không phải là không cần phải trả giá.

- Đương nhiên là ta biết.

- Chính là ba tự mình lựa chọn làm việc này, không phải là con. Nhưng mà, con không trách ba.

- Con phải biết rằng, nếu con muốn trưởng thành, không cần phải qua sự đồng ý của ta. Ta không có quyền ngăn cản con làm như vậy.

- Con biết. Chỉ là về mặt tình cảm, con cảm thấy nên hỏi ba một tiếng, để ba có một sự chuẩn bị về tâm lý.

- Cảm ơn con đã cho ba biết! Ta sẽ cố gắng hết sức để phối hợp với con.

- Ba, nếu như con trưởng thành, con sẽ không thể bên cạnh ba giống như trước nữa.

- Không hề gì, có chồn bên cạnh ba. Chỉ cần con làm việc mà con muốn thôi.

- Vậy thì, hãy quyết định như vậy đi nhé!

- Ừ, quyết định như vậy đi! Nhưng mà, nào, để ta ôm con một lần nữa, với trạng thái con vẫn còn là một đứa bé.

Tôi ẵm Hoa lên, ôm vào trong lòng, vỗ về nhè nhẹ lên đầu của nó. Tôi nghĩ về Quả hồi mười năm trước. Một đứa con bé bỏng, con trai của tôi, chưa hiểu được một thứ gì cả, một sinh mệnh thân ái nhất, yếu ớt nhất.

Sau đó, hai tay tôi nhấc cơ thể bé bỏng của Hoa lên, giơ nó lên không trung, nhìn thẳng vào nó. Vào thời khắc đó, tôi nhìn thẳng vào đôi mắt của nó, nó cũng nhìn thẳng vào đôi mắt của tôi, và đột nhiên tôi cảm thấy một sự xa lạ, cùng sự khiếp sợ khe khẽ. Tôi nhận thấy, tôi đã không biết được nó đang nghĩ gì, cũng không biết là nó nhìn tôi như thế nào. Con trai, đã trở thành một người khác thực sự.

Sự hoảng sợ bất chợt ấy khiến tôi suýt chút đã buông tay. May mà, tôi đã không buông.

5.

Thưa phụ thân đại nhân:

Kính bẩm, qua sự chấp nhận độ lượng của phụ thân, cuối cùng con cũng được trưởng thành, nếm được mùi vị của một người trưởng thành. Đương nhiên, sự kiên trì của con đối với ba mà nói cũng không cách nào có thể ngăn cản được. Vì con được sinh ra từ trong ý nghĩ của người, và tuy rằng ý nghĩ của ba hết sức tinh tường, nhưng tất cả mọi thứ ở trong đó tuyệt nhiên không phải lúc nào ba cũng có thể kiểm soát được. Về điểm này con tin là ba sẽ hoàn toàn đồng ý. Do đó, từ sâu trong ý nguyện mà nửa đi ngược lại nửa tuân theo của ba, con không chỉ được ra đời, mà còn trưởng thành nữa. Và một khi con đã ra đời, vả lại còn trưởng thành nữa, chắc chắn ba cũng sẽ cố gắng hết sức để phối hợp. Đây chính là trách nhiệm của một người làm cha như ba.

Đương nhiên, ba đồng ý để con trưởng thành, cũng chẳng phải là không có điều kiện. Điều kiện của ba thật ra cũng rất đơn giản, yêu cầu cũng không có gì quá đáng, thậm chí còn có lợi chứ chẳng có hại gì cho con, đó chính là - trở thành một người thích đọc sách, yêu văn học. Một người ba có yêu cầu như thế đối với con trai, tuyệt đối không thể nói là quá đáng, nhưng hình như có hơi không hợp thời cuộc. Nhưng mà, nói gì thì cũng là một điều kiện chính đáng, có ý nghĩa, do đó con cũng chấp nhận vô điều kiện, trở thành một người thích đọc sách và yêu văn học.

Nhưng mà, chỉ là việc đưa ra một điều kiện như thế này, nghĩ lại hình như cũng quá ít. Thiết nghĩ nếu như con trở thành một người "thích đọc sách", "yêu văn học", nhưng đồng thời con làm gian làm ác, làm hại đến thế gian, vậy thì sẽ như thế nào chứ? Đừng tưởng "thích đọc sách", "yêu văn học" thì chắc chắn sẽ trở thành người tốt, sẽ không trở thành người xấu. Trong lịch sử cũng có nhiều những người xấu "thích đọc sách và cũng yêu văn học", nếu nêu ra những trường hợp đó khó tránh khỏi việc khiến người ta ngỡ ngàng. Và như thế thì sẽ dẫn đến, nếu như việc thích đọc sách và yêu văn học không khiến cho người ta trở nên tốt hơn, cũng không thể khiến cho thế giới trở nên tốt hơn, vậy thì đọc sách và văn học có giá trị tồn tại gì? Đây là một chủ đề lớn. Tuy không phải là con không biết nói - trên thực tế ba cũng đã khảng khái ban cho con trí tuệ và học thức tương đương với đẳng cấp của ba - nhưng bây giờ mà nói đến chuyện này hình như có hơi cụt hứng, do đó hay là mình tạm thời giấu nó đi không nói đến nữa.

Vậy thì, "một người thích đọc sách và yêu văn học" còn có thể bao hàm một ý nghĩa gì khác nữa chứ? Con vắt hết óc để suy nghĩ, ấy chẳng phải là bản thân của ba sao? Về mặt tu từ học thì đây gọi là hoán dụ (synecdoche), tức là lấy tính chất đặc thù của việc "thích đọc sách yêu văn học" này để đại diện cho một chỉnh thể cá nhân nào đó. Do đó, con nói rằng điều kiện của ba là muốn con "trở thành một người giống như ba", có lẽ sẽ không đến nỗi là một cách hiểu quá đáng chứ. Làm rõ điểm này, đối với sự trưởng thành của con mà nói, là hết sức quan trọng. Vì tuy rằng con có một trí tuệ và học thức đủ để có thể đối đầu với ba, nhưng nói cho cùng thì con cũng thiếu kinh nghiệm sống thật sự. Do đó rốt cuộc thì trưởng thành là một câu chuyện như thế nào, con cũng không thể nào chỉ lơ tơ mơ dựa vào trí tuệ và học thức để hiểu rõ được. Nói như thế thì kỳ thực con cũng giống như những đứa trẻ khác, vẫn buộc phải mò mẫm những hòn đá dưới đáy sông mà vượt qua, từng bước từng bước một trải nghiệm những điều chưa biết và biến số trong sự trưởng thành.

Làm rõ được điểm quan trọng nhất này, thì con có thể bắt đầu trưởng thành được chưa? Nhưng mà, làm sao để con biết được ba là một người như thế nào, để con có thể noi theo đó mà "trưởng thành" chứ? Có lẽ không đơn thuần chỉ là con là con trai của ba, rồi từ sự di truyền và việc tiêm nhiễm qua tai mắt, rồi tự nhiên sẽ "trở thành một người giống như ba" vậy. Điểm này không cần nhìn ai đâu khác, chỉ cần nhìn vào tiền lệ của anh trai con thì hẳn biết. (Đúng rồi, con phải nhớ lấy điều này, con có một anh trai tên là Quả, và con là con trai thứ của ba tên Hoa.) Con trai không hiểu hoặc không chịu hiểu ba (hoặc ngược lại), hình như đã là một quy luật phổ biến trong xã hội loài người, vả lại càng đến thời kỳ cận đại càng trở nên như thế. Nghe nói thứ này được gọi là "khoảng cách giữa hai thế hệ", theo cách nói lưu hành gần đây chính là "sự rạn nứt giữa hai thế hệ". Con vừa phải trưởng thành giống như một người khác, tự nhiên cũng khó có thể tránh khỏi bị quy luật này bó buộc. Con có thể khắc phục được nó hay không lại là một chuyện khác. Do đó, tuy rằng con được sinh ra từ trong ý nghĩ của ba, nhưng con cũng không thể giống như một con giun ở trong đó mà biết được rõ ràng tường tận tình hình nội bộ. (Thành thật xin lỗi, giun thì ký sinh trong ruột. Ở đây con đã dùng sai lời vàng của một nhà văn nào đó.) Cho dù là bản thân ba, cũng không thể hoàn toàn hiểu được chính mình, chứ đừng nói là chính con đã được tách ra từ ba. (Trên thực tế, tình hình mơ hồ và hiểu nhầm chính mình cũng nhiều vô số kể, thậm chí là một trạng thái bình thường.)

Thôi được, về việc con nên đi như thế nào trên con đường trưởng thành của con, nghĩ tới nghĩ lui lâu như thế, hình như vẫn chưa có được một đáp án rõ ràng. Thế là con bèn nghĩ đến, trong cái việc gọi là "thích đọc sách" và "yêu văn học", ba đã là một nhà văn, vậy thì con nên tìm một hình dạng nguyên thủy nào đó của sự trưởng thành trong tiểu thuyết của ba, để cấu tạo nên sự di truyền gene giữa ba với con. Còn về vai trò của mẹ trong này, con cũng sẽ lược bỏ đi trong sự lúng túng không biết phải làm sao. Tuy nói rằng mẹ cũng không phải không có ý nghĩ sinh ra một đứa con thứ, việc liên quan tới "Reborn Babies" cũng chính là mẹ đã đề cập đến trước tiên, sau đó mẹ cũng tham gia vào mà chơi trò chơi này trong sự thờ ơ; nhưng mà, cho đến giai đoạn con quyết định trưởng thành này, hoàn toàn là dựa vào sự chấp thuận đầu tiên của ba, tuyệt không có được sự đồng ý và sự tham dự của mẹ. Do đó, để tránh cho sự việc trở nên quá phức tạp, tạm thời con phải đặt mẹ sang một bên, hoặc là coi như một vai không cần phải hỏi chi tiết nguyên do.

Trong tác phẩm của ba, rất ít khi xuất hiện nhân vật trẻ con, ngoại trừ trong tác phẩm tiểu thuyết dài mang màu sắc bản ngã và lịch sử gia đình ra. Muốn con trưởng thành lại một lần nữa giống như ba hồi còn thơ ấu, rồi nói chi tiết hơn một lần nữa những ấn tượng và vết thương thuở nhỏ, hình như có hơi phí thời giờ và nát việc, con dứt khoát bỏ qua cho rồi. Còn về câu chuyện của một cậu học sinh cấp hai tên là "Tiểu Đông" kia, thì con lại cảm thấy rất đáng để tham khảo. Vậy thì, con cũng không ngại trở thành chàng thiếu niên có cá tính cô độc, trầm mặc ít nói, nhưng tâm hồn lại nhạy cảm, hay ảo tưởng đó vậy. Sự sắp đặt này thật hay, vừa đáp ứng đầy đủ sự quan tâm của ba, mà cũng rất hợp với khẩu vị của con. Còn về câu chuyện của một cô con gái tên là "Bối Bối" ấy, nếu như ba mong muốn cũng sinh được một cô con gái trong tưởng tượng, thì hãy giữ lại cho em gái trong tương lai của con đi nhé! Nhưng mà, con không chắc là mình có thể hòa hợp được với con bé hay không đâu. (Con bé trông có vẻ như là một kẻ phiền toái đỏng đảnh!)

Nhưng mà, nói đến việc hòa hợp lẫn nhau, con vẫn đang suy nghĩ về mối quan hệ giữa con và anh trai. Tính cách của anh trai, ở trong rất nhiều mặt cũng đã trái ngược với con. Anh ấy đã từng nhiều lần thể hiện rằng mình không mong muốn có em trai hay em gái, bình thường anh ấy cũng không có cảm tình với những đứa trẻ nhỏ tuổi hơn mình. Do đó, về cái thứ gọi là tình nghĩa anh em này, thì ngay từ đầu con đã xác định là không có kỳ vọng gì, chỉ hy vọng rằng sự tồn tại của con không phải là sự phiền nhiễu cho anh ấy là may mắn lắm rồi. Dù sao thì rốt cuộc anh ấy cũng là anh trai của con, do đó, đương nhiên là con phải tôn trọng anh ấy, cũng sẽ tránh tạo ra bất cứ một sự so sánh nào ấy, hoặc đưa ra bất cứ ý kiến nào với anh. Ví dụ như, nói về những yêu cầu "thích đọc sách" và "yêu văn học" này, thì hoàn toàn không thích hợp để áp dụng lên bản thân anh ấy, còn con cũng không cảm thấy có vấn đề gì. Còn về sở thích "cuồng xe buýt" của anh trai, đương nhiên cũng không liên quan gì đến con, con không cần phải bắt chước theo, cũng không có bình luận gì. Mọi người đều có cái mà họ yêu thích mà. Dưới tiền đề như vậy, con có thể dự kiến rằng, nhiều nhất thì hai anh em chúng con sẽ làm được cái điều kính nhau như là khách vậy, có lẽ là sẽ không nói chuyện được nhiều. Đó cũng là chuyện không thể cứu vãn được. Về mặt này hy vọng ba sẽ thông cảm.

Quay trở lại sự sắp đặt chuyện trưởng thành của con, giai đoạn trung học cũng sẽ lướt qua vù vù như vậy. Tuy là có nhiều người coi thời kỳ thanh xuân này quá quan trọng, cảm thấy vừa kích thích vừa hoài niệm đối với những thay đổi nhanh chóng về mặt tâm hồn và cơ thể, nhưng con cảm thấy những việc làm trong thời kỳ trưởng thành lại có lắm điều ngu xuẩn, đồng thời không có chỗ nào đáng để tiếc nuối. Về mặt tri thức thì hiểu biết lơ mơ, mặt quan hệ giữa người với người thì đụng đâu bạ đó, mặt tình cảm thì có này mất nọ. Con vừa có một trí tuệ và tri thức tương đương với ba, thì cảm thấy phải sống những ngày tháng mông lung như thế cùng với người mông lung như vậy, quả là một chuyện khó mà chịu đựng được. Do đó giai đoạn này tốt nhất là nên cho qua đi là hơn. Không phải con nói mình là một thần đồng, do đó không thèm chơi với bọn trẻ con khác, chỉ là con có hơi nôn nóng, muốn đối mặt với chuyện quan trọng hơn đó là trở thành một người lớn thực sự. Nhưng điều gì mới là điều quan trọng hơn chứ? Một người thiếu thốn kinh nghiệm sống như con vẫn không thể nói ra được. Vậy thì cứ đi thử xem sao!

Do vậy, sự sắp đặt lý tưởng nhất chính là, con đã trở thành một sinh viên đại học, học ngành Văn Học So Sánh như ba, Trong cái môi trường đại học mà tư tưởng cũng còn tương đối tự do này, đối mặt với các loại tiếp xúc về học thuật, giao tiếp lẫn nhau, tình cảm và xã hội. Đến nỗi con đã vào đại học trước cả anh con, về mặt thời gian thì không hợp tình hợp lý, nhưng cũng không cần phải so đo tính toán làm gì. Dù gì đi nữa thì con và anh trai cũng sống trong hai thế giới không liên quan đến nhau. Nếu nói ngược lại, con sinh ra sớm hơn anh ấy, và anh ấy là em trai của con, con cũng cảm thấy không có gì khác biệt. Về chuyện rạch ròi danh phận anh và em, con cảm thấy không hề gì, con tin là anh ấy cũng không để ý cho lắm, chỉ cần một điều là con không lấy danh phận của anh trai mà can thiệp vào cuộc sống của anh ấy mà thôi.

Nhưng mà con vẫn còn một suy nghĩ. Cái việc "yêu văn học" mà ba nói, ngoài việc thích đọc sách văn học, cho đến việc nghiên cứu văn học, hình như cũng bao gồm cả phần sáng tác văn học. Điều này đối với ba mà nói, chắc chắn là phần cốt lõi, nếu không thì ba đã không là ba của bây giờ rồi. Con có thể dự kiến, hoặc kỳ thực là con đã nhận thấy một cách sâu sắc trong một khoảng thời gian mà con đã bỏ qua không nói, một sự thực rằng ba là một nhà văn, đối với con trai mà nói không thể nào không có ảnh hưởng. Anh trai (hoặc là em trai) nghĩ như thế nào thì con không biết, bản thân con trong giai đoạn từ tiểu học đến trung học (tuy không nói, nhưng giả thiết là tồn tại) với thân phận là con trai của một nhà văn, không thể không nói rằng chẳng có một chút gì gọi là lòng kiêu hãnh hư ảo. Đương nhiên điều này cũng tạo ra một áp lực nhất định đối với con, vì kỳ vọng của các thầy cô giáo đối với con (đặc biệt là môn Trung Văn) càng cao hơn. May mà do con đã kế thừa được trí tuệ và tri thức của ba, vì vậy mà việc ứng phó với chương trình trung học quả thực là có thừa, nhiều lúc thậm chí còn phải cố ý khiêm tốn, để tránh thể hiện quá rõ sự chênh lệch với tuổi tác của mình, thu hút những ánh mắt hiếu kỳ của người khác, hoặc bị tẩy bay trong đám bạn học. Trong sự điều chỉnh có ý thức của con, với thành tích đặc biệt ưu tú nhưng vẫn chưa đến mức gây sự chú ý của việc giật giải trạng nguyên, thi đậu vào khoa Văn Học So Sánh của trường đại học. Con cảm thấy ánh sáng của thời khắc ấy không có ý nghĩa gì lớn lắm.

Sự việc hình như thuận lợi hơn trong tưởng tượng, duy nhất là việc vừa mới nhắc đến lúc nãy, khiến cho đến bây giờ con vẫn cứ cảm thấy thắc mắc: Chuyện nghiên cứu "yêu văn học", phải chăng trong đó cũng bao gồm cả việc "yêu sáng tác"? Và cho dù con cũng "yêu sáng tác", điều này phải chăng cũng nói lên việc con có năng lực về mặt này, ít nhất cũng đạt được trình độ của ba? Con cũng bắt đầu suy nghĩ, sự theo đuổi việc "trở thành một người giống như ba" ấy, hay là ý nói về hành vi theo đuổi ấy? Nếu như là hành vi theo đuổi, vậy có lẽ bao gồm cả dã tâm vượt mặt ba. Về mặt khác, có thể nói con có sự tự tin này, nhưng nói đến viết lách hay là sức sáng tạo, thì ngược lại con cảm thấy đó là một sự thiếu sót không thể tả được. Ý con không phải nói là con sẽ trở thành nhà văn hay là không, hoặc có viết được một tác phẩm nào đó, để có một sự so kè với ba hay không. Ý của con muốn nói, trong sự sắp đặt có điều kiện của con, phải chăng cũng bao gồm luôn cả thành phần sức sáng tạo này? Hay là, từ đầu tới cuối rốt cuộc thì con cũng là một vật sáng tạo của ba, bị trói buộc trong giới hạn sáng tạo của ba, không cách nào có thể độc lập thực sự? Đào sâu đến tận căn cơ gốc rễ, vấn đề chính là: Con có tự do thực sự hay không?

Có lẽ ba sẽ cảm thấy, những câu hỏi này hỏi có hơi sớm. Vậy, trong thời kỳ sau cùng trong sự trưởng thành của con, con sẽ lần lượt đối mặt và thử trả lời nhé. Con sẽ tiếp tục dùng phương thức thư từ, ghi chép lại những vết tích mà tâm hồn con đã trải qua, cùng với những trải nghiệm của các loại cảm xúc vui buồn lẫn lộn với nhau, và nói cho ba biết, chia sẻ, thảo luận với ba, thậm chí là tranh biện. Con tin chắc là ba sẽ không phản đối với việc này chứ! Nghiêm cẩn kính xin!

Kim an.

6.

Thưa phụ thân đại nhân:

Kính bẩm, có lẽ là ba sẽ nhớ rõ hơn con, vào thời kỳ thơ ấu của con thì con đã là một kẻ cuồng đọc sách như thế nào. Khi ấy tuổi của con còn quá nhỏ, đã không còn nhớ được chi tiết cho lắm. Nghe ba nói là hồi con ba tuổi thì sách đã không rời tay rồi, đến nỗi ăn cơm mà cũng phải đặt sách ở bên cạnh, vừa đọc vừa ăn. Nếu lấy sách đi, ngay tức khắc con sẽ quậy lên om sòm. Đưa con đi ra ngoài, hoặc là họp mặt với người thân hay bạn bè, con cũng chỉ một lòng cúi đầu mà đọc sách của mình, không chơi với bọn trẻ con khác. Duy nhất là những câu chuyện của người lớn nói, nhiều lúc thu hút con, con bèn tạm thời đặt sách xuống, đút cái miệng con nít vào mà thảo luận.

Thói quen đọc sách mọi lúc mọi nơi này, luôn luôn không thay đổi, mãi cho đến tận bây giờ cũng vậy. Trong trường học, việc này trước giờ cũng là nguyên nhân khiến con bị bạn học (thậm chí là giáo viên) coi như là quái nhân, kính trọng con nhưng xa lìa con, hoặc trực tiếp tẩy bay con. Vào năm thứ ba tiểu học, thường xuyên xảy ra những việc bị bạn học trộm mất hoặc giật sách đi, hay sách bị rách trong những cuộc giành giật. Hình như cũng vì những hành vi quá khích này mà liên lụy đến ba phải bị giáo viên mời đến. Nhưng mà, ngày rộng tháng dài trôi qua, bạn bè cũng quen với cái tật này của con mà coi như bình thường, và cũng rất ít khi phát sinh trở lại những xung đột ấy. Cũng nhờ vào điều này mà con còn kết giao được với hai người bạn có cùng sở thích đọc sách. Trong một cuộc thi thường thức đọc sách giữa các lớp khối năm, tụi con đã giành được giải quán quân bằng ưu thế tuyệt đối.

Một chuyện được ghi nhớ rất sâu đậm khác nữa, đó chính là một buổi học viết thư trong giờ Trung Văn, với những thứ mà trong cuộc sống hoàn toàn không hề đụng tới, ví dụ, đại loại kiểu như: "Cô em họ thân ái: Đã lâu rồi không gặp, gần đây em có khỏe không? Tuần sau là sinh nhật của anh rồi đấy, anh sẽ tổ chức một bữa tiệc sinh nhật tại nhà, muốn mời em đến dự..." Con cảm thấy rất nhàm chán, không muốn làm phần bài tập về nhà này. Lúc đó, ba đã đem ra một thứ gọi là Xích độc, bảo rằng đó là những phàm lệ có quy cách mà ngày xưa người ta viết thư. Thượng khoản và lạc khoản có những quy tắc gì, cách dùng theo thói quen của phần mở đầu và kết thúc, nhiều hình thức của lời chúc tụng, tất cả đều phải tùy vào thân phận và quan hệ của người viết thư và người nhận thư, trường hợp có liên quan với việc viết thư mà quyết định. Con cầm lấy quyển sách ấy, lập tức ghi nhớ lại nhiều từ dùng như "tôn tiền", "tứ giám", "như ngộ", "duyệt tất", "nhã lãm", "quân an", "thời kỳ", "phúc thỏa", "đốn thủ", "bái khởi", "cẩn bẩm"…, và rồi đã được dùng trong bài tập viết thư của con ở nhà. Đến nỗi giáo viên cũng đọc không hiểu bức thư ấy, con khoanh tròn lại bốn chữ "dư bất nhất nhất", đánh một dấu hỏi! Nhưng mà, điều mà con muốn nói, sau đó con đã đùa giỡn, lấy lời "Thưa phụ thân đại nhân" để làm câu cửa miệng, trước mỗi lần nói chuyện với ba, đều lấy câu này làm câu mở đầu. Đây có lẽ là một ký ức thú vị trong một khoảng thời gian của hai cha con mình nhỉ. Có một lần, ba lại làu bàu gì đó, đại loại như là trời mưa nhớ mang theo dù, con có hơi nóng nảy, bèn trả lời rằng: "Thưa phụ thân đại nhân, ba đừng có coi con như thằng đần nữa được không?"

Bắt nguồn từ việc ba không muốn con lặp lại con đường trưởng thành giống như ba, ba không đưa con vào ngôi trường xưa của ba với cái lợi thế là cựu học sinh; mà ngược lại ba đã chọn một ngôi trường nam sinh có tuổi đời hơn trăm năm, mà lại là một ngôi trường đối đầu với trường của mình. Kỳ thực, điểm giống nhau giữa hai ngôi trường còn nhiều hơn những điểm khác nhau. Con không có hứng thú một chút nào với sự cạnh tranh giữa những ngôi trường danh tiếng này. Trong những ngày hội thể thao giao lưu giữa các trường hằng năm, trong cuộc thi điền kinh giữa hai ngôi trường nam sinh này, đấu với nhau kịch liệt đến nỗi một mất một còn, các học sinh trên khán đài đều hét đến tét họng rách hầu, còn con chỉ ngồi một bên gục đầu đọc sách, quả thật con không thể làm ra những hành vi hô to khẩu hiệu một cách cuồng loạn này được. Có một lần khiến con bị hội trưởng hội học sinh kéo sang một bên quở trách, bảo rằng con hoàn toàn không có "XXX spirit", cậu ta còn hăm dọa rằng sẽ tịch thu sách của con. Trong lòng con không phục, nhưng cảm thấy phản bác lại cũng chỉ bằng thừa, bèn để cậu ta mắng cho đã. May mà sau khi cậu ta nguôi giận bèn trả sách lại cho con, vội vã quay lại phía trước để đôn đốc các bạn học cổ vũ, cổ vũ cho vận động viên trường mình. Con còn nhớ, quyển sách ấy là quyển *Lời thú tội (Confessiones)* của Augustine.

Nhưng mà, cũng không phải là con không có cống hiến cho nhà trường. Trình độ của dàn nhạc giao hưởng trường con đứng hàng nhất nhì, các loại giải thưởng của tiết mục âm nhạc giao lưu giữa các trường hằng năm như là vật nằm ở trong túi tụi con. Ít nhất thì về điểm chơi nhạc cụ thì con cũng qua mặt ba. Từ nhỏ con đã học Vi-ô-lông, nghe nói đây chính là sự lựa chọn của bản thân con. Con thích sự nhẹ nhàng khéo léo của nó, là một loại nhạc cụ có thể mang theo bên mình, âm sắc cũng rất kêu gọi nội tâm, chứ không chỉ là sự phát âm ra bên ngoài. Đương nhiên là con cũng không thể không tham gia dàn nhạc giao hưởng, nhưng con ghét những cuộc thi, do đó con không bao giờ tham gia tiết mục độc tấu. Con chấp nhận trốn trong nhà để kéo những khúc nhạc mà mình thích. Sau đó con cùng ba người bạn học hợp thành một ban nhạc tứ tấu đàn dây, chơi loại âm nhạc mà tụi con thích. Vì tụi con chơi rất hăng say, kết quả vẫn không tránh khỏi việc bị giáo viên kéo đi tham gia cuộc thi. Tụi con chọn bản tứ tấu đàn dây số 8 của Shostakovich nhập đề. Bởi lẽ mắt thì cao nhưng tay thì thấp, kiệt tác này bị tụi con phá nát tan be bét, kết quả bại dưới bản Canon in D đã trở nên tầm thường vô cùng của Pachelbel mà một trường nữ sinh đã chọn. (Khúc nhạc Baroc này vốn không phải được viết cho tứ tấu đàn dây thực sự!)

Trong thời thơ ấu, sự thưởng thức âm nhạc của con được coi là tương đối khác thường. Ngay lúc ban đầu con thích nhất là Bach. Những sonata và suite viết cho Vi-ô-lông không dàn nhạc đệm của ông là những khúc nhạc mà con có nghe cả trăm lần cũng không chán. Con cũng thích những tác phẩm viết cho đàn phím của ông, đặc biệt chung tình với phiên bản biểu diễn của Glenn Herbert Gould bị coi là khác biệt và lập dị. Đến cả giáo viên dạy nhạc của con cũng cảm thấy kỳ lạ, tại sao một thiếu niên lại chìm đắm trong những khúc nhạc trừu tượng như vậy, chứ không phải là những tác phẩm có giai điệu đẹp đẽ. Lúc bấy giờ con cũng không tự nhận biết được rằng tại sao con lại có khuynh hướng như vậy. Sau đó nghĩ lại, có lẽ là con thích sự thuần túy ở trong đó, không có bất cứ mỹ cảm kết cấu theo hướng tình cảm nào. Nhưng đến thời cấp ba, sự thưởng thức của con xuất hiện một sự chuyển biến kỳ lạ. Con đã thích Tbaikovsky với một phong cách âm nhạc hoàn toàn khác. Chính là một Tbaikovsky thiên tài sáng tạo giai điệu đẹp đẽ tuyệt vời! Đây là việc mà con không thể nào giải thích được. Đương nhiên con cũng không hề rời bỏ Bach, mà kể từ lúc đó con đã đong đưa qua lại giữa hai điểm cực mà hai nhà âm nhạc đã đại diện, có khi thì phấn chấn bởi nó, có lúc lại đau khổ cho nó.

Chắc ba cũng nhớ, ước mơ hồi xưa của con là được tham gia dàn nhạc West-Eastern Divan do Barenboim và Said sáng lập. Hồi ấy ba và con đã cùng nhau xem DVD trong thời kỳ sáng lập của họ, thông qua buổi đối thoại của hai nhân vật vĩ đại, đã hiểu được cách dùng âm nhạc để phá vỡ những suy nghĩ ngăn cách bởi chủng tộc và tín ngưỡng. Trông thấy những cậu trai cô gái trẻ trung đến từ nhiều quốc gia đối lập nhau và có nền văn hóa khác nhau, buông bỏ thân phận và thành kiến xuống, bước lên sân khấu biểu diễn bản giao hưởng "Vận mệnh" của Tbaikovsky với một tấm lòng của một con người, một người yêu âm nhạc thuần túy, thật khiến cho người ta cảm động khôn cùng. Đặc biệt là chương hai Andante Cantabile vừa du dương xa xăm nhưng lại vương vấn trong lòng, và cả chương bốn Andante Maestoso vừa khảng khái phơi phới nhưng lại trang nghiêm trầm mặc. Rất tiếc, West-Eastern Divan chủ yếu chỉ kêu gọi những thành viên là hậu duệ người Do Thái Israel và các quốc gia hồi giáo Trung Đông, không mở rộng ra cho những người không có liên quan đến tôn chỉ sáng lập ban nhạc. Huống hồ, với tính cách của con kỳ thực cũng không thích hợp với một ban nhạc cỡ lớn. Điều quan trọng hơn nữa là, dựa vào sự sắp đặt gốc ban đầu, cuộc đời của con cũng phải quanh quẩn và phát triển trong việc "thích đọc sách" và "yêu văn học". "Thích âm nhạc" có thể là một sự thêm vào, nhưng không được lấn lướt ngôi chủ.

Vì vậy, hồi con lên cấp ba thì con chỉ toàn chọn học khối xã hội. Tuy "thích đọc sách" cũng bao gồm cả những sách vở khối tự nhiên, và con cũng luôn luôn duy trì thói quen đọc những đề tài thuộc nhiều phương diện, nhưng văn học và khối xã hội vẫn là lựa chọn hàng đầu ở trong lòng. Điều này chắc chắn sẽ gặp phải trở ngại ở một ngôi trường nam sinh ưu tú, vì toàn bộ những học sinh có thành tích tốt đều chọn học những môn khoa học, và chỉ có những học sinh kém nhất mới bị đẩy vào lớp chuyên ban xã hội như là rác vậy. Qua nhiều lần khuyên can không được của các giáo viên, con vẫn chủ động chọn học lớp chuyên ban xã hội, ngoài chọn những môn lịch sử và địa lý ra, con còn tự chọn học thêm môn văn học Anh.

Thực ra thì lớp chuyên ban xã hội cũng không khó sống cho lắm. Ngoài trật tự giờ học hơi kém, không có một chút gì gọi là một bầu không khí học tập ra, bạn học không đối xử tệ với con, nhiều nhất chỉ là coi con như một động vật quý hiếm, chứ không xảy ra tình trạng ức hiếp hay bài xích. Những học sinh trong lớp này, lý do chủ yếu để được giữ lại trường, chính là giành các huy chương trong những cuộc thể thao giao lưu giữa các trường. Bởi sự luyện tập nghiêm khắc, ngoài việc có ít thời gian học tập, việc nghỉ ngơi cũng thiếu thốn nghiêm trọng, khó tránh việc thường xuyên tranh thủ thời gian lên lớp mà ngủ bù. Do đó mà nhiều khi trong lớp cũng rất yên tĩnh (thỉnh thoảng cũng có kèm tiếng ngáy), giáo viên cũng lười can thiệp. Huống hồ, đến cấp độ này rồi, con cho rằng học tập vốn dĩ không cần phải dựa vào việc lên lớp học, cũng càng không cần phải tham gia vào lớp phụ đạo thần thánh gì đó, hoàn toàn dựa vào việc tự học là được. Phong thái của nhà trường cũng tương đối tự do, việc sắp xếp thời gian hoàn toàn do học sinh tự chủ động, chỉ cần thi cử cho ra thành tích là được.

Những điều nói ở trên đây, đại khái ba cũng đã biết, vậy thì không cần nói chi cho rườm rà nữa. Duy có một việc, con chưa từng nhắc đến với ba, cũng không chịu nhắc lại với mình, nhưng lại muốn nói ra ở đây. Cuộc đời ba năm mà con đã trải qua trong cái lớp không có một chút cảm giác thân thuộc này, con cũng từng có một người bạn. Cậu ta chuyên luyện tập môn chạy đường dài, thành tích trong giới chạy đường dài đứng hàng thứ năm. Người đen đen ốm ốm, tóc rất cứng, lúc nào cũng cong vãnh bù xù không thể nào chải cho nằm yên xuống được. Cũng không có nguyên nhân gì đặc biệt, trong giờ học, chúng con cứ ngồi cùng nhau một cách mặc nhiên như vậy, sau khi trở thành một thói quen, cũng cảm thấy không có lý do gì để phải thay đổi. Kỳ thực thì tụi con không có chung mối quan tâm nào đặc biệt, cũng không có sở thích chung. Hỏi cậu ta là tại sao lại tập môn chạy đường dài, cậu ấy cũng chỉ biết nhún vai, bảo: "Không gì hết, chạy đường dài không cần phải hợp tác với người khác, cũng không cần phải đánh đấu lẫn nhau, không có quy tắc gì cả, cũng không cần đến dụng cụ gì, chỉ cần có hai chân, muốn chạy là chạy, chẳng cần để ý đến người khác, một mình mình chạy một mạch đến cùng. Đại khái là, cảm giác này cũng hay ho." Lúc bấy giờ con nghĩ bụng, thật là một môn thể thao cô độc! Không biết tại sao, bèn có cảm tình với cậu ấy.

Nhiều lúc chạm mặt sau giờ tan học, tụi con sẽ đi cùng nhau. Cậu ấy sống ở Yuen Long, sống ở chỗ còn xa hơn con nữa, cậu ấy sẽ đi cùng tuyến MRT Earst với con, tới Thượng Thủy thì đổi xe về nhà. (Vốn dĩ cậu ấy có thể chọn bắt tuyến MRT West hoặc là bắt xe buýt đường dài mà về nhà.) Trên toa xe thì tụi con cũng chẳng nói với nhau nhiều chuyện. Thông thường chỉ là hai người đứng đối diện nhau, cậu ta gục đầu chơi game bằng điện thoại, còn con thì cúi đầu đọc sách. Đến trạm, cả hai bèn ngẩng đầu lên, vẫy tay chào nhau. Đối với những kẻ đi một mình về như con và cậu ta, thì việc này đại khái cũng đã có thể coi như là biểu hiện của "bạn bè". Cũng có vài lần từng thử, hẹn gặp nhau ở ngoài trong kỳ nghỉ, xem một bộ phim thực ra cũng không có hứng thú gì cho lắm, hoặc ăn bữa một bữa ăn gì đó. Nhưng mà, nếu tán gẫu với nhau, thì tụi con cảm thấy rất là thân thiết. Con thích nghe cậu ấy nói về chuyện chạy đường dài - phương pháp tập luyện, những đoạn đường đã từng chạy qua, phong cảnh ở những nơi khác nhau. Còn nữa là, cậu ấy còn có mong muốn là tương lai sẽ có thể chạy marathon ở khắp nơi trên thế giới. Đối với một người mà bẩm sinh ở mức bằng không với thể thao như con mà nói, thử thách này quả thực ngang với chuyện giành giải Nobel văn học vậy. Đến lượt con nói về những quyển sách mà con thích đọc, tuy là cậu ta không có hứng thú gì cho lắm, nhưng cũng cố gắng nhẫn nại chịu đựng.

Sau đó, vào một kỳ nghỉ hè từ năm thứ năm lên năm thứ sáu bậc trung học, cậu ấy dẫn bạn gái của mình ra gặp con. Con đã sớm biết cậu ấy có bạn gái, và cũng thể hiện một thái độ hết sức ngưỡng mộ. Kỳ thực thì có phải là ngưỡng mộ thật sự không, con cũng không biết nữa. Nói chung là bởi vì con cảm thấy việc có bạn gái này rất mới mẻ, cũng rất tò mò thôi. Sau khi cậu ấy xác định được mối quan hệ "bạn bè" giữa tụi con, bèn cho con xem ảnh của bạn gái cậu ấy ở trong điện thoại. Là một cô gái tuy không phải là rất đẹp, nhưng có dáng vẻ ngọt ngào và dễ thương. Như con dự đoán, cô ấy là một học sinh trong một ngôi trường nữ sinh của giáo hội giống như trường của con. Học sinh của hai ngôi trường này kết giao với nhau thành cặp đôi là một chuyện rất bình thường. Nhưng mà trên thực tế, thành tích của cô nữ sinh này rất tốt, lại còn biết chơi piano, là một người con nhà gia giáo. Ngoài bộ đồng phục nhà trường trên người của bạn con ra, thì không có gì tương xứng với cô bé ấy. Về điểm này, đại khái là cậu ta cũng biết được. Bạn gái của bạn con vừa gặp con, cô ấy bèn nhiệt tình chủ động bắt chuyện với con; biết được con chơi trong dàn nhạc giao hưởng, thì nhanh chóng nói về âm nhạc một cách nhiệt tình. Lúc bấy giờ con cũng không để ý, cứ nói thao thao bất tuyệt một đống chuyện về lễ hội âm nhạc giao lưu giữa các trường. Sau đó nói đến chuyện đọc sách, cô nữ sinh chọn học môn văn học Anh này, bỗng tự nhiên có một chủ đề nói bất tận với con. Bởi lẽ con tự học văn học Anh, bèn giả vờ khiêm tốn mà hỏi han cô ấy về bí quyết suy nghĩ về môn học này. Thỉnh thoảng liếc sang một cái, thì thấy cậu bạn đang chơi game trên điện thoại.

Nào ngờ, sau đó đã xảy ra chuyện ấy, khiến con và cậu bạn con trở nên xa lạ, đôi bên không nói năng gì với nhau nữa. Cả một năm thứ sáu bậc trung học, tụi con cũng không còn ngồi cùng nhau trong giờ học, cũng không đi cùng về nhà với nhau sau giờ tan học nữa. Chuyện ấy đến bây giờ con vẫn không dám đối mặt, cũng không dám nói thẳng ra. Trong lòng con, con một mực coi đó là một chuyện "mất nhân cách trong đời". Vai trò của con ở trong đó, có lẽ cũng không có nghĩa lý gì. Có lẽ con có thể biện giải rằng, đối với loại sự việc này con quá vô tri, quá trì trệ, quá không kinh nghiệm, thậm chí vô ý làm ra một chuyện khiến người khác bị tổn thương. Nhưng rốt cuộc thì con khó chối bỏ cái tội lỗi ấy.

Ba, vốn dĩ con rất muốn nói cho ba nghe, nhưng nói đến đây thì đột nhiên lại cảm thấy, vẫn không thể nào đem chuyện ấy mà trải lòng một cách rạch ròi nguyên vẹn được, do đó đành phải dừng lại ở đây. Trước đây con từng nói, bỏ qua không nhắc đến giai đoạn tiểu học và trung học, nhưng dù sao đi nữa thì có nhiều tình huống ba cũng đã biết rồi, nhưng kết quả cuối cùng thì vẫn không thể nhịn nổi mà nói ra một ít. Kể từ khi bước vào đại học, vào ở ký túc xá, cơ hội về nhà ít đi, thời gian gặp mặt ba cũng ít đi. Cho dù là vào kỳ nghỉ hè dọn về nhà ở tạm, nhưng cảm giác hình như cũng không như trước đây, có thể mở lòng ra mà nói chuyện với ba. Đương nhiên là ba vẫn là một người y như cũ vậy, cả ngày nhốt mình trong phòng mà đọc và viết, gặp con thì cũng sẽ hỏi han qua loa, nhưng có vẻ như có thêm một vẻ khách sáo, và ít sự thân mật đi một chút. Có lẽ, người thay đổi chính là con. Là do con thay đổi càng lúc càng khó có thể nói ra những gì con nghĩ ở trong lòng cho ba nghe. Cũng không phải là con cảm thấy ba sẽ không hiểu được, mà là bản thân con quá rõ việc mình muốn nói gì. Những chuyện đã trải qua trong quãng đời đại học, ngược lại không rõ ràng thẳng thắn như thời trung học, mà lại giống như đang rơi vào trong một vũng lầy, càng vùng vẫy càng lún sâu, càng muốn lau đi thì lại càng dơ thêm. Nó giống như một cục đờm mắc lại ở cổ họng, không phun ra được, nuốt cũng không xuống, khiến cho người ta nói không ra tiếng, thậm chí hít thở cũng khó khăn.

Nhưng mà, phụ thân đại nhân, con vẫn quyết định là phải nói ra hết từng chuyện từng chuyện một này một cách rõ ràng chi tiết với ba. Thông qua văn học, thông quá hình thức thư từ, hình như là một cách có thể làm được. Con thử thổ lộ với ba từng ngày từng ngày một, từng chút từng chút một. Cũng giống như quay về thời thơ ấu, tính khí của con suýt chút là đạt đến điểm khó thể chịu đựng được mà nổ tung lên, lúc nào ba cũng ngồi trước mặt con, bằng cách nhẫn nại, nghiêm túc, ôn hòa, nghe con nói cặn kẽ một đống nỗi buồn đã chất chứa ở trong lòng con. Những thứ ấy có thể là sự không vui do sự cưỡng tình đoạt lý, ngoan cố chấp chước gây ra. Lúc bấy giờ ba thường nói: đừng để rác rưởi ở trong lòng mình tích tụ, đừng sống với rác rưởi, cần phải vứt bỏ những thứ rác rưởi vô dụng đi. Nào, vứt bỏ đi nào! Ba là thùng rác của con đây! Xin lỗi ba. Xin ba hãy chuẩn bị tâm lý. Những thứ rác rưởi mà con sắp vứt cho ba đây có thể sẽ vừa dơ dáy vừa hôi thối. Mong rằng ba sẽ không trách con! Kính cẩn xin thưa.

Kim an.

Nam Hoa khấu bẩm.

Ngày… tháng…

7.

Thưa phụ thân đại nhân:

Kính bẩm, cuối cùng thì con cũng bắt đầu nói về cuộc đời đại học mà con muốn nói rồi. Trước khi vào đại học, quả thực là con có một niềm khao khát đối với đại học. Tuy nói rằng trường đại học giờ đây đã không còn nhận được một sự tôn sùng như lúc trước, sinh viên đại học cũng không còn là thiên chi kiêu tử, nhưng con luôn tin rằng, nó là một nơi để tìm kiếm học vấn, một nơi cổ vũ tự do tư tưởng. Con kỳ vọng nơi này có thể đem tri thức ứng dụng vào thực tế, tìm được đáp án của vấn đề suy nghĩ đã nhiều năm trời.

Nhưng mà, trước khi chính thức nhập học, con đã trải qua một hoạt động ký túc xá đón tân sinh viên mất đi sự tự do và sự tôn nghiêm. Một vài quy trình trong đó khiến cho người ta buồn nôn thì con không muốn nhắc lại nữa. Tôn chỉ của toàn bộ hoạt động, nói theo đó là khiến cho người mới hòa nhập cộng đồng, bồi dưỡng tinh thần tập thể, chi bằng bảo rằng người cũ thị uy với người mới, cố hết sức để đánh vào lòng tự tôn của người mới, khiến cho họ cảm thấy mình thấp hèn, lạc lõng và yêu đuối, sau đó khuất phục dưới sức mạnh của cấp trên và đám đông, để mặc cho họ sắp xếp, đùa cợt và sỉ nhục. Một cái tên nghe hay ho hơn đây chính là để phá vỡ cái nết tự coi mình là trung tâm và kiêu ngạo của người mới, học được cách buông bỏ cái tôi, trở thành một phần trong tập thể, thực chất là một sự bạo lực trong lối hành xử tinh thần thậm chí là nhục thể. Đây sẽ là một trong những ký ức ác liệt nhất trong cuộc đời con.

Điều duy nhất đáng để vui mừng đó là, vốn dĩ cảm nghĩ của bạn cùng phòng là K của con hoàn toàn giống với con. Thậm chí cậu ta còn tiến bộ hơn một thằng chỉ biết lẳng lặng nhẫn nhịn như con nữa, đó là nhiều lần phản đối mệnh lệnh trong hoạt động chào đón tân sinh viên, đến nỗi phải chịu phạt nặng, rồi vì kiên quyết không chấp nhận chịu phạt, nên cậu đã xảy ra xung đột kịch liệt với các tổ trưởng, suýt chút nữa đã ra tay đánh nhau một trận ra trò. Sau đó ban tổ chức thấy không cách nào đối phó với cậu ta, bèn quyết định bỏ qua không truy cứu nữa, để trách cho sự việc bị khuấy to lên, phá hủy sự tiến hành của hoạt động, cũng gây ra ảnh hưởng không hay đối với những người mới khác. Nghe nói cậu ấy là người duy nhất từ trước tới giờ dám phản kháng lại như vậy. Mỗi lần nhắc lại chuyện này, cậu ấy đều nổi giận đùng đùng y như nhau, bảo: "Mẹ nó bọn phát xít! Chỗ này phải trường đại học không chứ? Chúng ta có phải là sinh viên đại học hay không? Chỉ là một bọn mẹ nó ức hiếp xằng bậy mà thôi!"

K học ngành Triết Học ở trường đại học, nhưng cậu ấy lại không có hứng thú gì cho lắm đối với triết học. Cậu ấy là một người không đọc sách, trên giá sách chẳng có lấy mấy quyển cả, thường ngày cũng không thấy cậu ấy đọc sách, chỉ thấy cậu ta thường nằm trên giường nhắm nghiền hai mắt lại, nhưng lại không phải là ngủ. Hỏi cậu ta đang làm gì, cậu ta bảo rằng đang suy nghĩ. Hình như cậu ấy cho rằng chỉ cần dựa vào suy nghĩ của bộ não, thì có thể giải quyết được rất nhiều vấn đề. Còn đối với con là một kẻ chất đầy một đống sách trên bàn, trên tay lúc nào cũng cầm một quyển sách, K cảm thấy không cần phải như thế, cậu ấy nhận định con là một con mọt sách chẳng hiểu một thứ gì cả. Nhiều lúc cậu ta còn khuyên con bằng lời khẩu xà tâm Phật rằng, đọc nhiều sách quá sẽ làm hỏng bộ não, trở thành nô lệ của sách vở. Cậu ấy cho rằng với việc nghe theo những gì người khác nói, chi bằng tự mình hãy nghiên cứu ra kết quả. Đến nỗi con thích âm nhạc, tuy là cậu ta không hùa theo, nhưng cũng cảm thấy không làm hại đến đại cuộc. Nhiều lúc con kéo Vi-ô-lông một tí, chỉ cần không phải là những khúc nhạc quá chói tai, cậu ta bảo là có thể chịu đựng được, nhưng tốt nhất là hãy kéo trong lúc cậu ấy không có ở phòng. Đến nhạc Pop mà cậu ta cũng không nghe, về cơ bản là một người không có cảm giác gì với âm nhạc cả.

Ngoại hình của K vô cùng bình thường, điều khiến cậu ta bất phàm đó chính là thần thái của mình. Nhưng để hình dung được cái thần thái của cậu ta cũng không phải là dễ. Phần lớn thời gian cậu ta đều trưng ra bộ dạng lười nhác chán chường, như thể không hứng thú với bất cứ một thứ gì cả, nhưng những khi đột nhiên bị kích động, thì cậu ta sẽ thể hiện thái độ chống trả, đôi mắt sáng lên, tóc dựng đứng. Cậu ta giống như một chiếc xe cũ rách nát không một chút hấp dẫn gì, thêm bộ dạng như thể lúc nào cũng muốn quỵ xuống. Do nhà nghèo và bản tính hời hợt sơ sài, cách ăn mặc của cậu ta cũng cực kỳ đơn giản, thậm chí còn có hơi nghèo nàn. Điều duy nhất cậu ta khiến cho người khác không dám coi thường mình, đó là mái tóc rối vừa thô vừa cứng như những sợi sắt, thoạt nhìn giống như một con nhím không dễ tiếp cận. Do đó, rất nhiều người cho dù có coi thường cậu ta, thì trong lòng cũng dè chừng vài phần.

Con và K từ vị trí bạn cùng phòng thuần túy, trở nên một mối quan hệ có thể gọi là bạn bè được, nói ra cũng có chút khó giải thích. Con và cậu ấy không những không có điểm chung, mà ở rất nhiều mặt thậm chí còn trái ngược lẫn nhau. Hãy nói về thành tích học tập, con và cậu ấy thuộc về hai thái cực tốt và xấu. Theo như cậu ấy nói, thời kỳ tiểu học của cậu ta lúc nào cũng thi đứng cuối lớp, lên trung học cũng không tốt hơn bao nhiêu. Lại thêm tính cách thẳng thắn và quật cường, thường làm mích lòng bạn bè, cũng không được sự hài lòng của thầy cô giáo, ở trong trường trở nên bị cô lập. Có một lần, vì ra tay xô đẩy hiệu phó, thậm chí đến nỗi suýt chút đã bị đuổi học. Điều kiện gia đình của cậu ấy cũng không được tốt đẹp cho lắm. Cha là công nhân phụ hồ, đã mất trong một vụ tai nạn ở công trường khi K được tám tuổi. Mẹ là công dân nhập cư, dựa vào số tiền bồi thường ít ỏi và khoản trợ cấp tổng hợp xã hội để nuôi con lớn. Đến lúc con cái có thể tự lo lấy mình, bà mới ra làm việc, vì học lực không cao, chỉ có thể làm công việc thu ngân trong siêu thị hoặc là quét dọn ở cửa hàng ăn nhanh. Chỗ ở thời tiểu học của K là phòng cắt ở ghép khu Sham Shui Po, lên trung học mới được phân bổ vào ở khu nhà công cộng. Dưới cậu ấy còn có một cô em gái, đang học cấp ba nhưng không có lòng học tập. K rất quan tâm cô em gái này, thường xuyên gọi điện cho con bé, hỏi con bé đi đâu, chơi với bạn bè như thế nào, hình như rất lo lắng rằng con bé sẽ bị tiêm nhiễm những thói hư tật xấu.

Còn về việc làm thế nào mà bản thân cậu ấy thi đậu được đại học, nghe nói cũng gần như là một kỳ tích. Khi cậu ta lên cấp ba, giáo viên chủ nhiệm lớp là một cô giáo trẻ dạy môn Trung Văn. Trong khi tất cả mọi người đều tuyệt vọng, thì cô giáo này lại không bỏ mặc cậu ấy. Cô thường nói những lời động viên, lại đặc biệt dành chút thời gian để hướng dẫn cho cậu ấy. Kỳ thực thì cô giáo cũng không làm gì thái quá, chỉ là tấm lòng của một giáo viên tốt giàu trách nhiệm đối với học sinh, nhưng ngược lại thì trong lòng cậu ấy cảm thấy có một sự kích thích rất lớn. Sự ảo tưởng của một thiếu niên vào độ thanh xuân, khiến cho cậu ấy toàn tâm nhận lấy lòng tốt của cô giáo này, bắt đầu học hành như điên, quyết tâm thi đậu đại học, để đền đáp ân tình của cô giáo. Kết quả là thành tích tuy chưa được coi là xuất sắc, nhưng ngược lại cũng đủ để cho cậu ấy vào được khoa Triết Học, bước chân vào cuộc đời sinh viên.

Việc này vốn dĩ là một tin tốt lành ngập trời, không chỉ là ngoài dự liệu của người nhà, mà còn khiến cho thầy cô bạn bè cũng phải ngơ ngác nhìn nhau, đương nhiên là cô giáo cũng cảm thấy hết sức an ủi. Nhưng mà, chuyện kinh động lòng người đã xảy ra. Trong buổi tiệc họp mặt tốt nghiệp của các bạn cùng cấp, K đã công khai tỏ tình với cô giáo. Hiện trường bỗng nhiên trở nên hết sức ngại ngùng. Mọi người cũng không biết rằng cậu ta đang đùa hay là thật. Đương nhiên, cậu ấy đang nghiêm túc. Bản thân cậu ấy là một người không biết đùa. Sự tỏ tình của cậu ấy bị từ chối một cách kiên quyết. Chuyện này khiến cho cậu ta bị rơi vào trong sự bấn loạn, cảm xúc đang từ trong hưng phấn ban đầu ngã xuống vực sâu. Nhất thời cậu ấy cảm thấy mình bị đùa bỡn, bị phản bội, do đó cảm thấy giận không thể nào nguôi được; nhất thời lại cảm thấy do mình thể hiện sai tình cảm, hiểu nhầm ý của đối phương, vì vậy cảm thấy vô cùng xấu hổ. Thi đậu đại học vốn dĩ là một chuyện vinh quang vô cùng, nhưng giờ lại trở thành một chuyện đầy hối hận. Và thế là cậu ấy đã đem cảm xúc thất bại ấy đến buổi tiếp đón tân sinh viên ở ký túc xá. Cậu ta như một con dã thú bị thương, lòng tràn đầy cảnh giác đối với thế giới, nhưng khi bị khiêu khích thì sẽ liều mạng chống trả.

K bộc bạch với con những chuyện cũ này sau vài tháng cả hai cùng ở chung trong một phòng. Con tin là cậu ấy đã quan sát tỉ mỉ về con người con, mới quyết định thổ lộ chân thành với con. Con cũng không biết là tại sao cậu ta lại cảm thấy con là một người có thể tin tưởng được. Đối với người khác, chẳng phải K tùy tiện có thái độ gây hấn, mà là không thèm để ý tới. Ít nhất thì con cũng thường thấy như vậy ở ký túc xá, còn ở trong khoa như thế nào thì không thể biết được. Nhưng mà, con tin chắc là cũng không khác biệt gì cho lắm. Vào vài tháng đầu, tụi con rất ít khi nói chuyện với nhau. Mọi người ai cũng đều không quen ở cùng một phòng với một người xa lạ, trừ khi bất đắc dĩ mà thôi, và sẽ cố gắng tránh ở lại trong phòng. Cả ngày con ở trong thư viện, còn cậu ta đi đâu thì con cũng không rõ. Dần dà sau đó mới bắt đầu có những cuộc nói chuyện xã giao với nhau. Rồi đến một buổi tối nọ sau khi kết thúc học kỳ đầu tiên vào tháng 12, con tranh thủ lúc cậu ta chưa về phòng, bèn chơi một lúc Vi-ô-lông. Bài con chơi là chương hai Andante Cantabile trong tứ tấu đàn dây Số 1 của Tbaikovsky, một khúc Adante thăng trầm. Con thay đổi một chút phần bè Vi-ô-lông 1, trở thành một bản độc tấu. Kéo đi kéo lại vài lần, đột nhiên K đẩy cửa vào. Con sợ làm phiền đến cậu ta, bèn lục đục cất đàn đi, nhưng cậu ấy lại nói: "Đoạn vừa rồi nghe hay lắm, cậu có thể chơi thêm một lần nữa không?" Thế là con bèn chơi lại một lần nữa. Chỉ thấy cậu ta ngồi thù lù ở bên cạnh giường, cũng không biết là có đang nghe hay là không nữa. Sau đó con bèn nói về điển cố ấy: "Hồi ấy khi Leo Tolstoy nghe xong khúc nhạc này, đã cảm động đến giàn giụa nước mắt, còn Tbaikovsky thì đang ngồi bên cạnh ông." Cậu ấy nói với vẻ ngây thơ: "Leo Tolstoy là ai?" Nói xong, cậu ấy moi ra từ ba lô hai lon bia, đưa một lon cho con. Con ngạc nhiên trong một lúc, rồi hồi lâu mới hiểu rằng, đây có lẽ là ý kết bạn với nhau giữa những thằng con trai chăng? Cậu ấy uống bia xong, bèn bắt đầu nói về chuyện của mình, cũng chẳng màng hỏi rằng con có muốn nghe không. Con không quen uống bia, chỉ hớp vài ngụm, nhường lại cho cậu ta uống sạch chỗ còn lại.

Nói thẳng ra, mỗi lần nghĩ lại việc "mất nhân cách trong đời" thời trung học ấy, con bèn có lòng ngần ngại đối với việc kết bạn. Con cảm thấy nếu như vì việc kết bạn mà xảy ra những điều áy náy, thì thôi chi bằng dứt khoát một mình đi một mình về cho rồi. Đối với con mà nói, bạn bè là không cần thiết, mà ngược lại chỉ có thêm phiền toái thôi.

Dựa vào suy nghĩ ấy, thì việc tìm bạn gái còn phiền phức hơn, tốt nhất là tránh đi. Nhưng mà, so với K, kỳ thực con là một người không khó kết giao. Tuy tính nết của con ở nhà rất nóng nảy, nhưng ở bên ngoài thì lúc nào con cũng tươi cười với người ta. Cho dù bẩm sinh không hợp với cộng đồng, nhưng cũng sẽ không cố ý chuốc thù oán với mọi người. Con giữ khoảng cách lễ độ với phần lớn mọi người, gặp mặt thì sẽ chào hỏi thân thiện, nếu cần thiết thì có thể nói chuyện với nhau một cách nghiêm túc, nhưng sẽ không chủ động đào sâu phát triển, cũng tránh để người ta có ý nghĩ này. Các bạn học trong khoa nhanh chóng nhận định con như là một kỳ nhân có tài năng phong phú, nhưng cũng vì thế mà có thái độ hơi xa lánh kính sợ. Như vậy quả là đúng ý con. Duy nhất K, vì mối quan hệ bạn cùng phòng mà không thể không gặp nhau ngày đêm, cũng không thể không thổ lộ chút ít bí mật riêng tư nào đó của đôi bên được. Do đó, hoàn toàn nằm trong tình thế và cơ duyên đặc biệt đã định, tụi con mới trở thành bạn bè. Từ đầu đến cuối con cho rằng, đây chỉ là một mối quan hệ tạm thời. Có một ngày nào đó, tụi con thay đổi chỗ ở, thì sợi chỉ mỏng manh yếu ớt cột lấy tụi con ấy sẽ đứt ngay lập tức. Vì vậy mà con cũng không cảm thấy áp lực đối với tình bạn này.

Có lẽ K không giống như con đã nghĩ. Ít nhất, K khảng khái và thẳng thắn chân thành hơn con. Những gì cậu ấy nói với con thì nhiều hơn những gì con nói cho cậu ấy. Nhưng con hiểu việc này là, chuyện của con không gây hứng thú cho cậu ấy. Cuộc sống trước đây của con, ngoài sách và âm nhạc ra, hầu như không có gì đáng để chia sẻ cho người khác. Trong mắt K, có lẽ con là một người hạnh phúc đến gần như bình dị không chừng. Đến việc ba là một nhà văn, mà cậu ta lại hết sức kinh ngạc. Quả thực là cậu ấy đã từng nghe tên tuổi của ba, thậm chí còn đọc qua tác phẩm của ba, chính là tập tiểu thuyết dành cho học sinh trung học xem ấy, tựa là *Sổ luyện tập*. Cậu ta nhớ được là nhờ cô giáo chủ nhiệm đã động viên, tận tay tặng cho cậu ta quyển sách này, bảo rằng đây là một quyển sách có thể khơi dậy hứng thú đọc. Rốt cuộc thì hứng thú đọc của cậu ta vẫn không khơi dậy được, nhưng ngược lại nảy sinh tình ý với cô giáo đã tặng sách. Do đó, khi cậu ta biết được ba của con là ai, bèn cảm thấy sự việc hình như có một vị chúa tể ở trong bóng tối. Còn về quyển sách mà cô giáo đã tặng, vì việc tỏ tình thất bại của cậu ấy, nên đã phẫn nộ mà đốt đi. Nhân đây xin nói với ba một tiếng, sách của ba đã từng có lần gây ra mối nhân duyên như thế đó, cuối cùng tạo ra một số phận như vậy. Về sau này, khi con về nhà, hỏi xin ba một quyển sách mới, nhờ ba ký tên, rồi tặng lại cho K coi như bù đắp. Với một người không đọc sách như vậy, mà mỗi đêm trước khi ngủ lại cầm lấy quyển sách này đọc một lượt, cho đến khi đọc hết quyển sách với trạng thái nửa hiểu nửa không. Đương nhiên, cậu ấy không bình luận đến nửa câu.

K từng hỏi với vẻ tò mò: "Có một người cha là nhà văn, cảm giác thế nào?" Thấy con trả lời ngập ngừng qua loa, cậu ấy bèn nói lầm bầm một mình: "Mình đã không còn nhớ lắm về dáng vẻ của cha mình rồi, miễn cưỡng thì cũng chỉ nhớ được tiếng hét của ông ấy ở nhà khi nổi giận đánh mình mà thôi. Hồi còn sống, ông ấy đi làm công cả ngày, đã có rất ít thời gian gặp mặt ông ấy. Cảm giác như thể mình chưa từng có cha vậy. Nhưng mà cũng chẳng sao, mình cũng chưa từng cảm thấy đau lòng lắm, hoặc cảm thấy bản thân mình không bằng người khác gì cả. Nói như thế có vẻ như rất lạnh nhạt, nhưng thực vậy, ngược lại mình cảm thấy không có cha còn tốt hơn, sống tự do tự tại hơn. Trái lại nhìn thấy mẹ cực khổ, trong lòng càng cảm thấy xót xa hơn. Lúc ấy mới thấy khổ tâm tại sao cha lại mất sớm đến như vậy, hồi còn sống cũng không đối xử tốt với mẹ. Nhưng mình cũng không sống tốt vì mẹ, sau đó cố gắng để thi đậu đại học cũng không phải vì bà ấy. Mình là một đứa con bất hiếu!" K buông ra lời kết tội nghiêm khắc như vậy với bản thân, khiến con kinh ngạc.

Vào kỳ nghỉ hè của năm thứ nhất, người nào người nấy đều dọn đồ về nhà ở, nhưng tụi con đã hẹn là sẽ đi cắm trại dã ngoại một lần với nhau. Từ thời trung học thì K đã bắt đầu thích cắm trại dã ngoại, lại toàn đi một mình. Cậu ấy rất rành những địa điểm cắm trại dã ngoại và tuyến đường lên núi bản địa, như thể nắm trong lòng bàn tay. Con có hơi do dự với việc cắm trại dã ngoại này, nhưng rốt cuộc cũng đã đồng ý. Cậu ta dẫn con ra một bãi cát ở Sai Kung, tọa lạc ở một nơi rất hẻo lánh, phải leo một đoạn đường núi mới đến, đối với con mà nói đó là một cuộc thử thách hết sức gian nan. Con còn vác theo Vi-ô-lông, quả thật là có hơi chật vật khốn đốn. Đêm hôm ấy thời tiết không được tốt, nhiều mây, có mưa phùn, không ngắm sao được như dự định. Thế là tụi con bèn rút cả vào trong lều, nghe con chơi Vi-ô-lông. Nửa đêm, cậu ấy lại nói rất nhiều chuyện trước đây, kể cả người con gái mà cậu ấy từng thích. Đương nhiên là không có lần nào thành công cả. Kinh nghiệm của con về mặt này nghèo nàn, để không thể hiện sự yếu kém của mình, bèn đem chuyện cô bạn gái của người bạn học chạy đường dài ấy mà hư cấu thành đối tượng yêu thầm, rồi nói bậy bạ vài câu. Còn về việc mình đã mặt dày lợi dụng chuyện ấy, nghĩ lại cũng cảm thấy xấu hổ. Cả hai cũng nói một chút về triển vọng trong tương lai. Con bảo là con muốn tiếp tục làm nghiên cứu học thuật. Cậu ấy hỏi con tại sao không làm một nhà văn như ba. Con bảo, chuyện sống chết và thành bại của một nhà văn, nằm gọn trong tay nhà phê bình. Cậu ấy nghe xong thì chỉ cảm thấy đầu óc mơ hồ. Còn về cậu ta, thì hoàn toàn không có dự định gì. Vốn dĩ chuyện học đại học đã là chuyện mà cậu ấy không thể ngờ, đến khi học đại học cũng không biết là có thể làm được gì. Cậu ta nói mình giống như một đám mây, bay qua bay lại không định hướng, rồi dần dần càng tích tụ càng dày đặc, có lẽ sẽ biến thành một cơn mưa lớn, tạo ra một cơn đại hồng thủy. Nhưng mưa sẽ rơi xuống nơi nào, lũ lụt sẽ cuốn đến đâu, hoàn toàn là việc chưa thể biết được. Con cảm thấy thì ra K nói chuyện cũng rất có thi vị.

Trải qua kỳ nghỉ hè, quay trở về ký túc xá trường đại học, con và K lại ở cùng với nhau. Đại khái chắc là không có người nào chịu đổi vị trí với tụi con cả. Hồi đó con có nhắc K với ba không? Có lẽ là đã nói sơ qua rồi. Hoặc là khi ấy con cảm thấy K không hề quan trọng, ít nhất là chưa quan trọng đến mức cần thiết phải nói với ba. Nhưng mà, đến lúc này đây, khi con muốn nói cặn kẽ cho ba nghe những gì trải qua của con trong mấy năm trời này, con mới phát hiện, rất có thể K là nhân vật quan trọng nhất. Về K thì tạm thời chỉ nói tới đây thôi. Kính cẩn xin thưa.

Kim an.

Nam Hoa khấu bẩm

Ngày… tháng…

8.

Thưa phụ thân đại nhân:

Kính bẩm, đối với con mà nói thì giai đoạn đại học là một bước ngoặt trọng đại, thậm chí là lần đầu tiên khiến con nếm trải mùi vị trắc trở. Từ tiểu học lên trung học, con mang cảm giác ưu việt của một người "thích đọc sách" và "yêu văn học". Tuy rằng con không cảm thấy mình là một thiên tài gì cả, nhưng biết rõ mình trưởng thành sớm hơn người khác. Với những suy nghĩ và hành động trẻ con của những người cùng trang lứa, cho dù nhiều lúc cảm thấy phiền toái, thì cũng cố gắng thể hiện thái độ thông cảm và bao dung. Con cảm thấy vui vẻ đơn thuần đối với những gì mình yêu thích, những gì mình hưởng thụ và những gì mình sở trường, tràn đầy lòng tự tin đối với bản thân mình, hoàn toàn không để ý đến suy nghĩ của người khác đối với con, cho dù có bị coi là quái nhân cũng không sao cả. Nhưng mà, sau khi vào đại học, thì thế giới mà con tiếp xúc lại hoàn toàn khác với những gì mà con từng biết. Đột nhiên con phát hiện, bản thân mình từ một người cầu tiến lại biến thành một người trì trệ, nhưng có một khoảng thời gian không hiểu đó là chuyện như thế nào.

Vì muốn "trở thành một người giống như ba" mà chọn vào học khoa Văn Học So Sánh mà hồi đó ba đã học, trông có vẻ như đó là một hành vi không có cá tính và sáng tạo. Nói trắng ra, là trong quá trình trưởng thành, con không cố ý bắt chước ba, cũng không cố ý muốn mình trở thành một người khác ba. Có lẽ là bởi vì di truyền hay bẩm sinh, mà con thích đọc sách, yêu văn học, cũng tự bản thân mình lựa chọn khoa Văn Học So Sánh. Con chưa từng nghĩ rằng, đây có phải là đang sống dưới bóng của ba. Con luôn luôn cho rằng điều này hoàn toàn là làm thuận theo bản tính của mình. Cũng cảm thấy không có lý do gì phải buộc mình bỏ đi sở thích, chỉ vì đây là con đường mà trước đó ba đã đi qua mà cố ý lựa chọn phương hướng khác. Điều này rõ ràng là gượng gạo.

Nhưng sau khi con nhập học mới phát hiện, giữa sự thực và kỳ vọng có một khoảng cách khiến cho người ta kinh ngạc. Văn Học So Sánh hiện giờ và Văn Học So Sánh mà ba học khi trước đã có một sự thay đổi rất lớn. Trước đây nghe ba nói, thời đại học học các môn "Tiểu thuyết Anh", "Tiểu thuyết Âu Châu", "Văn học Nga", "Shakespeare", "Thi ca chủ nghĩa lãng mạn", "Kịch Âu Châu hiện đại"..., đều cảm thấy rất say mê. Nhưng, khi con lướt qua đại cương chương trình học, thì hoàn toàn lại không tìm thấy những môn này nữa. Toàn bộ chương trình học hiện nay toàn lấy chuyên đề nghị luận hoặc lý luận làm chủ đạo, nào là "Chủ nghĩa hậu hiện đại", "Chủ nghĩa hậu thực dân", "Chủ nghĩa phương Đông", "Toàn cầu hóa", "Văn hóa Hong Kong", "Thân phận và chính trị", "Chủ nghĩa nữ quyền", "Văn hóa hình tượng", "Văn hóa số"..., vả lại nội dung nghiên cứu và thảo luận cũng bao gồm cả những phạm trù như điện ảnh, truyền hình, truyền thông, mạng internet, văn hóa phổ cập..., ngược lại thì tác phẩm văn học chỉ chiếm một phần rất nhỏ. Điều này khiến con rất nghi ngờ, có phải mình đã vào một khoa Văn Học hay không. Cho dù là khoa Văn Học Anh, thì tình hình cũng không khác mấy, cùng lắm thì chỉ có hai ba môn theo mô hình truyền thống.

Kỳ thực, là một người "thích đọc sách", vốn dĩ điều này cũng không có trở ngại gì. Lý luận cũng được, chuyên đề văn hóa chính trị cũng được, con đều cảm thấy hứng thú, cũng có thể học được hết. Nhưng về phương diện "thích văn học", thì chắc chắn là không thể nào cảm thấy đầy đủ. Điều này không chỉ là vấn đề tỷ lệ mà văn học chiếm lĩnh. Học rồi mới phát hiện, đến cả phương pháp học văn học, hoặc phương thức đối đãi với văn học cũng rất khác biệt với dự đoán của con. Nghiên cứu văn học ngày nay không chú trọng đến việc thưởng thức tác phẩm, càng không quan tâm đến thành tựu của tác giả, mà chỉ coi tác phẩm như là văn bản, hoặc thảo luận về tài liệu của một chủ đề đặc biệt nào đó. Giá trị của tác phẩm văn học và tài liệu phi văn học không có sự khác biệt về bản chất, thậm chí là vạch ngăn cách giữa "văn học" và "phi văn học" cũng trở nên mờ nhạt, có thể bảo rằng bản thân "văn học" cũng trở thành một sự việc có lẽ nên bị hoài nghi. Cũng có nghĩa là, tuyệt nhiên không hề tồn tại một giá trị văn học phổ biến và vĩnh hằng. Bản thân văn học chính là sản phẩm của văn hóa lịch sử, nên định nghĩa của nó cũng luôn luôn trong tình trạng thay đổi, thậm chí nói không chừng thì có một ngày nào đó cũng sẽ diệt vong. Do đó, thái độ đối xử với văn học, chỉ có thể mang tính phê phán. Điều này đối với một đứa từ nhỏ đã "yêu văn học" như con mà nói, đã gây ra một cú sốc rất lớn.

Con chỉ cảm thấy kỳ lạ, tại sao trước đây ba không đề cập đến những chuyển biến này với con. Cho dù ba xuất thân từ khoa Văn Học So Sánh truyền thống, lúc bấy giờ có lẽ cũng đã nổi lên những trào lưu nghiên cứu văn học mới, nhưng những năm vừa qua thì chắc chắn ba cũng biết rõ sự phát triển của giới học thuật. Con nghĩ, có thể là ba không muốn vạch rõ ra quá sớm sự thật không hề đẹp đẽ cho một thiếu niên thích đọc tiểu thuyết, đọc thơ ca, để cậu ấy chìm đắm hết sức vào việc hưởng thụ văn nghệ thuần túy. Vấn đề là con cũng không thể từ chối tiếp xúc với tư duy mang tính phê phán mới này một cách mù quáng, ngoan cố mà dứt khoát bỏ khoa Văn Học So Sánh, chuyển sang học ở một khoa khác. Con rất vui lòng hiểu và suy nghĩ về nhiều vấn đề được đặt ra từ trong đó. Nhưng đồng thời thì điều này lại xảy ra mâu thuẫn với tình yêu nồng nhiệt của con đối với văn học. Điều này khiến con cảm thấy rất đau khổ. Cũng giống như việc ba yêu một người không cần lý do, và trải qua một khoảng thời gian đẹp đẽ với họ, nhưng rồi đột nhiên lại bị buộc phải tiến hành phân tích lý tính với cá tính của người thân yêu này, rồi thực hiện việc lý giải một cách phê phán với hành vi của họ vậy, đồng thời biến họ từ một cá thể đặc biệt độc đáo trở thành một vụ án về lịch sử, thời đại, chính trị, văn hóa và tâm lý. Rất khó để ba không cảm thấy mình đã gây tổn thương một cách bạo lực với họ.

Đương nhiên, điều vừa nói trên chỉ là một ví dụ. Hình như con chưa từng giống "thích đọc sách" hay "yêu văn học", hoặc khiến người khác có cảm giác tương tự như vậy. Con cảm thấy như vậy là lẽ đương nhiên, không cảm thấy mình có gì kỳ lạ. Có lẽ là hồi con còn rất nhỏ, lúc mà con còn dựa dẫm vào ba hoàn toàn, từng có tình cảm gần gũi. Nhưng mà, ba hãy thứ lỗi cho con nói thẳng, đến khi con bước vào tuổi thanh xuân, sau khi con có thể tự giải quyết được mọi chuyện trong cuộc sống, thì rất ít khi cảm nhận được sự quyến luyến của ba mẹ, không phải là con không có một chút cảm giác nào với ba, nhưng có rất nhiều khi đó là cảm giác tiêu cực, ví dụ như cảm thấy càu nhàu và phiền toái. Cho dù là cảm giác chính đáng, thì hình như cũng không phải là "tình yêu", mà là "tò mò". Cũng giống như wonder trong The Passions of the Soul của Descartes. Ba là một người khiến con có cảm giác wonder. Vì con cũng "thích đọc sách" và "yêu văn học" như vậy, do đó hình như con hiểu được một vài phần nào đó của ba, nhưng mà, vì con không phải là một người viết lách và sáng tác, do đó đồng thời cũng cảm thấy tò mò và khó hiểu với ba. Đối với người khác cũng vậy. Ngoài việc phần lớn con là một người thảy đều không có hứng thú, không để ý, còn một số ít thu hút sự chú ý của con, thì con cũng chỉ có cảm giác wonder với chúng mà thôi, hoặc giả là joy, nhưng ngược lại không có love. Điều này sau khi con vào đại học, lúc mà con tiếp xúc với văn học và con người ở một góc độ mới mẻ, một phát hiện vô tình có được. Điều khiến con cảm thấy canh cánh nghi hoặc đó là, với vai trò là một người "thích đọc sách" cũng "yêu văn học", thì ngược lại tại sao rất khó để có thể cảm thụ và hưởng ứng với cuộc sống hiện thực?

Bởi vậy, trong đám bạn học cùng lớp và cùng khoa, con cũng không kết giao được một người bạn thân. Đương nhiên là sự giao lưu thông thường hay nói chuyện phiếm thì không có vấn đề gì. Tuổi đời càng lúc càng lớn, con bắt đầu học được những phép tắc trong việc giao tiếp xã hội, không còn trơ mặt ra chẳng nói tiếng nào, không thèm đếm xỉa tới người ta, hoặc là đột nhiên nói ra những lời không ăn nhập, khiến cho người ta cảm thấy ái ngại. Tuy nhiên khó tránh khỏi việc nhiều lúc tự thấy mình hiểu biết rất nhiều mà tỏ ra có hơi kiêu ngạo, tự cao tự đại, nhưng có thể là bởi vì ngoại hình của con không có điểm nào khiến cho người ta ghét, nên được bạn bè đối đãi rất khoan hậu. Chúng nó đặt cho con một cái tên hoa mỹ, gọi là "Hoa Tài Tử". Qua miệng người này rồi vào tai người nọ, truyền tới truyền lui, không biết bằng cách nào mà biến ra thành "Hoa Công Tử". Sau đó, có một cô bạn học cùng lớp, khẽ khàng hỏi con có phải là vị "Hoa Hoa Công Tử" trong lời đồn hay không, khiến cho con phải đỏ mặt tía tai, không biết phải biện giải như thế nào.

Bắt đầu từ buổi học đầu tiên của học kỳ thứ hai năm nhất, thì cô bạn này đã ngồi ở bên cạnh con. Lên lớp, con thường hay ngồi ở giữa hàng đầu tiên. Tuy là con có bị cận thị nhẹ, nhưng nếu như có thể hạn chế thì con đều không chịu đeo kính. Vả lại ngồi ở dãy đầu tiên sẽ tiện đặt câu hỏi cho giảng viên. Đó là môn bắt buộc cho nhập môn, số người học rất nhiều, nhưng lớp vẫn chưa đến nỗi đông nghẹt. Lúc đó rõ ràng là vẫn còn có chỗ trống, nhưng cô bạn này lại cứ một mực phải ngồi bên cạnh con. Con nhìn liếc sang cô ấy một cái, không có ấn tượng rằng trong khoa có bạn này. Sau khi cô ấy hỏi con vài câu về vấn đề "Hoa Hoa Công Tử", bèn tủm tỉm cười một cái, giống như thể đang làm chuyện xấu vậy. Con cảm thấy sửa lại lời cô ấy cũng không có ý nghĩa gì, bèn sượng sùng nhếch môi thôi. Tiếp theo là cô ấy hơi dí sát vào, giơ tay che hờ miệng, như thể đang nói gì đó bí mật, hỏi: "Bạn F, cho hỏi là ba của bạn có phải là nhà văn D không?" Con gật đầu với vẻ cứng đơ không cảm xúc. Cô ấy như thể muốn hét to lên vậy, nhưng ngay lập tức dằn nén xuống, kéo tay con và nói: "Mình là fans đọc sách của ba bạn đây! Lần sau mình sẽ mang theo sách, bạn có thể đem sách về nhờ ông ấy ký tên cho mình được không?" Con tiếp tục gật đầu với cái vẻ cứng đơ như khúc gỗ không cảm xúc, nói một câu cụt lủn rằng: "Được thôi!"

Cũng không biết có phải do lần đó đã nói chuyện được với nhau như vậy, mà về sau R đều ngồi bên cạnh con trong mỗi buổi học, khiến cho mọi người chung quanh đều cảm thấy như thể con và cô ấy đã hẹn trước với nhau vậy. Do đó, cho dù có khi cô ấy đến trễ, các bạn học khác cũng sẽ không chiếm lấy chỗ bên cạnh con mà ngồi. Việc nhờ con xin chữ ký của ba, là cô ấy nói thật. Ngày hôm sau bèn cầm hai quyển tiểu thuyết của ba về, nhưng là tác phẩm hơi cũ, nhưng mà cô ấy cũng chỉ có hai quyển này trong tay mà thôi, tuyệt đối không thể coi là biểu hiện của một fans cuồng được. Nhưng con cũng không có so đo với cô ấy, và cũng không giúp ba hỏi cô ấy có muốn xem những quyển mới hơn gần đây không. Nói thực thì, về việc R ngồi bên cạnh con, con không hề có phản cảm, nhưng cũng không có cảm giác hay ho nào đặc biệt. Lúc đó chỉ coi đó như là một chuyện xảy ra ngẫu nhiên, cũng giống như việc hằng ngày đúng lúc bước ra khỏi nhà đều gặp phải một người hàng xóm nào đó vậy, chào hỏi một cái rồi sau đó quên mất việc đó. Khi con nghe được có người đang đồn rằng chúng con là một cặp, thì đó là chuyện đã rất lâu sau đó rồi. Đại khái là con, không hề nghĩ rằng đây có thể là tình huống đặc biệt ở trong lớp, đặc biệt là mọi người đều cho rằng, R là cô gái đẹp hàng nhất nhì trong khoa.

Ấn tượng ban đầu của con với R chính là mái tóc dài của cô ấy, trang phục tươi sáng, váy hơi ngắn, người tỏa ra một mùi thơm thoang thoảng. Cũng có thể nói là, không có lưu ý đặc biệt gì đến chi tiết. Vì ngồi rất gần, cũng ngại xoay mặt qua nhìn cô ấy nên không có ghi nhớ sâu sắc gì tới ngoại hình của cô ấy. Lầu đầu tiên nghiêm túc nhìn rõ hình dạng của cô ấy, có lẽ là cho đến giữa học kỳ, sau khi tan học cô ấy hỏi con có muốn đi ăn trưa cùng nhau không. Tuy là con thường thích ăn một mình, nhưng cũng không có lý do gì để từ chối, bèn đi cùng cô ấy đến một nhà ăn gần đó. Ngồi đối diện cách nhau một chiếc bàn với cô, cũng không thể lúc nào cũng cúi đầu xuống ăn, bèn nhân lúc nói chuyện với nhau vô tình ngắm nghía dung mạo của cô ấy. Con phát hiện tóc của cô ấy nhuộm một màu hơi nâu, xõa xuống quá vai, trang điểm trên khuôn mặt có hơi đậm so với một học sinh, đeo một đôi bông tai hình tim hơi phô trương, chiếc áo trắng cổ bẹt rộng để lộ đôi vai trắng nõn nà, khuôn mặt tròn có hơi nhọn, thân hình thon gọn nhưng đầy đặn. Nói một cách tổng thể, khiến cho người ta có cảm giác đang cố gắng khỏa lấp nét trẻ con và giả làm ra vẻ trưởng thành. Tiếng Anh của cô ấy rất tốt, năng lực lĩnh hội văn học có vẻ cũng không tồi. Trong quá trình tán gẫu có nhắc đến, ngoài việc đi học ra, cô ấy cũng làm thêm công việc truyền thông, cố gắng kiếm tiền học phí. Xem ra gia cảnh của cô cũng không phải khá giả gì, hoặc là cô ấy là người đặc biệt cầu tiến.

Chuyện về R, con không hề cố ý suy nghĩ nhiều. Sau khi lên năm hai, trong cả hai học kỳ, cô ấy đều chọn những môn học giống như con, do đó lúc nào cũng duy trì việc gặp mặt cô ấy. Hai môn học này đều do một giáo sư C mở, một môn tên là Autobiography, Fiction an Autofiction, môn còn lại là World Literature and Local Literature. Chỉ cần nhìn tên môn học thôi đã khiến cho người ta kinh hãi thở than rồi, từ vi mô đên vĩ mô, từ cá nhân đến thế giới, giáo sư C đều quan tâm, đều có nghiên cứu cả. Xem lý lịch của giáo sư C cũng không phải là đơn giản, học vị tiến sĩ từ một trường đại học danh tiếng của Mỹ, từng trải qua một thời gian ở trường đại học Cambridge nước Anh, lúc đầu là nghiên cứu lịch sử tư tưởng, chuyên mảng về thời kỳ khởi mông châu Âu, sau đó chuyển hướng sang văn học thế giới, kiêm những phạm trù khó nuốt như văn học ngữ hệ Hoa ngữ, khoa học nhân văn số hóa… Trường cũ ngày xưa ở Hong Kong trước khi ông ấy đi du học, chính là trường trung học mà con đã học, do đó vốn dĩ ông ấy là tiền bối của con. Tuổi tác của ông ấy cũng xấp xỉ với ba, trên trường học thuật đang ở độ tuổi đỉnh nhất, có thực lực như thế này, lại quay về Hong Kong giảng dạy, vì điều gì chứ? Quả thực con có hơi không hiểu thấu được. Ra là rất ngưỡng mộ giáo sư C, chọn môn học của ông ấy như theo đuổi một ngôi sao. Trong bụng con nghĩ, giáo sư C đã có vợ và một con gái, chắc cô ấy không có ý nghĩ sai trái gì với ông ấy chứ? Nhưng nghĩ lại thì con cảm thấy loại suy nghĩ này hết sức vô duyên.

Hai môn học của giáo sư C đều có sử dụng đến tác phẩm của ba, cũng chính là hai phiên bản đã dịch sang tiếng Anh. Không cần hỏi thì ông ấy cũng đã biết con ở trong lớp này chính là con trai của ba, trong buổi học đầu tiên ông đã chủ động đến bắt tay con, làm con giật cả mình, còn nhờ con gửi lời hỏi thăm đến ba, bảo là có một lúc nào đó sẽ hẹn gặp mặt ba. Con đáp qua loa, không biết rằng ông ấy đang nghiêm túc hay chỉ buông lời khách sáo xã giao thôi. Việc như thế này thì lúc nào con cũng không thể hiểu được. Sau đó, những lúc ông ấy đặt câu hỏi trên lớp, thường thì ông ấy sẽ liếc nhìn con trước, may mà lần nào con cũng đối phó rất suôn sẻ, không làm cho ba phải mất mặt. Còn ông ấy luôn luôn nói trước mặt các bạn rằng: "Chắc chắn là bạn F đã được di truyền từ cha của mình." Nghe giáo sư C nói như thế, ánh mắt ngưỡng mộ của R đối với con càng tăng thêm, trong đó có một màu sắc kỳ lạ khó mà hiểu được.

Có một lần, theo thông lệ con và cô ấy cùng nhau đi ăn trưa sau giờ học, đến ăn ở một quán Starbucks trong khuôn viên trường. Vừa ngồi xuống không lâu, thì thấy bóng dáng giáo sư C đang tiến tới, ông ấy đang cầm bánh mì kẹp và cà phê đựng trong ly giấy, tìm một chỗ ngồi ở trong tiệm cà phê đang đông nghẹt người ta. Đúng lúc bên cạnh tụi con có một cái ghế trống, cô ấy bèn vẫy tay mời giáo sư C ngồi xuống.

Giáo sư C cũng không ngại, thân thiện ngồi cùng với học sinh, nói chuyện với tụi con một cách rất thoải mái tự nhiên. Con cho rằng đây chính là phong cách học giả tân phái chăng. C thấy bên cạnh con đặt quyển *Thế giới của Descartes*, bèn nói: "Bạn F biết chọn hàng quá nhỉ! Nếu như vào khoảng mười năm hai mươi năm trước đây, Descartes quả chỉ là một con chuột qua đường trong giới học thuật, nhưng mấy năm trở lại đây, lý luận về bộ máy cơ thể người của ông ấy bỗng nóng trở lại, thậm chí có người còn ví ông như là tiên phong trong ngành cybernetics. Không ngờ là linh cảm về trào lưu của em cũng tương đối mẫn cảm, xem ra em rất có thiên tư để làm nghiên cứu học thuật!" Con mỉm cười gật đầu với vẻ ngại ngùng lúng túng, thực tình là bởi vì bạn cùng phòng K của con gần đây đột nhiên lại hứng thú đọc Descartes, nhưng lại bởi vì trình độ tiếng Anh của cậu ấy quá kém nên mới nhờ con trợ giúp, do đó mà con mới mượn những sách có liên quan ở thư viện về. Sau đó thì C bèn nói chuyện với R, bảo rằng ông đã thấy cô dẫn chương trình trong một tiết mục trên mạng, sau đó bèn chuyển sang tính quan trọng của sự trải nghiệm của bản thân trong nghiên cứ văn hóa là như thế này thế kia.

Không biết tại sao, trước giờ con không lúc nào nói với ba về giáo sư C, cho dù có nhiều lần ông ấy gợi ý muốn làm quen với ba. Không phải con cố ý làm như vậy, chỉ là khi về nhà thì lại không nhớ đến, lúc nghĩ đến thì lại không ở bên cạnh ba, cũng không cảm thấy nghiêm trọng đến mức phải lập tức gọi điện trao đổi với ba. Nói chung, cũng giống như sự thờ ơ của con trong mọi việc với người khác, con cứ chần chừ không làm bất cứ hành động nào hết. Nhưng ngược lại có lần vô tình con đã nhắc đến với mẹ. Mẹ nói là hai năm trước, khi mẹ đi Cambridge trong kỳ nghỉ học thuật đã gặp C ở đó, nghe một buổi thuyết trình của ông ấy, ấn tượng thì đây là một học giả có thực lực và có dã tâm. Việc này khiến cho con nảy ra một ý định sau khi tốt nghiệp ở khoa này thì sẽ làm luận văn thạc sĩ với giáo sư C. Nhưng mà, mọi thứ nói ra vẫn còn quá sớm.

Còn về việc K đọc *Descartes*, vốn dĩ cũng không có gì lạ kỳ, vì bản thân cậu là sinh viên ngành Triết Học mà. Nhưng mà thường ngày cậu ấy không đọc sách, thường hay cúp học, bài tập thì chỉ làm đại cho có, do đó đột nhiên lại nghiêm túc đọc sách thì có hơi kỳ lạ. Cậu ấy bảo cậu ấy muốn đọc *Descartes*, hoàn toàn chỉ vì một câu nói. Chính là câu "Tôi tư duy, tức là tôi tồn tại". Con muốn nói rằng, câu nói ấy đã trở thành một câu nói đùa thông tục rồi, nhưng trông thấy bộ dạng cậu ấy giống như vừa mới phát hiện ra được một thế giới mới, thì cũng không nỡ công kích cậu ấy. Cậu ấy bảo là trên lớp đã nghe thấy giáo viên dẫn ra câu nói này, trong lòng bỗng nhiên nổi lên một chấn động kịch liệt, cũng giống như một tia sét bỗng chốc đánh vỡ cánh cửa sổ tâm hồn đã đóng kín bụi trần từ lâu vậy. Những hư không, hoang phế, suy sụp bao năm qua, đều được quét sạch sành sanh, rồi lấp đầy vào ấm áp. Vì chỉ cần cậu ấy suy nghĩ, thì cậu ấy tồn tại. Đó là sự tồn tại thực sự, khiến cậu ấy cảm thấy tự do vô biên, vì suy nghĩ của cậu ấy không có bất cứ người nào cướp đoạt được. Bọn phát xít trong buổi chào đón tân sinh viên ấy, những chế độ thi cử và nhà trường ấy, bất luận là có cản trở hành động của cậu ấy như thế nào, cũng không thể không chế được suy nghĩ của cậu. Sự tồn tại của cậu ấy, hoàn toàn được định nghĩa bởi suy nghĩ của bản thân cậu ấy, không chịu bất cứ sự gò bó của thế giới bên ngoài nào. K là như vậy đó, với ngữ khí phấn khích của một người cuồng tín tôn giáo, tự do phát huy việc giải thích một câu nói ngắn của Descartes.

K dự định lấy tư tưởng triết học của Descartes, để làm đề mục cho bài cuối kỳ, nhưng cậu ấy không tin tưởng vào năng lực đọc của mình. Do đó cậu ấy nhờ con làm thầy hướng dẫn cá nhân. Là một người "thích đọc sách", đương nhiên là con không câu nệ việc đọc thêm vài quyển sách. Huống hồ con cũng đã đọc vài cuốn sách của Descartes. Thế là, con bắt đầu giảng giải cho cậu ấy bằng quyển Diễn thuyết về phương pháp, sau đó là *Suy ngẫm về triết học tiên khởi* và *Nguyên lý triết học*, mãi cho đến tác phẩm *Những đam mê của linh hồn*. Có thể thấy rằng, lần này K rất nghiêm túc. Tuy rằng tiếng Anh không đủ, hiểu biết lơ tơ mơ về nội dung, nhưng cũng nghiền ngẫm ngấu nghiến bản dịch tiếng Anh những tác phẩm của Descartes. Trước khi bắt đầu đọc một quyển sách, cậu ấy nghe con dẫn đọc trước, sau khi xem xong thì lại nghe con tổng kết, trong đó gặp phải những chỗ không rõ cũng hỏi con kịp thời. Cũng nhờ chuyện này, rốt cuộc cậu ấy mới có chút nể nang học thức và năng lực đọc hiểu của con.

Phụ thân đại nhân, về phần sự nghiệp học hành thời đại học của con, tạm thời nói đến đây thôi. Kính cẩn xin thưa.

Kim an.

Nam Hoa khấu bẩm

Ngày… tháng…

9.

Thưa phụ thân đại nhân:

Kính bẩm, xin ba đừng kinh ngạc, những điều con nói trước đây và những điều sắp nói, đều là những chuyện ba chưa từng nghe thấy. Những năm gần đây, những cuộc nói chuyện của mình hình như trở nên rất ngoài mặt. Việc này cũng không thể trách một phía nào cả, là ba hay là con. Có lẽ, đây chính là hiện tượng phổ biến mà cặp cha con nào trên thế gian này cũng gặp phải. Quả thực là con không biết. Nhưng ít nhất, hiện giờ đây con vẫn có sự xung động như vậy, dùng hình thức thư từ, đem những chuyện mà con muốn nói với ba, cố gắng thổ lộ cho ba nghe một cách toàn vẹn ngọn ngành. Con hy vọng có thể kiên trì đến cùng.

Cái lỗi lớn nhất mà con đã phạm, có lẽ là đồng ý để R đến chơi ở phòng con trong ký túc xá. Đó là chuyện xảy ra sau bữa cơm trưa như thường lệ vào đầu học kỳ hai năm thứ hai. Hôm ấy tâm trạng của R có hơi sa sút (chính miệng cô ấy nói ra nên con mới biết được), nguyên nhân là gì thì cô ấy không giải thích, con cũng không hỏi tới. Cô ấy bảo tối hôm ấy có một tiết mục ghi hình, buổi chiều không có việc gì làm, nên có hơi buồn chán, bèn hỏi con rằng cô ấy có thể đến ký túc xá của con chơi không. Con bảo phòng con không có gì hay ho đẹp đẽ đâu, con có thể ngồi cùng với cô ấy ở quan cà phê mà tán gẫu, nhưng cô ấy kiên quyết muốn biết phòng con trông như thế nào. Con không hiểu tại sao cô ấy lại cố chấp đến như vậy, nghĩ bụng, chiều nay K có lớp, chắc sẽ không làm khó cậu ấy đâu, bèn đưa R về phòng.

Lúc ấy đang giữa mùa Đông, vào phòng, thấy trong đó ấm hơn, R bèn cởi chiếc áo khoác da màu đỏ ra, trên người mặc một chiếc áo len cổ chữ V màu trắng đục và một chiếc váy ngắn nhung màu nâu, ngồi xuống chỗ cạnh giường con. Cô ấy ngẩng đầu lên nhìn quanh căn phòng vốn dĩ không có gì đẹp đẽ này. Đã không có những tấm bích chương của nữ minh tinh thần tượng nào, cũng không có bất cứ trang trí nào có cá tính. Chỉ là một căn phòng của hai nam sinh bình thường không có gì đặc biệt, phần bên con ngăn nắp hơn, phần của K thì bừa bộn hơn, chỉ có vậy mà thôi. R biết con chơi Vi-ô-lông, bèn nói rằng cô ấy đã đợi rất lâu để được nghe con biểu diễn. Con thấy không có việc gì làm, bèn lấy Vi-ô-lông ra, kéo môt bản sonata của Bach. Có thể là vì con có hơi khoe khoang kỹ thuật, R nghe với vẻ chuyên chú nhưng lại có hơi nghi hoặc. Con cảm thấy như vậy thì không hay, nhưng lại không biết là không hay ở điểm nào. Sau đó, con bèn kéo một bản độc tấu chương 2 bản tứ tấu đàn dây Số 1 cung Rê trưởng của Tbaikovsky. Sau khi chơi xong, bỗng nhiên con thấy hai dòng nước mắt chảy dài trên mặt R. Con có hơi bối rối không biết phải làm sao, bèn nói về điển tích ấy, sau đó lại bảo: “Cậu cũng ngang hàng với Leo Tolstoy rồi!” Cô ấy nghe xong bèn gạt nước mắt mỉm cười. Lúc này, đột nhiên K đẩy cửa phòng vào.

K trông thấy có một cô gái ở trong phòng, đồng thời ngồi lên giường của con, rõ ràng là hết sức ngạc nhiên, thậm chí còn lùi một bước ra khỏi phòng. Con lập tức kéo cậu ấy đứng lại, bảo đây là bạn học cùng lớp, đến nghe con chơi Vi-ô-lông. Cậu ấy bước vào phòng với vẻ sượng sùng, lúc bấy giờ R đã lau khô nước mắt, trở lại trạng thái như không có gì xảy ra, mỉm cười chào K, đồng thời tự giới thiệu bản thân. Con giúp K giới thiệu, bảo đây là bạn cùng phòng học khoa Triết Học. R thò tay ra để K bắt lấy, nói: "Nghe tên không bằng thấy mặt! F thường nhắc đến cậu luôn!" K nói với vẻ ngờ ngợ: "Cậu ấy nhắc gì tới mình? Nói xấu mình à?" R cười và bảo: "Không có đâu! Cậu ấy nói cậu là một người rất đặc biệt." K trợn mắt với con một cái, nói: "Đặc biệt? Vậy tức là quái nhân rồi!" Con bèn nói khỏa lấp rằng: "Chỉ là một câu nói thôi mà!" Tiếp theo mọi người đều yên lặng, không biết phải tiếp tục chủ đề nói chuyện như thế nào. R mượn chuyện nhìn vào đồng hồ đeo tay, nói: "Mình cũng sắp tới giờ rồi, lần sau lại đến chơi nhé!" Con nói: "Được thôi! Lần sau lại đến!" bèn nép mình sang để nhường đường cho R đi ra. R vừa bước ra khỏi cửa, K vỗ vỗ vào cánh tay con, nói nhỏ: "Cậu không tiễn người ta ra à?" Con ngớ người một lúc, bèn nghe theo lời cậu ấy, bước đi theo, đuổi theo R ở hành lang, bảo sẽ tiễn cô ấy xuống lầu. Một mạch tiễn ra tới cổng ký túc xá, trông cô ấy mặc chiếc áo khoác da, đi vào trời gió lạnh, con mới quay đầu.

Về đến phòng, K hỏi con với một thái độ hết sức tò mò: "Cô ấy là bạn gái của cậu à?" Đương nhiên là con phủ nhận, bảo chỉ là bạn học, một người bạn bình thường. K không tin, hỏi gặng lại con mấy lần, không chấp nhập để con nói dối, con một mực không có biểu hiện gì. Cậu ấy cũng dần bị thuyết phục, nói lẩm bẩm một mình: "Ấy cũng phải, đến lúc cô ấy đi mà cậu cũng không chủ động tiễn người ta, không giống như bạn gái thật." Con hỏi K sao đột nhiên về phòng, cậu ấy bảo là lớp chỉ đến có một nửa, thấy không có gì thú vị, bèn chuồn ra sớm. Sau đó, cả ngày K đứng ngồi không yên, lật quyển sách này, viết quyển tập kia, chốc xem điện thoại, chốc lại nhắm mắt trầm tư. Đến tối trước khi ngủ, đã tắt hết đèn, nhưng cậu ấy lại nói trong bóng tối: "Này F! Mình có thể gặp lại R, cái cô bé chiều nay không?"

Đối với lời đề nghị mà K đưa ra, vốn dĩ con định qua loa cho xong chuyện. Cũng không phải là muốn phản đối cậu ấy làm vậy, chỉ là con cảm thấy có hơi phiền, không biết phải mở miệng ra nói làm sao. Nhưng quả nhiên là cậu ấy cứ kiên trì một cách lạ thường, trong mấy ngày sau đó, cậu ấy liên tục hỏi con mấy lần tới tấp, con chỉ nói rằng: "Thông thường thì sau giờ học ngày thứ tư mình và R sẽ ăn trưa với nhau, đến lúc đó cậu cứ giả vờ là đúng lúc đi ngang qua đi." Cậu ấy rất hài lòng với cách xếp đặt này.

Đến hôm ấy, quả thật K xuất hiện vào thời gian và địa điểm đã định. Cậu ấy ăn mặc giống như lúc bình thường, vì vốn dĩ cũng không có sự lựa chọn nào khác, nhưng trên tay rõ ràng là đang cầm một quyển sách. Con chủ động phối hợp với cậu ấy, giả vờ như ngẩng đầu lên vô tình trông thấy, vẫy tay với cậu. Vì cậu ấy đã từng gặp mặt R, nên dừng lại nói đôi ba câu cũng không có gì ngạc nhiên. Sau đó, con bèn mời cậu ấy ngồi xuống ăn cùng. R trông có vẻ cũng không phản đối, cũng rất nhiệt tình thân thiện mời cậu ấy ngồi xuống. Con cũng lịch sự hỏi cậu ấy ăn gì, chạy đi mua cho cậu ấy, để lại cậu ấy với R nói chuyện với nhau. Khi con cầm khay ăn quay trở lại, thấy cậu ấy đang cầm quyển sách trên tay, nhiệt tình nói với R gì đó. Quyển sách đó là *The Passions of the Soul* của Descartes, nội dung mà cậu ấy đang khua môi múa mép ấy, toàn là những điều dẫn độc mà con đã giảng cho cậu ấy trước đây. R trông có vẻ hứng thú, vừa nghe vừa gật đầu, đôi bông tai với hình vòng to đang đung đưa đung đẩy hai bên má. Con nhường cơ hội biểu diễn lại cho K, không nói gì nhiều, chỉ là thỉnh thoảng phụ họa cậu ấy một hồi. Nói xong lập luận vĩ đại của cậu ấy, K lại tán gẫu với R các chủ đề trong cuộc sống. Đột nhiên con phát hiện, cái tên mà thường ngày như một con sói rụt rè cô độc này, ở trước mặt con gái lại có thể thao thao bất tuyệt. Đây là bộ mặt mà con chưa từng trông thấy.

Sau khi K và R "vô tình gặp mặt" như vậy hai lần, cậu ấy bèn gồng gan lên tự mình gửi tin nhắn cho R, tự tạo ra một vài cái cớ để gặp mặt. Người cù lần như con thế này cũng biết, K đã âm thầm nỗ lực như thế nào. Thì người thông minh như R hiển nhiên cũng đã cảm nhận được từ lâu. Có thể là ngại vì K là bạn cùng phòng với con, lại là bạn thân của con (con đã bảo với cô ấy như vậy), cô ấy cũng không muốn tỏ ra quá lạnh nhạt, R cũng thử đồng ý với K ra ngoài uống một ly nước hoặc là gì đó. Cô ấy không trực tiếp thể hiện sự không hài lòng với K cho con biết, nhưng mỗi lần gặp cô, thì trên nét mặt cứ thấp thoáng một vẻ kỳ kỳ, khiến cho con hoàn toàn không hiểu thấu. Thậm chí nhiều lúc cô ấy còn cố ý để cho con biết là K tìm cô ấy, tuy là con đã biết từ trước thông qua K. Nhìn thấy bộ dạng dương dương đắc ý của K sau mỗi lần gặp R, không biết tại sao lại khiến con cảm thấy không thoải mái. Con bắt đầu cảm thấy sự việc đang diễn ra không như con mong muốn, nhưng tại sao thì lại khó mà giải thích cho được. Nói chung, con bắt đầu nảy ra ý định phải ngăn chặn họ tiếp tục qua lại với nhau. Con thử đưa ra các loại phân tích với chính mình, đoán rằng cho dù là về cách sống và tính cách thì K và R hoàn toàn không thích hợp lẫn nhau. Con nhận định là ngay từ mới bắt đầu thì R đã không đồng ý kết giao với K, chỉ vì duyên do ở con mà không tiện từ chối. Con cũng đoán rằng người như K mà một khi đã cuồng nhiệt lên, không biết sẽ xảy ra tình trạng như thế nào, và sự lẽo đẽo của cậu ấy sẽ gây ra thương tổn cho R. Cho dù R chỉ là một người bạn bình thường của con, thì con cũng nên bảo vệ cô ấy, để cô ấy tránh bị quấy nhiễu và bất an. Phiền toái lần này chính do con tạo ra, con phải có trách nhiệm giải quyết.

Nhưng con không có bất cứ biện pháp nào cụ thể cả, cũng không có năng lực quyết đoán về mặt này. Sự việc cứ lấn ca lấn cấn như vậy suốt nửa học kỳ. Con biết là nếu thời gian càng lâu, thì K sẽ lún càng sâu. Cậu ấy là kiểu người hoặc là hoàn toàn lạnh nhạt, hoặc là nồng nhiệt đến mức không thể rút lui. Cậu ấy có sở trường nhất trong việc xây dựng một mục tiêu và lý tưởng không thể thực hiện trong trí tưởng tượng của chính mình, đột nhiên lại nỗ lực tiến về phía trước, liều mạng đến cùng. Chính bằng cách này mà cậu ấy đã thi đậu đại học. Trong tình hình như thế này, passion và action trong lòng hình thành nên một sự nhất trí, tạo ra một sức mạnh không thể nào chống cự nổi. Có lẽ chính là bởi sức mạnh đáng sợ này, khiến R không cách nào có thể nói rõ ràng dứt khoát với cậu ấy trong trạng thái không tình nguyện.

Con quyết định là con phải thực hiện hành động. Con phải nói rõ với K một cách thẳng thắn. Nhưng con phải nói gì với cậu ấy đây? Bảo rằng cậu ấy và R không hợp nhau chăng? Hay phải nói là giữa hai người họ sẽ không có kết quả tốt hả? Cho dù cả hai người đều là bạn của con, thì con có quyền gì mà can thiệp chuyện giữa hai người họ chứ? Một kẻ trước giờ rất không giỏi xử lý những mối quan hệ nhân sự như con, quả thực thì không cầm chắc việc có thể thuyết phục được K. Nhưng cho dù thế nào đi nữa thì con cũng phải thử một lần. Ít nhất cung hy vọng có thể khiến K tạm thời buông bỏ cái tình cảm bồng bột mù quáng của mình, bình tĩnh đối diện với sự thật bằng lý trí. Nhưng trong sinh hoạt thường ngày, rất khó để tìm được cơ hội để vô cớ mở ra chủ đề này với cậu ấy. Con quyết định rủ K đi nghe một buổi hòa nhạc. Con tưởng làm như vậy sẽ tạo ra một bầu không khí khác, dễ dàng cởi mở với nhau.

Buổi hòa nhạc mà tụi con đi nghe chính là vở nhạc kịch Evgeny Onegin của Tbaikovsky. Tại sao lại đi coi vở nhạc kịch này chứ, con cũng không rõ nữa, ngoài việc vì con thích Tbaikovsky và Pushkin. Cậu ấy biết là nhạc kịch, vả lại còn là tiếng Nga, tỏ vẻ hơi miễn cưỡng, nhưng cuối cùng vẫn bị con kéo đi. Cậu ấy bảo coi như là thử tìm hiểu một chút về sự vật mới mẻ. Con dự định sẽ kể trước một lượt về bối cảnh và nhân vật cho K nghe, mong rằng cậu ấy sẽ không còn tâm trạng mơ hồ không rõ. Phụ trách phần biểu diễn nhạc là một dàn nhạc của Nga, các vai đều do những nghệ sĩ hát nổi tiếng của Nga, là một buổi diễn toàn bộ của Nga. Không lâu sau khi mở màn, K bắt đầu ngái ngủ. Nhiều lần con đã khẽ khàng lay cậu ấy tỉnh dậy, nhắc tình tiết kịch cho cậu ấy. Tình huống cũng có hơi giống như người lớn dẫn trẻ con đi xem biểu diễn, phải vừa xem vừa giải thích câu chuyện, chỉ ra rằng ai là người tốt ai là người xấu. Đến lúc nữ nhân vật chính là Tatyana lấy hết can đảm để tỏ tình với Onegin, K bắt đầu cảm thấy hứng thú, tinh thần bỗng trở nên chuyên chú hơn, đại khái là trong lòng đã liên tưởng đến một thứ gì đó. Nhưng không biết tại làm sao mà lòng của con cũng thấp tha thấp thỏm. Khi Onegin từ chối sự thể hiện tình cảm rõ ràng của cô gái, thì nét mặt của K thậm chí còn có thái độ phẫn nộ, cảm thấy thằng cha này quả là quá cao ngạo tự đại. Rồi sau đó đến màn Onegin quyết đấu với Zelensky. Bên bờ sông vào lúc trời bình minh, chàng Zelensky trẻ trung đang đợi đối thủ của mình, đã hát một đoạn solo, ca thán sự đáng quý của thanh xuân và sự khủng hoảng của chết chóc, và tình yêu đối với Olga. Đây là một khúc hát đẹp đẽ thê lương nhất trong toàn bộ vở kịch, hay đến nỗi lòng con cũng đau nhói. Cuối cùng thì hai người cũng quyết đấu với nhau trong tình huống không tình nguyện. Zelensky bị bắn chết. Onegin vì đã gây ra án mạng mà cảm thấy xấu hổ, tự mình dùng biện pháp lưu đày để trừng phạt mình. Năm năm sau, Onegin kết thúc cuộc đời lãng du của mình và trở về nước, gặp lại Tatyana mà năm xưa chàng đã nhẫn tâm cự tuyệt, nhưng giờ đây cô đã gả cho một nhà quý tộc. Lúc này Onegin mới ngạc nhiên phát giác ra nét diễm lệ mê người của Tatyana, bùng lên ngọn lửa tình điên cuồng với cô. Lần này đến lượt chàng viết thư cầu kiến, đồng thời thể hiện sự hối hận và bộc bạch tình cảm của mình trước mặt cô, nhưng đã quá muộn màng rồi. Chàng nhận được một lời từ chối thẳng thừng. Xem đến chỗ này, K hứng thú trở lại, lưu tâm đến kết cục của câu chuyện. Sau khi kết thúc vở diễn, cậu ấy rơi vào một trạng thái trầm tư.

Bước ra từ trung tâm văn hóa, tụi con đi phà Star về đảo Hong Kong. Vốn dĩ con không có ý định muốn thầm gửi gắm điều gì cho K thông qua vở nhạc kịch, đơn thuần chỉ muốn đi nghe loại nhạc mà con thích với cậu ấy, sau đó sẽ tìm cơ hội mà khuyên giải cậu ấy đừng có ảo tưởng gì với R. Nào ngờ cậu ấy bị kích thích bởi sự tỏ tình, cự tuyệt và di hận trong tình tiết của vở kịch, càng khẳng định hơn là phải quyết đoán sự việc, nếu không thì sau này sẽ hối hận không nguôi. Lời con muốn nói ban đầu, hoàn toàn không có cơ hội để đề cập. Con đón ngọn gió biển đầu mùa hè nóng ẩm, không biết vì sao mà bên tai cứ văng vẳng mãi khúc hát solo của Zelensky trước khi chết, niềm ai oán, sự bối rối và sự đau khổ tiếc nuối của khúc nhạc khiến mắt con cũng từ từ nóng ẩm lên. Con khẽ ngân nga lên khúc nhạc ấy. K hỏi con đó là gì. Con bảo với cậu ấy, muốn hỏi cậu ấy cảm thấy có hay không. Nhưng cậu ấy lại nói: "Cái tên ngốc nghếch ấy! Tại sao vô duyên vô cớ lại phải đi quyết đấu chứ? Đi nộp mạng oan uổng! Tình tiết kịch này thật miễn cưỡng!"

Con nghĩ đi nghĩ lại cũng không nghĩ ra, tại sao K lại thích kiểu con gái như R chứ. Chẳng lẽ đây gọi là tình yêu chăng? Hay chỉ là một loại dục vọng mà mình cũng không thể nào không chế được? Con cũng không hiểu được tại sao rõ ràng là R không thích K, nhưng lại không trực tiếp từ chối một cách dứt khoát với cậu ta, mà để cho cậu ấy cứ tiếp tục chìm đắm trong ảo tưởng. Còn con lại mắc kẹt ở trong đó, tại sao lúc nào con cũng cảm thấy không thuận mắt, rồi muốn tháo gỡ mối quan hệ không nên xảy ra này chứ? Một khi bước vào kỳ nghỉ hè, thì con và K sẽ tạm thời dọn về nhà ở. Con không ở bên cạnh cậu ấy, càng khó mà kiểm soát được hành vi của cậu ta. Do đó, con phải nhanh chóng hành động, nhưng vẫn cứ do dự không quyết đoán.

Một hôm nọ, con nhận được tin nhắn SMS của R, bảo là tối nay K hẹn cô ấy, hình như là có điều gì đó quan trọng muốn nói. Con cảm thấy rất kỳ lạ, tại sao R lại thông báo cho con. Cô ấy còn hẹn gặp mặt con vào buổi chiều. Con được hẹn ở một quán cà phê bên ngoài trường học, ở đó sẽ không gặp phải người quen. R đã ngồi trên sô pha trong một góc quán từ lâu, con hỏi cô ấy uống gì, con sẽ đi mua. (Giờ đây thì con cũng đã biết làm việc này rồi.) Mua hai ly Mocha sữa tươi, con ngồi đối diện R, đợi cô ấy mở miệng nói chuyện. Thần sắc của cô ấy tuy có hơi ngại ngùng, nhưng lời nói lại rất sảng khoái. "F, cậu có thích mình không?" Cô ấy hỏi. Con có hơi ngạc nhiên, nhưng cũng giống như thể có hơi bất ngờ. Nghe ngữ khí đầy mong đợi và lo lắng của cô ấy, đột nhiên con lại có một đáp án, bảo: "Mình thích cậu." R nhắm mắt, hít một hơi thật sâu, hai vai buông thõng xuống, chiếc áo liền váy trên người như thể cũng được nới rộng ra. Con cảm thấy nên làm rõ hơn một chút, bèn nói: "Vậy cậu có thích mình không?" Cô ấy mở to mắt, nhìn con, gật đầu. Vậy... Chuyện tiếp theo, nhất thời con không thể nói tiếp được. Ngược lại thì cô ấy còn chắc chắn hơn cả con, bảo: "Một chút nữa mình cùng nhau đi gặp K nhé." Trong lòng con có hơi lo lắng, nhưng xem ra ngoài cách này thì không còn cách nào khác nữa.

K hẹn R gặp nhau ở bên ngoài bến phà Star Ferry Pier Central, một cách làm mang hơi hướng của một bộ phim truyền hình. Trước khi đến địa điểm đã hẹn, đột nhiên cô ấy nắm lấy tay con. Lúc này con mới hiểu ra, đây là chuyện nên làm với thân phận hiện giờ của tụi con. Trong một buổi chiều hoàng hôn trời chưa tối hẳn, thấp thoáng trông thấy bóng dáng của K, đi qua đi lại ở bờ bao dọc bãi biển. Chúng con càng tới gần một chút, thì bóng dáng của cậu ấy càng rõ ràng hơn một chút. Ngược lại, trong mắt của cậu ấy thì tụi con có lẽ cũng vậy. Cậu ấy dừng bước, thò dài chiếc cổ ra, hình như có hơi không tin vào mắt mình, sau đó từ từ chỉnh đốn lại tư thế đứng của mình, giống như hai con sói hoang đang chuẩn bị vào vị trí chiến đấu vậy. Có lý do để con tin rằng cậu ấy sẽ xông vào đấm cho con một trận. Chắc chắn con không phải là đối thủ của cậu ấy. Con sẵn sàng để đánh nhau. Con còn tính toán tới cục diện R xuất hiện ở trong đó để chắn lại và đứng một bên để lôi kéo. Khi đôi bên đã đến gần ở cự ly tiếp binh ngắn, K cúi đầu nhìn vào đôi tay đang đan vào nhau của con và R, nắm đấm của cậu ấy cũng đã siết chặt lại. Nhưng cuối cùng cậu ấy cũng nhịn được, chỉ vào mặt con, nói một cách giận dữ: "Cậu là thằng giả nhân giả nghĩa!" Sau đó, cậu ấy cũng không thèm nghe tụi con giải thích, bèn bước nhanh đi khỏi đó đến nỗi không thèm ngoái đầu nhìn lại.

R nép vào người con, con cũng không thể không choàng ôm lấy cô ấy. Cô ấy nói thì thầm trong lòng con rằng: "K không sao đâu! Đừng lo lắng! Cậu ấy không phải là người xấu, chỉ là có vài chuyện hiểu lầm mà thôi!" Đây là lần đầu tiên con ôm một cô gái, nhưng con cũng không có lòng để cảm nhận hơi ấm của việc này, chỉ là là làm hành động mà một thằng con trai nên làm một cách gượng gạo. Không biết tại sao, đột nhiên con rất muốn khóc, nhưng con cố gắng ngăn lại. R ngẩng đầu lên nhìn vào mặt con, đại khái là cảm động bởi ngấn lệ mà con đang kìm nén, đôi mắt cũng ửng đỏ lên. Đêm hôm ấy, tụi con đã nắm tay nhau đi dạo bên bờ biển, sau đó đến một nhà hàng Tây để ăn tối. Vì nhà hàng buổi tối có thắp nến, do đó cũng có thể coi là bữa dạ tiệc trong ánh nến, cũng giống như cảnh tượng tất nhiên trong một câu chuyện tình cảm. Con thấy R thật sự đang rất vui, cũng thật là đẹp trong ánh nến. Con cũng không biết nhờ vào cái gì mà lần đầu tiên con có được một cô bạn gái đẹp thế này. Con chỉ là một con mọt sách "thích đọc sách" và "yêu văn học" mà thôi. Chẳng lẽ quả thực là có chuyện "thư trung tự hữu nhan như ngọc" sao?

Sau khi con đưa R về nhà, bèn về ký túc xá. Điều khiến con kinh ngạc đó là, trong vòng ba tiếng đồng hồ ngắn ngủi, K đã dọn hết tất cả các vật dụng mà đi rồi. Con đi tìm quản lý ký túc xá, ông ấy bảo K vừa mới trả phòng. Con về phòng, nhìn về phía trống không của cậu ấy, cảm thấy trong lòng đau nhói. Cậu ấy không hề để lại bất cứ thứ gì đại loại như thư tín cả. Hai hôm sau, con cũng thu xếp đồ đạc để dọn về nhà. Kết thúc kỳ nghỉ hè, lên năm ba, K không quay trở lại ký túc xá. Con ở cùng với một nam sinh ngành hóa học.

Phụ thân đại nhân, đây là chuyện mà trước giờ con chưa hề đề cập với ba, nguồn cơn cho mối "tình đầu" của con. Còn kết quả, con giữ lại đợi sau này sẽ từ từ nói thêm nữa. Kính cẩn xin thưa.

Kim an.

Nam Hoa khấu bẩm

Ngày… tháng…

10.

Thưa phụ thân đại nhân:

Kính bẩm, hy vọng ba sẽ không quá khắt khe, không những con chưa từng đưa cô bạn gái đầu tiên của con về nhà gặp ba, thậm chí còn chưa từng đề cập với ba một tí gì. Ba có quan sát thấy một manh mối nào trên người con không? Việc này thì con không thể biết được. Trên thực tế, R thường nói về ba, rất muốn gặp mặt ba, nhưng thấy con không có phản ứng tích cực, thì đành phải để cho nó diễn ra tự nhiên. Con không hề cố ý muốn giấu giếm ba, chỉ là không cảm thấy có sự thôi thúc nào để phải làm như vậy. Ít nhất là tạm thời không phải lúc này.

Kỳ nghỉ hè mà con và R trải qua cùng nhau với mối quan hệ người yêu, không thể nói là không vui vẻ. Ít nhất, vì chưa từng trải qua trước giờ, nên có cảm giác rất mới mẻ. Nhưng con cũng thường cảm thấy có chút vấn đề không phù hợp, rất khó để vào vai bạn trai một cách tự nhiên. Những điểm rất dễ khiến cho đối phương cảm thấy không vui, ví dụ như những chuyện chậm trả lời tin nhắn, hoặc buổi tối không hỏi han đối phương đã ngủ chưa, cũng khiến cho người ta cảm thấy có hơi phiền não. May mà trong kỳ nghỉ hè R rất chăm chỉ làm thêm, theo đuổi công việc dẫn chương trình truyền thông trên mạng, con mới có thể giữ được chút thời gian yên tĩnh để ngồi đọc sách cho đàng hoàng. Nhưng khi cô ấy tan làm thì con phải đi đón cô ấy, khi cô ấy nghỉ lại phải đưa cô ấy đi dạo phố, hoặc đến một nơi thú vị (ví dụ như Stanley, The Peak, Tai O, Disneyland), ít nhiều cũng khiến cho con cảm thấy mệt với việc cố gắng. Trong lòng con chợt hiểu rõ, thì ra như thế này chính là hẹn hò!

Đương nhiên cũng không phải là con có lời oán trách gì, vì R rất đẹp, rất dễ thương, và cũng rất thông minh, rất hiểu chuyện (những điều mà cô ấy biết quả thật là nhiều hơn con). Bên cạnh cô ấy, con cảm thấy thật tuyệt vời, nhưng luôn luôn có một thứ cảm giác gì đó không được trọn vẹn. Nếu như phải tự mình đánh giá, thì vẫn là vấn đề đó. Nói bằng sáu passions lớn của Descartes - về phần R, con chỉ cảm thấy wonder và joy, nhưng lại không có love mãnh liệt. Việc này đương nhiên là con không nói với cô ấy. Con tưởng rằng, love có thể được bổ sung cho đầy đủ bằng ý chí. Tình yêu không chỉ là một loại passion, mà còn là một loại action. Nhưng mà, nói như là action, R cũng trách con quá bị động, chưa biết nắm bắt cơ hội. Tụi con chính thức hẹn hò với nhau qua hai tuần lễ, con vẫn chưa thử hôn cô ấy, việc này luôn luôn khiến cô ấy rất khó hiểu, thậm chí cảm thấy tổn thương lòng tự tôn. Con không biết là vốn dĩ chuyện này nghiêm trọng đến vậy, thế là con bèn cố gắng hết sức để hôn cô ấy. Tuy là việc thực hiện có hơi ngu ngốc, nhưng quả thực là cô ấy cảm thấy được an ủi, lòng tin cho tình yêu đối với con cũng dần trở lại. Về sau, con bèn lưu ý hơn với việc tiếp xúc cơ thể này, có một vài biểu hiện thích đáng, nhưng cũng cố gắng để không quá đáng. Lúc R đề nghị là trước khi kết thúc kỳ nghỉ hè sẽ cùng nhau đi Ma Cao chơi hai ngày, con mượn cớ từ chối. Hình như là cô ấy có vẻ hơi thất vọng.

Học kỳ mới không có môn của giáo sư C, nhưng vì con muốn ông ấy làm giáo sư hướng dẫn của con ở năm tốt nghiệp, nên đã chọn học môn phương pháp viết luận văn, do đó thỉnh thoảng đi tìm ông ấy thảo luận. Tuy là C rất bận, nhưng lần nào ông ấy cũng khảng khái nói chuyện cùng với con, nhẫn nại giải đáp những câu hỏi của con. Một cách tự nhiên, con bèn nói đến những dự định sau khi tốt nghiệp. Con nói rằng con muốn học thạc sĩ với ông ấy, nhưng ngược lại ông kiến nghị con nên ra nước ngoài. Ông ấy nói: Con người ta cần phải bước ra khỏi comfort zone mới có thể trưởng thành, đây là lời kinh nghiệm. May mà R cũng có sử dụng cách nói vùng thoải mái, cô ấy bảo rằng sau khi tốt nghiệp cô sẽ không theo đuổi công việc có liên quan đến văn học hoặc là dạy học, cô ấy muốn bước ra khỏi comfort zone, chấp nhận những thử thách khác nhau. Mục tiêu của cô ấy là đảm nhiệm vai trò dẫn chương trình chính của đài truyền hình. Về sau, con thường xuyên suy nghĩ về vấn đề vùng thoải mái. Việc đọc mà con yêu thích, văn học mà con yêu thích, và cả âm nhạc nữa, thì ra đó chính là vùng thoải mái của con chăng? Như vậy thì, con nên thoát ra khỏi đó sao? Con thoát ra khỏi đó, có thể bước tới chỗ nào được? Tại sao con phải thoát ra khỏi đó? Tại sao không thể giữ mãi những thứ mà mình cảm thấy comfortable chứ?

Ngược lại, mối quan hệ của con và R, bắt đầu xuất hiện cảm giác có hơi uncomfortable. Hồi trước, khi cô ấy nghe con nói về chuyện đọc sách, đều chú ý toàn tâm, hứng thú tràn trề, nhưng giờ đây hễ thấy con đem sách ra, thì bảo rằng con lại trốn vào trong thế giới của riêng mình. Cô ấy trách con chẳng thà chịu ở lại trong thư viện để đọc sách, chứ không thèm đi cùng cô ấy ra ngoài uống bữa trà chiều. Hễ con nói đến quyển sách hay mà con đọc gần đây, thì ánh mắt của cô ấy có hơi bao đảo bất định, sau đó thừa cơ hội mà thay đổi chủ đề. Con hiểu việc này là sự cư xử giữa hai người, một môn học thích nghi lẫn nhau mà mình bắt buộc phải học. Con rất tò mò, ba và mẹ trước đây đã bắt đầu như thế nào, rồi làm thế nào để có thể gắn kết với nhau tiếp tục, nhưng con chưa từng nghĩ là sẽ hỏi ý kiến của ba mẹ. Con chỉ đoán rằng, ba và mẹ đều là những người "thích đọc sách" và "yêu văn học", vậy thì ít nhất hai người cũng đã ở trong cùng một vùng thoải mái giống nhau, cũng cho nhau cảm giác thoải mái! Nhưng mà, trên thế gian có bao nhiêu đôi trai gái có cùng một đam mê chứ? Lấy điều này làm yêu cầu cơ bản hình như cũng không được hợp lý cho lắm. Huống hồ, kỳ thực thì điểm bắt đầu của con và R đã đủ gần nhau rồi, chỉ là ngoài bối cảnh học hành ra, người ta còn quá nhiều những mặt khác cần phải hướng đến. Những thứ này đều là do con chưa chuẩn bị đầy đủ tâm lý.

Kể từ khi K dọn ra khỏi ký túc xá, đã mấy tháng trời con không gặp mặt cậu ấy. Nhiều lúc tưởng là sẽ gặp nhau ở gần địa điểm lên lớp, nhưng lại không hề xảy ra. Con hỏi thăm một vài người bạn mà cả hai đều quen, cậu ấy dọn tới ở một mình trong căn phòng đơn trong một khu ở Sai Wan. Con từng nghĩ là sẽ đi tìm cậu ấy, nhưng phút chốc lại dập tắt đi ý nghĩ này. Hằng ngày đi lại trong khuôn viên trường, con đều để ý đến những người xung quanh, hy vọng là trông thấy bóng dáng K trong đám đông. Đến khi con thực sự đã trông thấy K, thì lại ở vào tình huống hoàn toàn ngoài mong muốn. Hôm ấy, con bước ra từ giảng đường sau khi tan học, thì phát hiện K đang đứng ở bên ngoài. Cậu ấy nhìn thấy con bèn tiến lại gần, rõ ràng là cậu ấy đã đứng suốt ở đó để đợi con. Con vừa vui mừng vừa ngạc nhiên tiến về phía trước, không biết là sau khi sự việc như vậy xảy ra, làm thế nào để mở miệng nói chuyện với cậu ấy. K vẫn trong bộ dạng cũ, mặc những bộ đồ cũ nát, tóc như một đống sợi sắt vừa cứng lại vừa rối. Trên mặt cậu ấy thể hiện một nét vừa không phải là thân thiện cũng không phải có ý thù hằn, chào hỏi con một cách qua loa, sau đó bèn đưa cho con một cuốn vở nhỏ, nói với giọng nhạt nhẽo rằng: “Lâu không gặp! Gần đây mình tham gia vào một Hội xúc tiến và nghiên cứu tiếng Quảng Đông, tổ chức một vài hoạt động và xuất bản phẩm. Tuần này có một buổi đọc sách, đọc tác phẩm của ba cậu, mình nghĩ là cậu sẽ có hứng thú đến tham gia. Nếu không ngại thì cứ suy nghĩ một chút nhé!” Nói rồi, bèn vẫy vẫy cánh tay như thể đang đuổi muỗi trên không trung vậy, sau đó quay người bỏ đi. Con không có cơ hội để hỏi tình hình gần đây của cậu ấy như thế nào. Con cũng cảm thấy rất kỳ lạ, tại sao cậu ấy lại tham gia một tổ chức thúc đẩy tiếng Quảng Đông. Con chưa từng biết được rằng cậu ấy có quan tâm đến chủ đề này. Mở quyển vở nhỏ ấy ra xem, buổi đọc sách ấy cử hành vào tối thứ sáu.

Một người “thích đọc sách”, có lẽ cũng sẽ nhiệt tình tham gia buổi đọc sách chứ. Huống hồ buổi đọc sách này sẽ nói về tác phẩm của cha mình, lại là do đích thân K đến mời con, con không có lý do để không đi. Trong phòng hoạt động trung tâm văn nghệ của trường đại học đã ngồi những ba bốn chục người, nhiều hơn cả trong tưởng tượng của con. Điều càng không thể nghĩ ra nữa đó là, buổi đọc sách lần này là do K dẫn chương trình. Do một người trước giờ không đọc sách lại chủ trì một buổi đọc sách, quả thật là một chuyện lạ trên thế gian. Tài liệu photo cho buổi đọc sách, là những đoạn trích của những tiểu thuyết trải qua từng thời kỳ khác nhau của ba tổng hợp lại. Khi con nhận được một phần bèn nhanh chóng lật ra, hầu như là đều có liên quan đến việc ứng dụng tiếng Quảng Đông. K đứng dậy, bắt đầu lời khai mạc với một chất giọng vừa trầm ấm vừa vang rõ. Con chưa bao giờ thấy K phát biểu ở một trường hợp công khai nào cả, cũng không biết là giọng diễn thuyết của cậu ấy là như vậy, cảm thấy rất lạ lẫm, cứ như cậu ấy đã biến thành một con người khác.

Còn về nội dung của lời khai mạc, lần đầu nghe thấy cũng không hiểu là chuyện gì. K nói về tôn chỉ của Hội xúc tiến và nghiên cứu tiếng Quảng Đông, chính là tranh thủ xác lập cho tiếng Quảng Đông trở thành ngôn ngữ dân tộc chính thức của chúng ta. Đóng vai trò là một loại ngôn ngữ dân tộc, tất nhiên đồng thời cũng là ngôn ngữ tiêu chuẩn của lời nói và văn viết. Vì vậy chúng ta buộc phải thúc đẩy toàn dân viết tiếng Quảng Đông, tạo nên một tính chủ thể và sự thừa nhận thân phận cơ sở bằng việc nói và viết đồng hành. Con vô cùng kinh ngạc nghe K nói vanh vách những từ mà trước đây cậu ấy không bao giờ không dùng, cũng cảm thấy hết sức bất an, thậm chí là xấu hổ. Con cho rằng nhất định là tổn thương do hành vi vô sỉ của con đã gây ra, khiến cho cậu ấy có một sự thay đổi lớn về tính tình một cách cực đoan như vậy. Trong lời kết thúc của lời khai mạc, đột nhiên cậu ấy chỉ vào con và nói: “Hôm nay chúng tôi đã mời được con trai của nhà tiểu thuyết D là F đến tham gia buổi thảo luận của chúng ta, thực sự rất vinh hạnh!” Khán phòng vang lên tiếng vỗ tay có hơi do dự và tản mác.

Buổi thảo luận do K dẫn dắt, bắt đầu nói từ những truyện ngắn thời kỳ đầu của ba, dẫn ra một vài đoạn có sử dụng một lượng lớn tiếng Quảng Đông, và những luận điểm nhằm trực tiếp cổ vũ cho việc viết tiếng Quảng Đông. Đến những tiểu thuyết dài sau này, dung lượng tiếng Quảng Đông chỉ có tăng chứ không có giảm, đặc biệt là được dùng trong những lời đối thoại nghiêm túc, chứ không chỉ giới hạn ở những lời nói của nhân vật sinh động ngắn ngủi. Đến đây, ý kiến của mọi người cũng tán thành. Nhưng mà, nói đến tác phẩm trong những năm gần đây của ba, K bèn buông ra giọng điệu không tán thành, thậm chí thẳng thắn đưa ra lời phê phán. Cậu ấy cho rằng ba đã vứt bỏ mục tiêu ban đầu của mình, không chỉ thỏa hiệp với việc viết tiếng Trung Quốc chính thống, mà phần lớn đã giảm bớt việc vận dụng tiếng Quảng Đông, thậm chí đem những tiểu thuyết dài có xen lẫn một lượng lớn tiếng Quảng Đông chuyển đổi thành Hán ngữ hiện đại. Không những ba đã chùn chân thu hẹp lại trong một vùng trời đất nhỏ bé của việc viết lách trên tinh thần cá nhân, còn miêu tả hành động tiến bộ của Đại Tân sinh thành hành vi hẹp hòi, biệt lập, lỗ mãng. Kết luận của cậu ấy gồm hai điểm: Một là, D đã biến thành một người phản bội lại việc thừa nhận thân phận của tiếng Quảng Đông kiểu Hong Kong; Hai là, chúng ta không thể tiếp tục dựa dẫm vào một nhà văn Hong Kong kiểu cũ thế này như D, mà phải vứt bỏ việc viết lách ngụy bản địa mà họ đã thực hành một cách giả tạo, tiếp theo phải đề xướng một cuộc vận động văn học mới mà tiếng Quảng Đông kiểu Hong Kong làm cờ xí, hét lên tiếng gọi tiên phong cho việc xây dựng một câu chuyện ngụ ngôn tân dân tộc.

Nói tới khúc sau, K nhìn mãi về chỗ con, cứ như thể con chính là ba vậy, gửi một sự khiêu khích đến ba thông qua con. Chắc chắn là cậu ấy cũng trông đợi, con sẽ đưa ra lời biện hộ cho ba. Do đó, khi cậu ấy kết thúc phát biểu, ngay lập tức bèn đề nghị con đưa ra lời phản biện. Vào lúc này, sự xấu hổ mà trước đây đối với K đột nhiên lại biến thành sự phẫn nộ. Không phải vì cậu ấy phê phán ba của mình mà con cảm thấy phẫn nộ, vì nói một cách bình thường thì, chỉ cần với thân phận là một tác giả, cho dù là ba đi nữa thì cũng khó lòng tránh khỏi bị phê phán. Mà chính là sự phẫn nộ vì trước mặt con, cậu ấy đã phê phán ba của con để trả thù con. Nói chung thì mục đích của toàn bộ sự việc chính là muốn khiến con cảm thấy khó chịu. Con có thể tưởng tượng, cho dù hôm ấy con không xuất hiện ở khán phòng, cậu ấy cũng sẽ nói cùng một lời ấy, nhưng mà, những khán giả giả thiết ở đằng sau những lời này, rốt cuộc rồi cũng vẫn là con. Cậu ấy vẫn sẽ dùng hình thức ghi hình hoặc ghi chép, rồi chuyển đến tay con. Đương nhiên, việc con có mặt tại hiện trường chính là cách trọn vẹn nhất, và con đã lấy việc có mặt của mình một cách không hề cảnh giác, để giúp cậu ấy thực hiện mục đích của mình. Khi ánh mắt của mọi người đều tập trung lên người con, con đã chọn cách từ chối trả lời, và chỉ nói rằng: "Con không thể nói thay cho ba của mình." Nhưng K không chịu bỏ qua cho con, tiếp tục nói: "Còn bản thân cậu thì sao? Cậu cũng có ý kiến riêng của mình chứ? Chẳng phải chỉ là một sự lệ thuộc của ba cậu chứ?" Từ vựng "lệ thuộc" này một lần nữa chọc giận con, nó đã đánh trúng vào vết thương chí mạng đã che giấu từ trước đến giờ trong lòng con. Suy nghĩ muốn "trở thành một người giống như ba" lúc nhỏ, lớn lên lại trở thành lời nguyền rủa "nhiều nhất cũng chẳng qua là một người nối gót ba mình". Con biết, để cởi bỏ lời nguyền rủa này, thì phải tuyên bố với thế giới về sự độc lập của mình, chỉ cần con đi đến phía đối lập với ba, đứng cùng phía người phê phán ba là được. Nhưng mà, ngay trong lúc này đây, con chọn cách giữ im lặng. Trên mặt K hiện lên một nụ cười thắng lợi. Con biết, cậu ấy đã sớm biết mình thắng lợi. Bất luận là con có đứng về phía nào, con cũng sẽ thua cả, còn cậu ấy đều là người thắng cuộc. Con biết vấn đề không đơn giản như vậy, nhưng trong trường hợp này, mình không thể đưa ra một lời biện giải sâu xa nào cả. Thế giới chỉ cần mình đưa ra một đáp án đơn giản, rồi sau đó sẽ đọc phán quyết cho mình.

Đến chuyện này mà con cũng không để cập với ba nữa, chắc chắn là ba sẽ cảm thấy con lạnh nhạt đến mức quá đáng. Kỳ thực không phải con không quan tâm, mà là vì con quá quan tâm, nên mới không thể nói tuốt tuồn tuột cho ba rõ. Con bắt đầu cảm thấy, "trở thành một người giống như ba" là một mục tiêu không có lối thoát. Thậm chí là, "thích đọc sách" và "yêu văn học" cũng sẽ không đưa con lên một tầm cao hơn. Cho dù con luôn được khen là thông minh, học rộng, có thiên tư, có tài hoa, thấy những thứ đó đều chỉ là những từ ngữ sáo rỗng không có giá trị và ý nghĩa gì. Có lẽ, lúc nào con cũng tự xưng là không có ý hướng thử sáng tác, chẳng qua chỉ là sợ sự tồn tại của mình vốn không có duyên với sáng tác.

Ba, có lẽ đây là lúc, nói cho ba biết chuyện được gọi là "mất nhân cách trong nhân gian". Về tiêu chuẩn đạo đức nhân gian mà nói, kỳ thực nó chỉ là một chuyện nhỏ, một trong những sai sót nhỏ của vô số lần mà thời kỳ trưởng thành của một thanh thiếu niên buộc phải phạm vào. Thậm chí nó còn là một cái lỗi vô tâm. Vậy phải nói đến người bạn học cùng lớp chơi môn thể thao chạy đường dài hồi cấp ba của con ấy, cũng chính là người bạn đầu tiên của con. Cô bạn gái mà cậu ấy dẫn theo để gặp con một lần, sau đó bắt đầu gửi tin nhắn vào điện thoại di động của con, có tin nhắn chữ, có tin nhắn thoại, có hình ảnh, có clip. Chỉ là những chia sẻ nho nhỏ, hoặc là vô vị hoặc là thú vị mà thôi. Con không nghĩ gì khác, cũng chỉ trả lời lại một cách đơn giản ngắn gọn bằng những ký hiểu thể hiện cảm xúc. Có một lần, đột nhiên cô ấy hẹn con ra gặp mặt, bảo là có chuyện quan trọng. Con tưởng rằng có liên quan đến bạn học của con, bèn đồng ý lời mời đi gặp cô ấy. Tụi con hẹn gặp nhau ở một quán cà phê. Vì hôm ấy là sau giờ tan lớp của ngày thứ sáu, nên ai cũng mặc đồng phục nhà trường. Cô ấy nói chuyện với con một cách thoải mái, có liên quan đến văn học, âm nhạc, còn nói rằng sau này nếu có thời gian, có thể bổ túc kiến thức văn học Anh cho con. Tuy là con không có nhu cầu này, nhưng cũng nói một tiếng đồng ý. Đột nhiên cô ấy hỏi con: "Thực sự cậu rất muốn có bạn gái à?" Kỳ thực là con không, ít nhất thì tạm thời là không, nhưng con cảm thấy lúc này không nên cố tình tỏ vẻ thanh cao, bèn nói là phải. Cô ấy hỏi tiếp: "Tại sao lại muốn có bạn gái chứ?" Con không biết phải trả lời như thế nào, bèn bắt chước những câu trả lời mà những nam sinh khác từng nói: "Rất muốn thử cảm giác nắm lấy tay của bạn gái." Cô ấy lặp lại một cách nghiêm túc: "Chỉ là muốn nắm tay bạn gái?" Con nói: "Đúng vậy! Ngoài việc nắm tay, còn có gì nữa chứ?" Đột nhiên cô ấy cười to lên, rồi lập tức dừng lại, chớp chớp đôi mắt to ấy, bảo: "Việc này rất dễ! Cậu có muốn thử không?" Con có hơi bối rối, bảo: "Thử? Thử với ai?" Nói xong, cô ấy đã thò tay đến bên con, như một con rắn đang săn mồi, nắm lấy tay con đang đặt ở trên bàn. Con định rút tay lại, nhưng lại cảm thấy như vậy rất kỳ cục. Sự thực thì tay của con đã tê dại rồi, hoàn toàn không thể cử động được nữa. Cô ấy thấy con không rút tay lại, bèn lấy những đầu ngón tay tròn tròn nhẹ nhàng trêu đùa bàn tay của con, bảo: "Là như vậy đó, cảm giác thế nào?" Không đợi con trả lời, cô ấy bèn nhanh chóng rút tay lại, như thể mới vừa chạm vào vật nóng vậy, rồi lấy tay kia xoa xoa nhè nhẹ, nói một câu rất kỳ lạ: "Nếu như cậu là bạn trai của mình thì tốt." Con nghe không hiểu, chỉ cười với vẻ ngượng nghịu, cố gắng lẳng lặng rút tay xuống dưới gầm, mặt không để lại chút vết tích gì, rồi ai về nhà nấy. Thậm chí con còn không tiễn cô ấy.

Ngày thứ hai đến trường, cậu bạn học của con không còn ngồi ở vị trí bên cạnh con giống như thường lệ. Cậu ấy không nói một tiếng nào mà ngồi xuống dãy bàn cuối. Con quay đầu lại nhìn cậu ấy, nhưng cậu ấy lại nhìn sang hướng khác. Kể từ lúc đó cậu ấy không còn nói chuyện với con nữa. Con không biết giữa cậu ấy và cô bạn gái đã xảy ra chuyện gì. Con đoán là cô bạn đã nói cho cậu ấy chuyện đã gặp con, nhưng con không biết là cô ấy còn nói gì nữa không. Con gửi tin nhắn hỏi cô gái ấy, nhưng cô ấy không hề trả lời. Con cảm giác là con đã làm sai điều gì rồi, nhưng con không biết vấn đề nằm ở đâu. Nhiều lần con thử đi lại gần bạn con ở trong lớp, nhưng cậu ấy đều cố ý lánh xa. Đến một lần cuối cùng, sau khi tan học con thấy cậu ấy đi ở đằng trước mặt con. Nếu như con đi nhanh hơn một chút, nhất định có thể đuổi kịp cậu, xin lỗi cậu ấy một cách chân thành, giải thích cho cậu ấy rằng con không có ác ý, con không có làm gì cả, chỉ là đồng ý lời mới đi gặp mặt cô gái ấy một lần. Nhưng con không có can đảm để tiến lên, vì con không thể nói rằng con hoàn toàn không có trách nhiệm gì với sự việc cả. Con dừng bước lại, nhìn bóng dáng gầy gò của cậu ấy nhỏ dần. Cho đến bây giờ con vẫn không thể nghĩ thông suốt chuyện này. Chỉ biết rằng, vì con đã thiếu nhạy cảm và hiểu biết trong những chuyện đó, mà khiến cho những người bạn hiếm hoi bên cạnh mình bị tổn thương.

Về chuyện của K, kỳ thực cũng vậy. Do đó, sau chuyện vừa rồi con bình tĩnh lại, không hề có ý trách K. Cuộc đời cậu ấy nếu có chuyển biến gì thì đó hoàn toàn là quyền tự do của cậu ấy. Cậu ấy muốn trả thù con, con cũng bắt buộc phải chấp nhận. Chỉ là, từ trước đã hời hợt mà gây ra sự đau khổ cho người khác, giờ thì cẩn thận dè dặt, thì bản thân mình lại cảm thấy ngán tay ngán chân, mất đi tự do. Một kẻ say mê một cách thoải mái tự do trong thế giới của chính mình như con đây, hình như một đi là không quay trở lại. Con cảm thấy con người rất phức tạp, chuyện giữa người với người càng phức tạp. Không biết tại sao, đây là chuyện mà cho dù con có đọc bao nhiêu sách văn học đi nữa thì cũng không thể học cho hiểu rõ được. Kính cẩn xin thưa.

Kim an.

Nam Hoa khấu bẩm

Ngày… tháng…

11.

Thưa phụ thân đại nhân:

Kính bẩm, có lẽ ba sẽ cảm thấy rằng, nếu như trong lúc con gặp phải những chuyện con đã nói ở đằng trước, mà chịu thương lượng với ba một chút, thì kết quả có lẽ sẽ không tệ hại đến thế này. Con không loại trừ khả năng này. Nhất định là ba có thể sẽ cho con những ý kiến hữu dụng, có thể khiến con biết cách xử lý hơn, ít nhất là có thể sẽ giảm thiểu thấp nhất những thương tổn. Nhưng mà, trước tiên là chính con cũng không cảm thấy được tính nghiêm trọng của sự việc, kế đó là tâm lý bản ngã gây ra cảm giác không chịu là cứ việc gì cũng cầu xin sự trợ giúp của ba. Đặc biệt là chuyện mà con sắp nói ở phía sau đây, vì nguyên nhân kỳ lạ nào đó mà bản thân con cũng không thể hiểu được, trực giác con cho rằng không thể hỏi han ở nơi ba.

Học kỳ hai của năm thứ ba, R lại học một môn khác của giáo sư C. Môn này lại đụng giờ với môn Shakespeare của khoa Anh Văn mà con rất muốn học, con chỉ có thể bấm bụng mà cắt bỏ mối tình. Ban đầu thì sau khi tan học, R cũng sẽ đến tìm con để uống buổi trà chiều, nhưng sau đó thường hay viện cớ rằng sau buổi học có vấn đề cần phải thảo luận với bạn học, hẹn gặp con trễ một chút, thậm chí là dứt khoát không gặp luôn. Ban đầu con cũng không thấy có vấn đề gì, dù gì thì trà chiều uống cũng được không uống cũng được, thời gian rảnh ra con có thể đến thư viện đọc sách, cảm thấy hết sức tự do. Có một lần, con đọc một cuốn sách, lại cảm thấy có hơi bức bối trong người, bèn ra ngoài đi dạo. Đi lang thang một lúc, nào ngờ lại đi tới tòa nhà chính cũ. Nhớ lại nơi này từng là chỗ của viện văn học, trước đây ba đã học ở đây, chớp mắt một cái đã ba mươi mấy năm trời, cảm giác hết sức thần kỳ. Tòa kiến trúc đất thuộc địa này trở thành di tích được công nhận, tuy là giờ người đã đi nhà đã trống, tạm thời chưa sử dụng đến, nhưng từng cái cột cái kèo, miếng ngói tấm gạch, đều giống như của mấy chục năm trước, thậm chí là một trăm năm trước. Con vừa đi trên hành lang dài được cho phép đi lại, vừa tưởng tượng ra hình dáng của ba khi còn là sinh viên đại học trước đây, còn có cả khung cảnh hồi ba còn trẻ học ở đây. Gian phòng lớn ở tầng trệt, chắc là giảng đường, nằm ở bên cạnh một viện nhỏ và có những phòng làm việc khác. Những gian phòng nhỏ ở trên lầu, có lẽ là nơi dùng để học các môn hướng dẫn. Ở ngã rẽ chỗ đầu hành lang lầu một, trên cánh cửa gỗ màu trắng vẫn còn bảng hiệu bằng tiếng Anh của Khoa Văn Học So Sánh. Thò tay kéo thử cửa, thì thấy đã khóa rồi. Trong sắc trời đang tối dần, cả một tòa kiến trúc không một bóng người, cảm giác rất hoang tàn lạnh lẽo.

Lúc này, con nghe thấy có tiếng bước chân vọng ra từ phía sau cánh cửa gỗ đã khóa ấy, sau đó chìa cửa được vặn mở, có người khe khẽ đẩy cửa bước ra. Người thò đầu ra, chính là giáo sư C, còn người bước ra theo phía sau, là R. Nụ cười vốn dĩ ở trên mặt của R nhanh chóng biến mất, nhưng cũng lập tức nở trở lại. Còn giáo sư C thì tỏ vẻ kinh ngạc một cách rất tự nhiên, sau đó như thể rất vui mừng khi gặp được con vậy, bảo: "F, trùng hợp vậy! Coi như là em may mắn, đúng lúc thầy vừa lấy được chìa khóa của deparment cũ, có muốn vào trong tham quan một lúc không? Em biết confernce tuần sau khoa mình sắp tổ chức, đầu tiên là làm một cuộc opening ở convocation room trên lầu một, sau đó dẫn guests đến tham quan khoa cũ và cả Main Building , làm một guided tour. Nào! F! Vào đây xem thử chỗ học ngày trước của ba em nào! Balcony ở trong có một cái view rất đẹp. Giáo sư hồi trước mà có office ở bên đấy thì thật là may mắn!" C vừa nói vừa quay trở lại, nhiệt tình vẫy tay với con, con chỉ còn cách bước theo ông ta đi vào trong. Bước đến hành lang kiểu ban công ở bên ngoài, nhìn qua một dãy phòng làm việc, đều là những cánh cửa gỗ cao kiểu cũ, trên cửa có kính dài. Rồi phối hợp với những hình thù của gạch hành lang và những lan can sắt giữa những cột đá, một phong cảnh kiểu Anh hết sức hoài cổ. Còn về cảnh quan ở bên ngoài, thì chẳng qua chỉ là đỉnh lầu của tòa mỹ thuật đại học gần đấy, xa hơn một chút đều bị bao vây bởi những tòa cao ốc mới xây. C đi đến trước cửa phòng làm việc thứ hai, bảo: "Đây là phòng làm việc của Dã Tư." Con nói với vẻ lơ ngơ: "Ồ, vậy à!"

Buổi tham quan đột ngột này cũng kết thúc một cách đột nhiên giống như vậy. Bước ra khỏi cửa khoa cũ, C khóa cửa xong, nhìn lên sắc trời, nói: "Các em đi ăn cơm đi! Tôi vẫn còn ít chuyện phải về phòng làm việc xử lý." Nói xong, quơ quơ cánh tay, thong thả bước đi. Con nhìn R một lúc, lúc này cô ấy mới mở miệng nói chuyện: "Lúc nãy sau khi tan lớp mình đã hỏi Professor C một vài vấn đề, ông ấy nhắc đến việc ông đã lấy được chìa khóa của khoa cũ, hỏi mình có hứng thú đi vào đó xem thử không. Mình bảo có, bèn đi cùng ông ấy đến xem thử một lúc." Con gật đầu, nói: "Thì ra là vậy. Vừa rồi C cũng giải thích rất rõ ràng rồi." Nói thực thì, lúc đó con đã tin chuyện là như vậy, do đó cũng không hỏi tới hay cố ý xét nét trên mặt cũng như trên áo của R có gì khác thường không. Và như vậy, tụi con đã đi ăn mì hoành thánh trong một tiệm ở Sai Wan.

Buổi hội thảo học thuật quốc tế sau đó, con và R cũng tình nguyện giúp đỡ, phụ trách tiếp đón học giả và các loại tạp vụ. Buổi mà con muốn nghe thì cũng đã đi dự thính. Trình độ của những bài viết rất cao, nhưng con vừa nghe, vừa không thể buông bỏ được những gút mắc mà hồi ban đầu chọn học Văn Học So Sánh đã gặp phải. Trong đó có rất nhiều học giả đã không hề nói đến văn học, còn những người nói đến văn học đều không coi văn học như là văn học. Con không ngừng tự hỏi: "Phải chăng là quan niệm văn học của mình quá lạc hậu, không theo kịp thời đại? "Tình yêu" đối với văn học và đọc sách, từ lúc nào đã bắt đầu trở thành một thái độ học thuật nghiêm cẩn? Giả sử như con trở thành học giả, tương lai sẽ giống như những người đang ở trên giảng đường vậy, nói vanh vách những lý luận và thuật ngữ không có tình yêu. Con phát hiện mình ngây thơ đến mức có hơi buồn cười. Lần đầu tiên con cảm thấy mình không đủ thành thục trên mặt học thuật, đến lòng quyết tâm theo đuổi nghiên cứu học thuật trong tương lai cũng bị dao động.

Ngoài buổi họp trong hội thảo, các học giả cũng tiến hành rất nhiều những cuộc giao tiếp xã hội. Đây là phần mà con không quen nhất, hoàn toàn không biết nắm bắt thời cơ để đi thỉnh giáo hoặc xây dựng mối quan hệ tốt với những học giả có tên tuổi. Đoàn hướng dẫn tham quan tòa nhà chính ấy cũng được cử hành xong, còn đi tham quan thư viện Fung Ping Shan trước đây mà giờ đã đổi làm tòa nhà mỹ thuật. Những học giả từ xa đến rất hứng thú với lịch sử và những di tích của trường này. Thái độ đắc ý của giáo sư C cũng không biết là vì sự thành công của hội thảo hay là vì cái gì. R ra sức giúp đỡ, chỉ đạo các bạn học chạy tới chạy lui, cô ấy cũng trở thành một tấm gương nữ sinh vừa đẹp vừa trí tuệ của khoa.

Kể từ sau khi chạm mặt R và C ở tòa nhà chính, con thường xuyên nghĩ về bóng dáng của họ bước ra từ phía sau cánh cửa. Con không thể nói là con nghi ngờ cô ấy, nhưng cũng không thể nói là con không để ý hơn tới cô ấy. Chỉ là có một thứ không được thoải mái, kẹt mãi ở một vị trí nào đó trong lòng con. Do đó, ngược lại con thường xuyên vô cớ nhắc đến C, hoặc hỏi cô ấy những chuyện về C. Cùng với đó, con cũng làm những chuyện mà một người bạn trai nên làm một cách nghiêm túc hơn. Chỉ là đến một giới hạn nào đó, con cảm thấy khó mà vượt qua. Có một lần, sau khi thân mật nhưng lại bỏ dở giữa chừng, R thì thầm hỏi con: "Cậu không còn yêu mình nữa đúng không?" Con phủ nhận, cô ấy bèn nói: "Mình biết cậu rất cố gắng, nhưng mà, tại sao? Tại sao mình không cảm nhận được tình yêu của cậu chứ? Cậu có cảm thấy được rằng mình cũng yêu cậu không?" Con nói một cách thành thực: "Mình không biết." Cô ấy nói một cách bộc trực thẳng thắn: "F, cậu thích đọc sách, cậu thích văn học, nhưng cậu có thể yêu một người không? Không chỉ riêng mỗi mình, mà là bất cứ một người nào khác." Con suy nghĩ một cách khổ não, nhưng không thể tìm ra một câu trả lời.

Kỳ nghỉ hè lại đến trong tức thì. R vẫn bận làm thêm như cũ, cũng không nhắc lại việc sẽ đi du lịch cùng nhau, có lẽ là cô ấy không muốn phải nhận được một câu trả lời thất vọng. Con vẫn đọc sách hằng ngày như cũ. Chìm đắm ở trong sách, quên hết thảy mọi người, là một việc làm vui vẻ nhất. Sau đó, cô ấy bảo con, có một công việc cần phải đi Tokyo ghi hình chụp ảnh, sau khi xong việc dự định sẽ đi Kyoto chơi vài hôm rồi mới về. Cô ấy cũng không hỏi con là có muốn đi không, cũng không nói có đi với ai không. Có thể là cô ấy sợ con sẽ viện cớ từ chối, hoặc không muốn tạo ra áp lực cho con. Cô ấy nói như thế cũng có thể giữ được thể diện. Không phải là con không muốn đi cùng với cô ấy đến Kyoto, nhưng con sợ sẽ chạm đến một giới hạn nào đó. Chính vì vậy hình như trong lòng có hiểu nhưng không nói ra, thực chất là trong tình huống mơ hồ không rõ, cô ấy bay đến Nhật Bản.

R làm việc ở Tokyo vài ngày, vẫn gửi tin nhắn về, để con biết được tình hình của cô ấy. Nhưng sau khi cô ấy xuất phát đi Kyoto thì đột nhiên mất liên lạc. Con gửi tin nhắn và thậm chí là gọi điện cho cô ấy, tất thảy đều không được. Sau đó, con mới nhận được một bức thư điện tử, được gửi từ một máy vi tính công cộng ở quán cà phê, bảo rằng điện thoại của cô ấy bị hỏng, mọi thứ đều ổn, đừng lo. Trong những ngày ấy tâm trạng của con rối bời. Con chưa từng trải nghiệm cảm nhận như vậy. Nhưng bảo là hối hận vì không đi cùng cô ấy đến Kyoto thì cũng không đúng. Con thử tập trung tinh thần vào đề tài nghiên cứu cho luận văn tốt nghiệp vào năm tới, nhưng mãi vẫn không thể nào nắm bắt được chủ ý cho phương pháp nghiên cứu. Con gửi một bức thư điện tử cho giáo sư C, muốn hẹn gặp ông ấy vào một lúc nào đó để hỏi về bài vở, nhưng mãi vẫn không thấy ông ấy trả lời. Con quay về khoa để hỏi thử, nhân viên của khoa nói là giáo sư C đã đi Kyoto dự hội thảo. Ồ, là Kyoto đó. Trong lòng con giống như vừa nhận được cảnh báo khẩn cấp của đài khí tượng thiên văn qua điện thoại di động, nổ vang lên một tiếng. Con giải thích với chính mình, tất cả chỉ là sự trùng hợp mà thôi, làm sao mà có thể là việc đã hẹn từ trước được chứ? Kyoto cũng không phải là một nơi nhỏ bé, đồng thời cũng không thể nào chạm mặt nhau ở nơi ấy được. Nhưng mà… kỳ thực thì sự việc chẳng phải đã quá rõ ràng rồi sao? Con quay về nhà, nhốt mình ở trong phòng, định tìm một quyển sách thích hợp để xem. Con nhìn lên kệ sách do dự ba lần bảy lượt, lấy quyển Phán đoán lý tính thuần túy của Kant xuống.

Sau khi R về, cô ấy không để lộ bất cứ một vẻ gì khác, còn mua đặc sản và trái cây ở Kyoto làm quà cho con. Cô ấy còn cho con xem hình chụp trong điện thoại, toàn là những cảnh chùa chiền hoặc khuôn viên thanh u nhã đàm. Những bức ảnh có mặt cô ấy trong đó đều là ảnh tự chụp. Chẳng phải bảo rằng điện thoại của cô ấy hỏng rồi sao? Cô ấy kéo lấy tay của con, nói thẳng thắn việc ấy là gạt con, chỉ muốn cho con tạm thời đừng tìm cô ấy. Vốn dĩ cô ấy muốn một mình tĩnh tâm, suy nghĩ về mối quan hệ của tụi con, kết quả là cô ấy cứ nhớ mãi về con, rốt cuộc cũng không thể tĩnh tâm lại được. Cô ấy còn nói: "Lần sau mình đi cùng với nhau được không?" Con gật đầu, nhẹ nhàng nắm lấy tay cô ấy. Đương nhiên là con không nhắc đến chuyện giáo sư C đi Kyoto dự hội thảo. Đến khi con đã hẹn gặp được với giáo sư C, con cũng không nhắc đến chuyện R đi Kyoto chơi. Con chỉ hỏi ông ấy về vấn đề của luận văn, ông ấy cũng cho con nhiều ý kiến hữu ích, đồng thời chấp nhận làm giáo sư hướng dẫn luận văn của con. Mọi thứ dường như đã quay trở về trạng thái bình thường.

Sau đó, một hôm nọ từ điện thoại của một bạn học gửi đến tin nhắn là giáo sư nào đó ở trường mình mưu sát vợ và con gái bị bắt, nghe nói là có quan hệ ngoại tình với một nữ sinh viên. Con chợt kinh hoảng, lập tức lên mạng tra xem tin tức kịp thời, phát hiện giáo sư bị can là một người ở khoa kỹ thuật, mới thở phào nhẹ nhõm, đồng thời cảm thấy sự nghi ngờ của mình thật là hoang đường. Vì việc lớn này xảy ra ở trường con, nên con bèn gửi tin tức này cho R. Buổi tối, con và R hẹn nhau cùng ăn tối, ngồi xuống chưa lâu, con lại nhắc đến sự việc ấy. Đột nhiên nét mặt của R tỏ vẻ không vui, bảo: "Ý của cậu là gì?" Con nói: "Không có ý gì cả, chỉ là cảm thấy quá khủng khiếp." Cô ấy bảo: "Nhưng tại sao cậu lại nói mãi chuyện này trước mặt của mình?" Con phủ nhận, nói rằng: "Mình không có nói mãi trước mặt cậu mà!" Đột nhiên cô ấy chuyển hướng và nói: "Nếu như người mưu sát vợ và con gái hôm nay là giáo sư C, thì cậu sẽ thế nào? Cậu sẽ cho rằng cô học sinh đó là mình chứ? Chẳng lẽ cậu không có chút nào nghĩ như vậy sao?" Đối với câu hỏi ngược lại của cô ấy, con không có lời gì để đáp. Cô ấy tiếp tục nói: "Mình biết C và mình đi Kyoto cùng một thời gian. Ông ấy có từng nói với mình, rằng ông ấy sẽ đi đến đó để dự hội thảo. Nhưng mình không có nói với ông ta là mình ở đó, cũng không có gặp ông ta ở đấy. Nếu như mình nói với cậu như vậy, cậu sẽ tin mình chứ?" Cách mà R giải thích rất phức tạp, rất gập ghềnh, nhất thời con không biết phải nên phản ứng như thế nào. Cô ấy nói tiếp: "Kỳ thực mình cũng không biết, mình nghĩ cậu tin, hay là không tin. Mình biết là từ lâu là cậu có lòng ngờ vực mình. Gần đây mình thường nghĩ, cậu nghi ngờ rằng mình không thành thực với cậu, rốt cuộc là một chuyện xấu, hay là chuyện tốt? Phải chăng điều này có nghĩa là, kỳ thực cậu có để ý mình, không phải là cậu không đếm xỉa tới mình, không sao cả. Hay là việc này cho thấy, đó là tình yêu? Nhưng mà, kỳ thực việc này không phải là điểm quan trọng. Vấn đề không phải ở chỗ giữa mình với C có vấn đề gì, mà là giữa mình với cậu rốt cuộc có gì! F, mình chưa bao giờ nghĩ rằng sẽ ép buộc cậu phải làm bất cứ chuyện gì. Ban đầu là mình chủ động nói rằng mình thích cậu, cũng không phải vì muốn ép buộc cậu cũng nói thích mình. Nhưng trong khoảng thời gian một năm trời chúng mình yêu nhau, thực sự là mình không thể hiểu được là cậu đang nghĩ gì. Có lẽ, mình phải thừa nhận với chính mình, cậu chưa từng yêu mình. F, cậu có biết như thế nào là yêu không?"

Đêm hôm ấy, con và R chia tay. Con cảm thấy đây là quyết định tốt nhất cho cả hai. Nhưng quyết định này, cũng là vì R chủ động thì tụi con mới thực hiện. Tại sao con lại là một người như vậy, hoàn toàn không có năng lực quyết đoán chứ? Hay là, ngay từ đầu con đã không thể quyết đoán rồi, sinh ra đã là một người như thế nào, và chỉ có thể làm những việc như thế nào? Vốn dĩ con cho rằng, để trải nghiệm thích ứng với thế giới này, mà con đã bẽ cong bản tính của mình, mất đi sự tự do của hành động và suy nghĩ. Nhưng mà, tự do và bản tính, không phải vốn dĩ là đối lập hay sao? Cái điều được gọi là bản tính, chính là một sự lựa chọn không tồn tại sự tự do, vì điều căn bản nhất, đã được cài đặt ngay từ rất sớm rồi. Việc con không yêu được R, việc rốt cuộc sẽ mất R của con, cũng là việc đã được cài đặt ngay từ đầu. Bất luận là con có cố gắng như thế nào, kết quả cũng chỉ như dã tràng xe cát biển Đông.

Phụ thân đại nhân, Con rất muốn biết, tại sao nguyện vọng ngay từ đầu là "thích đọc sách", "yêu văn học" và "trở thành một người giống như ba", cuối cùng lại biến thành như thế này? Có phải là vì, rốt cuộc là có một "người ba" ở đó, khiến cho con không thể trở thành chính mình? Nhưng mà, chẳng phải con đã là chính mình rồi sao? Con tư duy, cho nên con tồn tại. Không phải như vậy sao? Kính cẩn xin thưa.

Kim an.

Nam Hoa khấu bẩm

Ngày… tháng…

12.

Thưa phụ thân đại nhân:

Kính bẩm, những gì muốn trao đổi với ba, cũng đã sắp đến hồi kết rồi. Thời gian cũng đã đến năm thứ tư đại học. Cho dù chuyện tình yêu của con và R đã kết thúc, mà sự việc rất có thể là có liên quan đến C, con vẫn tiếp tục nhờ cậy hướng dẫn của ông ấy, tiến hành nghiên cứu luận văn tốt nghiệp của con. Tên đề tài con đề ra ban đầu là Văn học Hong Kong như là văn học thế giới. C cũng rất hài lòng về hướng đi này, cũng hết sức tận tâm hướng dẫn con, giới thiệu cho con những nghiên cứu có liên quan tới luận văn đang lưu hành mới mẻ trong giới học thuật phương Tây. Con hoàn toàn không cảm thấy đạo đức và phẩm hạnh cá nhân của C có vấn đề. Ngoài sự khác biệt về mặt tuổi tác, thậm chí con còn cảm thấy kỳ thực ông ấy rất tương xứng với R. Hai người họ đều có một lòng cầu tiến rất giống nhau. Đó là thứ mà con không có. Nhưng mà, con lại không hiểu được tình hình của vợ và con gái của C, do đó suy nghĩ thoáng qua này có lẽ không được công bằng.

Thỉnh thoảng con có chạm mặt R ở trong khuôn viên trường học, đôi bên chào hỏi nhau một cách thân thiện, đứng lại nói chuyện vài câu, không có cảm giác ngại ngùng lắm. Cô ấy vẫn rạng ngời một cách động lòng người như vậy, tràn đầy tự tin và hăng hái. Điều này khiến con cảm thấy, chúng con chia tay nhau là đúng, đôi bên đều không cảm thấy hối hận. Con thật tâm cầu chúc cho cô ấy có thể thực hiện được lý tưởng của mình, sau khi tốt nghiệp sẽ trở thành một phát thanh viên chính của đài truyền hình. Con tuyệt đối tin tưởng rằng cố ấy có điều kiện và thực lực như vậy. Có lẽ, cách nghĩ của con vẫn còn quá đơn giản. Con không biết nữa. Giáo sư C thường nói, kiến thức và năng lực tư duy của con tuyệt đối không phải là vấn đề, khuyết điểm duy nhất đó chính là thái độ quá bảo thủ, đồng thời thiếu ý thức tranh biện. Ông ấy từng thử gợi mở cho con rằng: "Làm nghiên cứu không phải chỉ đơn thuần dựa vào niềm đam mê và hứng thú là có thể làm được, mà chúng ta còn cần phải hoài nghi, phê phán và giải thích. Hoặc có thể nói rằng, niềm đam mê và hứng thú của chúng ta không nên đặt ở chỗ tác giả và tác phẩm, mà nên đặt ở nơi công việc học thuật của chúng ta, cũng chính là niềm đam mê và hứng thú đối với sự hoài nghi, phê phán và giải thích." Rốt cuộc con cũng hiểu được đôi chút ý của ông ấy, nhưng rất khó để con có thể làm như vậy.

Học kỳ một bắt đầu không bao lâu, đột nhiên K đến tìm con. Lần này là gửi tin nhắn qua điện thoại cho con trước, hỏi con có hứng thú viết bài cho tạp chí học hội của họ không. Con cảm thấy rất lạ, sau việc phủ định đối với ba trong buổi đọc sách lần trước, đồng thời ép con phải đầu hàng trong lẳng lặng, tại sao cậu ấy vẫn đến tìm con. Con một mực nghi ngờ, phải chẳng đây lại là một hành động trả thù khác. Nhưng con quyết định gặp cậu ấy trước để nói chuyện. Tụi con ngồi ở căng tin, cứ như là hồi trước vậy, vừa ăn những bữa ăn khó nuốt vừa nói chuyện. Thái độ khiêu khích trong buổi đọc sách của cậu ấy hoàn toàn biến mất, tuy là cũng không thể quay trở lại với thái độ thân mật không câu nệ đến những tiểu tiết như hồi trước, nhưng ít nhất cũng khiến cho người ta có cảm giác thành thật và thân thiện.

Cậu ấy nói mỗi kỳ tạp chí đều mời sinh viên và thầy cô viết, thảo luận về những vấn đề viết lách, chính thống hóa và quy phạm hóa tiếng Quảng Đông. Còn nói là họ tuyệt đối tôn trọng tự do ngôn luận, do đó cũng sẽ mời người phản biện thể hiện ý kiến của họ, hy vọng có thể làm đến mức thảo luận chân chính. Cậu ấy đảm bảo tuyệt đối là không có việc thẩm tra nội dung, toàn bộ bài viết sẽ không sửa một chữ nào, con có thể yên tâm mà trút ra những gì muốn nói. Đương nhiên, những phản ứng hay tranh luận mà sau khi những ngôn luận của mình được đăng lên gây ra, lại không phải là việc mà họ có thể khống chế được. Trách nhiệm của bài viết do tác giả tự chịu, về điểm này tin rằng không cần phải nói nhiều, nhưng ngược lại cần phải thận trọng suy xét. Cậu ấy nói rằng kỳ tới, ngoài con ra, còn mời cả giáo sư C trong khoa của con viết. Nghe nói ông ấy sẽ thảo luận những vấn đề có liên quan từ góc độ văn học ngữ hệ Hoa ngữ. Tuy là trước đây mọi người đều có xảy ra những chuyện không vui vẻ gì, nhưng con chọn cách tin tưởng K. Con đồng ý viết bài. Cả hai chào tạm biệt nhau trong bầu không khí hòa nhã và thỏa thuận thành công.

Con biết giáo sư C sẽ dùng lý luận học thuật để xử lý chủ đề này, bèn không muốn làm trùng với cách của ông ta. Con quyết định thể hiện cảm tưởng của con từ góc độ cá nhân. Đối với con mà nói, tiếng Quảng Đông là một loại ngôn ngữ sinh hoạt, cũng là một ngôn ngữ sống sờ sờ ra đó. Nó đóng vai trò là tiếng mẹ đẻ của con không nghi ngờ gì. Con lại không thường viết tiếng Quảng Đông, nhưng khi con đọc đến tiếng Quảng Đông mà người khác viết thì lại cảm thấy rất tự nhiên và thân thiết. Tiếng Quảng trong cách viết có một thói quen đã được đặt định sẵn từ lâu, nhưng không có quy tắc tuyệt đối. Đây quả thực là ưu điểm của việc viết tiếng Quảng Đông - tự do, linh hoạt, không bị gò bó, nhưng lại không gây ra vấn đề không hiểu nhau. Con không thể tưởng tượng được, có một ngày nào đó bọn trẻ sẽ bị bắt buộc viết tiếng Quảng Đông, lên lớp và xin việc phải chịu một cuộc khảo hạch về tiếng Quảng Đông. Thậm chí là kỹ năng đọc và viết tiếng Hoa, đồng thời cũng là nguồn tài nguyên truyền thống và văn hóa của chúng ta, không có lý do gì để chóng cự và vứt bỏ. Không phải chúng ta thuộc về Hoa văn, mà là Hoa văn thuộc về chúng ta. Trong kinh nghiệm của con, tiếng Quảng Đông và Hoa văn đồng hành cùng với nhau, không những không có xung đột, mà ngược lại còn bổ túc cho nhau, làm phong phú cho nhau. Do đó, có giữ thái độ ngoài nghi với chủ trương độc tôn tiếng Quảng và bài trừ Hoa văn. Sau khi viết xong, con gửi bài viết cho K. Cậu ấy chỉ nói một câu cảm ơn đã gửi bài, và không có phản hồi nào khác.

Ngay lập tức, con bỏ chuyện về bài viết qua một bên. Tuy là về việc này quả thực có ý kiến của riêng mình, nhưng con không quen lắm với việc thò chân vào trong những cuộc tranh luận như thế này, cũng không hy vọng rằng mình sẽ tiếp tục can thiệp. Nói thực thì, nếu không phải K đích thân đến mời con viết bài, rất có thể là con sẽ từ chối viết những thứ này. Có thể nói là con viết hoàn toàn vì K, cho dù quan điểm không phải là thứ mà K có thể vui vẻ lắng nghe. Con không hỏi giáo sư C về chuyện viết bài, cũng không biết nội dung bài viết của ông ta như thế nào. Nhưng mà, bản thân là học sinh, cũng có thể đoán biết được một hai về luận điểm của ông ấy. Đột nhiên con lại nghĩ đến, có lẽ luận văn tốt nghiệp của con có thể thêm vào suy nghĩ "Văn học thế giới như là văn học Hong Kong".

Đại khái là trải qua khoảng một tháng, đột nhiên K hẹn con ra với vẻ rất khẩn cấp, bảo là muốn nói chuyện bài viết. Đúng lúc con đang đi xem triển lãm nhiếp ảnh ở tòa nhà mỹ thuật của trường, cậu ấy bèn bảo là sẽ đến tòa nhà mỹ thuật để tìm con. Con bước vào tòa nhà cũ mà hồi đầu là thư viện Fung Ping Shan, leo cầu thang lên phòng triển lãm ở trên lầu. Gian sảnh lớn hình bán nguyệt ấy trước đây là chủ thể của thư viện. Từ bức ảnh cũ có thể nhìn thấy, vào thập niên ba mươi bốn mươi của thế kỷ trước, dọc theo cửa sổ kính dài của bức tường hình vòng cung đã mang đến nguồn ánh sáng tự nhiên rất tốt, phía tựa vào cửa sổ của sảnh lớn đặt những giá sách thẳng đứng cao cao. Học sinh nhờ nhân viên tìm sách vở cần thiết, được ngồi đọc ở phòng đọc bên cạnh. Giờ đây thì toàn bộ không gian đã đổi làm phòng triển lãm, cửa kính ban đầu cũng bị che kín lại. Phòng triển lãm còn có một tầng ở trên lầu, mặt trên có một hành lang hình bán cung. Từ trên hành lang nhìn xuống, có thể nhìn thấy giếng trời hình chóp được ghép bằng những tấm kính hình tam giác ở đỉnh đại sảnh, có thể thấy được hiện trạng của sàn đại sảnh ở phía dưới. Con đứng ở vị trí từ trên cao nhìn xuống này, phát hiện chóp đầu của K. Mớ tóc vừa cứng vừa rối tung kia, như một cái tổ chim di động. Con khe khẽ gọi tên cậu ta từ phía trên, làm một động tác tay, cho biết là con sẽ xuống, nhưng cậu ấy lại ra hiệu là cậu sẽ lên tìm con.

Bọn con gặp mặt nhau, đi lơ đãng ở phòng triển lãm cỡ nhỏ về những đồ đồng và đồ sứ cổ đại của Trung Quốc, vừa đi vừa nói chuyện. Cậu ấy nói rằng Hội nghiên cứu và xúc tiến tiếng Quảng Đông gần đây bị truyền thông của phe thân kiến chế "cho lên sóng", tuyên truyền rộng rãi về những tôn chỉ và lộng ngôn trong bài viết của hội cậu ấy. Phía nhà trường đã phải chịu áp lực bởi chính trị và dư luận, đang lung lay bất ổn, rất có thể hội đồng ủy viên nhà trường cũng tạo áp lực với bộ phận quản lý của trường đại học. Sự việc mà trước đây một giáo sư đã mưu sát vợ và con gái, tuy không hề có liên quan, nhưng đã khiến cho danh dự của nhà trường bị ảnh hưởng, ấn tượng của công chúng đối với nhà trường cũng ngày càng xấu đi, cảm thấy đây là một nơi loạn cào cào không ra thể thống gì, cần phải chỉnh đốn lại một lượt cũng không phải gì là quá đáng. Cậu ấy nhận được tin tức, rất có thể lần này nhà trường sẽ áp dụng biện pháp mạnh, đình chỉ học hội tiếng Quảng Đông và những xuất bản phẩm của họ. Do đó, cậu ấy đặc biệt đến hỏi con một tiếng, có muốn rút lại bài viết của mình trước khi được ấn hành chính thức trên tạp chí hay không.

Con dừng lại trước quầy triển lãm bày những món đồ uống rượu thời đại nhà Chu, hỏi với vẻ hơi kinh ngạc: "Tại sao lại phải rút về?" Cậu ấy cũng trả lời một cách kinh ngạc: "Cậu không sợ bị liên lụy hay sao? Vốn dĩ cậu là một người không có liên quan gì đến những cuộc vận động, bị kéo xuống nước như vậy thật là oan uổng." Con bảo: "Nhưng chẳng phải bài viết của mình đã thể hiện sự hoài nghi chất vấn đối với hội của cậu sao?" Hình như cậu ấy cảm thấy con rất ngây thơ, nói: "Chuyện đấu tranh về chính trị, không có ai đi phân biệt cho rạch ròi như thế cả. Cậu gửi bài viết đến tạp chí của tụi mình, thì cậu chính là người có quan hệ với bọn mình, như vậy không thể nào là trong sạch được." Con vẫn cứ không hiểu được lý lẽ của cậu ấy, nói: "Nhưng mà, trường đại học chẳng phải là nơi có tự do về suy nghĩ và ngôn luận sao?" K lặng đi một lúc, bộ dạng như có chút áy náy, nói: "Được thôi, cứ theo ý của cậu." Con hỏi thêm một câu: "Vậy còn giáo sư C? Ông ấy có rút lại bài viết không?" Cậu ấy nói: "Đương nhiên C không rút. Ông ấy đợi cơ hội này cũng rất lâu rồi, sao mà dễ dàng bỏ qua chứ." Con lại hỏi một cách ngây ngô rằng: "Ý cậu là sao?" K nói với vẻ tức tối: "Không phải là cậu không biết à? C đã là công dân Mỹ rồi. Ông ấy về đây giảng dạy là vì thời cơ này đấy. Nếu như ông ấy bị liệt vào đối tượng công kích vì điều này, cũng giống như là vương miệng tỏa sáng, theo đó thì danh giá cũng được nâng lên mười lần. Học thuật chính là chính trị. Trường đại học không phải là thiên đường như cậu nghĩ đâu."

Con cảm thấy K đang đứng trước mắt con rất kỳ lạ. Cậu ấy vừa là một còn người như trước đây, nhưng cũng là một con người khác nữa. Một con sói đơn độc trước đây, thì hiện giờ lại lao mình vào những cuộc vận động học sinh, đây là điểm thay đổi; nhưng sự thù hận đối với quyền lực, sự không tin tưởng đối với thế giới, vẫn giống hệt như trước. Con thử biện hộ cho giáo sư C, nói: "Cậu đừng có khuyển Nho như vậy có được không? Học thuật và phê bình có ý nghĩa đấu tranh chính trị hẹp hòi siêu việt của nó. Một học giả chân chính chỉ biết theo đuổi chân lý, tuyệt đối không tham lam mưu đồ lợi ích cá nhân." K chỉ lắc đầu phá lên cười, như thể lời của con không đáng để phản bác vậy. Con đang định tranh biện tiếp tục, thì đột nhiên cậu ấy lại hỏi: "Kỳ thực, như thế nào là 'khuyển Nho'?" Con nói: "Cynicism, một học phái tư tưởng Hy Lạp cổ đại. Đóng vai trò là một tính từ thường dùng hằng ngày, tứ là nói những người không tin bất cứ thứ gì cả, cái gì cũng cười nhạo châm biếm." Cậu ấy cười lên ha hả, nói: "Là như vậy sao? Mình thường hay nghe người ta nói ra rả, mà mãi cũng không hiểu 'khuyển Nho' nghĩa là gì. Mình còn tưởng là để mắng người ta là chó!" Con thừa thế cười nhạo cậu ấy và nói rằng: "Cậu theo người ta đi học thứ triết học gì vậy?" Cậu ấy nói với vẻ tự chế giễu rằng: "Đúng vậy! Thực sự mình học cái quái quỷ gì vậy chứ!" Cả hai không nhịn được cười. Rất kỳ lạ, tụi con đã quay trở lại cách nói chuyện không ngần ngại hồi trước.

Tụi con rảo bước lang thang không có mục đích, thì đã đi tới sảnh triển lãm nhiếp ảnh của tòa nhà mỹ thuật. Đó là buổi triển lãm tác phẩm được chụp ở Trung Quốc, vào thập niên ba mươi của thế kỷ trước, của một phóng viên ảnh của Thụy Điển là Walter Bosshard. Hơn một nửa số đó là những bức ảnh đen trắng về cảnh sinh hoạt của dân chúng với những mảnh ghép mang một chút hý kịch hóa.

Đi một vòng từ đầu tới cuối, con nói: "Cậu cũng không thể nói là những chuyện này không liên quan đến tụi mình." Lập tức K biết ý, bảo: "Quả nhiên cậu không phải là người của thế kỷ này. Những loại văn học, sách vở, âm nhạc mà cậu thích, tất cả đều là những thứ đã đi gặp ma gặp quỷ cả rồi. Cậu cứ làm một người sống lạc hậu, lơ lơ lửng lửng như vậy, quả thật là mình cũng hơi lo đấy!" Con nghe K nói lo cho con, trong lòng mừng thầm, nhưng không thể hiện ra bên ngoài, mà ngược lại con nói: "Lúc nào mà cậu không vậy!" K ngẩn người một lúc, gật đầu nói: "Đúng vậy! Mình không tốt hơn cậu mấy." Tụi con lặng xuống. Bước ra khỏi tòa nhà mỹ thuật bằng cửa sau, nhất thời không biết làm thế nào cho phải. Con nhìn thấy một quán cà phê ở bên cạnh, bèn đề nghị vào trong đó ngồi một lúc. K không có đề nghị gì khác hơn, bèn thò tay đẩy cửa kính.

Không biết tại làm sao, vào thời điểm bốn giờ chiều mà quán cà phê lại không một bóng người. Tụi con mua hai cốc espresso, ngồi vào vị trí ghế dài trong quán. Cậu ấy ngồi bên cạnh con, không ngồi đối diện, có lẽ để tránh được sự ngại ngùng khi đối diện nhau. Có vẻ như cậu ấy đang đợi con hỏi cậu ấy điều gì đó, thế là con bèn hỏi về vấn đề mà cậu ấy đang dự đoán: "Vậy, tại sao đột nhiên cậu lại tham gia vào tổ chức này?" K nghiêng đầu sang, ngay lập tức không phải nghĩ ngợi gì cả, trả lời rằng: "Không có gì, chỉ là tìm một cause để tồn tại mà thôi." Con lặp lại rằng: "Một cause để tồn tại?" Cậu ấy nói: "Đúng vậy. Cause để cậu tồn tại, là đọc sách, là văn học. Còn mình? Là triết học sao? Đương nhiên là không. Là tình yêu à? Mình từng tưởng là vậy, nhưng kỳ thực lại không phải. Tìm tới tìm lui, gặp đúng ngay thứ này, mình cho rằng nếu nói về thời cơ, thì là cause để tồn tại có sức mạnh nhất." Con đồng ý, nói: "Không phải là có sức mạnh nhất, chỉ là có động lực nhất. Strength và drive là hai chuyện khác nhau."

Có vẻ như cậu ấy ra sức để suy nghĩ về ý nghĩa của hai từ tiếng Anh mà con nói, rồi bảo: "Mình hiểu ý cậu. Bài viết của cậu, mình rất hiểu. Cậu đã đọc nhiều tác phẩm văn học tiếng Trung đến như vậy, cảm giác như không thể cắt bỏ được, nên cũng không cảm thấy kỳ lạ chút nào. Nhưng mà, đối với người như mình mà nói, không có gánh nặng như vậy. Nói thực thì, luận điểm của cậu, không phải là mình hoàn toàn không đồng ý. Cậu biết hàm ý đằng sau đó của cậu là gì. Ý cậu muốn nói là, lỡ như chủ trương của tụi mình đều có thể trở thành hiện thực, tiếng Quảng Đông coi như xong rồi, đến cả Hong Kong cũng tiêu luôn! Trong lòng cậu nghĩ theo ý này chứ gì?" Con cúi đầu suy xét, nghĩ bụng trước đó quả thật không có ý này, nhưng qua lời của cậu ấy nói, thì lại cảm thấy chính xác là như vậy. Thế là, con bèn thẳng thắn chấp nhận không né tránh. Nào ngờ, cậu ấy lại nói: "Đúng! Cậu nói đúng! Mình hoàn toàn đồng ý!" Con không đoán được là phải chăng cậu ấy đang nói lời ngược lại, hỏi một cách ngờ ngợ rằng: "Vậy thì, tại sao cậu còn…." K nói với vẻ chắc chắn dứt khoát rằng: "Cause để tồn tại mà!"

Cậu ấy thay đổi tư thế ngồi lại một chút, nghiêng một bên người trên chiếc ghế dài, mắt nhìn về phía con, bảo: "Cause là cái gì? Là lý do? Là nguyên nhân? Là cause của fight for a cause! Cái cause này là gì, kỳ thực chẳng hề quan trọng một chút nào cả. Do đó, mình rất tôn trọng cause của cậu. Sở dĩ mình nắm bắt điều này để làm cause cho mình, có lẽ cũng là vì, mình biết nó là thứ không thể nào thực hiện được.

Nếu như nó thực hiện xong rồi, thì sẽ trở thành cái điều mà cậu đã nói trong bài viết, trở thành bản thân của quyền lực. Còn cause của mình, chính là phải chống đối quyền lực, bất cứ một quyền lực nào, hoặc có lẽ nên nói là bản thân của cái thứ gọi là quyền lực này. Cho nên, mình cố ý lựa chọn lấy cái lost cause này. Đúng vậy, tuy là việc kháng chiến vẫn chưa bắt đầu, hoặc chỉ là vừa mới bắt đầu, nhưng mình đã khẳng định, nó là một lost cause. Là một chuyện đã thất bại ngay từ sớm. F, những lời này, mình chỉ có thể nói với cậu. Mình không thể nói với những người trong tổ chức, hay những người cùng đường hướng khác. Trong cuộc vận động, trong đoàn thể, mình vẫn cứ là một con sói cô độc mà cậu nói ấy. Lời này mình cũng chỉ có thể nói với một người cô độc giống như mình là cậu. Rất may mắn là trên thế giới này mình vẫn còn có cậu là người nghe và hiểu được lời của mình. Chắc chắn là cậu sẽ hỏi, vậy tại sao mình còn chạy theo tham gia vào tổ chức? Mình nói cho cậu biết, mình tham gia vào đó không phải vì mọi người, mà chính là vì mình, để tìm thấy cảm giác lost cause và fight for nó ấy - cảm giác tự do!"

Đối với những lời ấy của K, nhất thời con không biết phải ứng xử như thế nào. Cậu ấy lặng đi trong một lúc, đột nhiên thay đổi chủ đề, bảo: "Cậu có biết không? Luận văn tốt nghiệp của mình, mình dự định làm Descartes nữa ấy. Qua sự hướng dẫn của cậu trước đây, mình đã viết một luận văn về Descartes với quy mô nhỏ. Năm nay mình dự định sẽ viết một bài dài, chủ đề đặt là "Descartes vô thần luận". Nói ra quả thật là có hơi buồn cười! Học hết bốn năm khoa triết, chỉ biết có mỗi một nhà triết học là Descartes. Do đó không làm luận văn về ông ấy thì cũng không còn lựa chọn nào khác. Nói một cách nghiêm túc là, Descartes chỉ là một nhà vô thần luận tiềm ẩn. Ông ấy tưởng là mình vẫn còn tin vào thần thánh, nhưng trong học thuyết của ông ấy, ông ấy đã giới hạn lại vị trí của thần thánh trong một phạm vi cực kỳ nhỏ. Thần thánh chỉ là người sáng tạo ban sơ và người thúc đẩy đầu tiên của thế giới vật lý, sau khi thế giới ra đời, tất cả mọi sự vật cũng vận hành và phát triển theo quy luật của vật lý, về cơ bản thì chẳng còn có vai trò gì của thần thánh nữa cả. Ông ấy đem cái giới hạn cực độ lý tính của con người, cũng tức là biên giới không thể giải thích được ấy, gọi là thần thánh, cũng giống như các nhà khoa học ngày nay đem rào chắn của vụ nổ lớn (Big Bang) và hố đen vũ trụ đã không còn thích hợp với định luật vật lý ấy, gọi là điểm kỳ thú, kỳ thực chỉ là sự khác biệt về tên gọi. Thần thánh là điểm kỳ thú, chính là sự hoang dã nằm bên ngoài lý tính. Còn những sắp đặt và quyết định từ sớm trong tất cả mọi sự việc mà Descartes tự xưng là ông tin, kỳ thực chẳng qua cũng chỉ là kết quả diễn biến tự nhiên liên kết chặt chẽ với nhau dưới sự vận hành của quy luật vật lý. Do đó ông ấy mới cho rằng sự toàn tri và toàn năng của thần thánh, không có xung đột với lý tính và ý chí tự do của con người. Nhưng mà, lý luận passions mà sau đó ông đề ra, lại nguy hại đến tính vững chắc của sự lựa chọn tự do. Ông cho rằng passions của con người cho dù có mãnh liệt đến thế nào đi nữa, cuối cùng rồi cũng chịu giới hạn bởi lý tính và ý chí. Điểm quái lạ của vấn đề nằm ở chỗ, ông ấy lại dùng lý luận máy móc để hạn chế vai trò của thần thánh, cho con người sự tự do tuyệt đối lý tính, nhưng ngược lại lý luận máy móc giống như vậy lại chỉ ra, nếu như passions của cơ thể không được quản lý tốt hơn, thì sẽ biến thành vật trở ngại của lý tính và ý chí tự do của con người. Những lời này có liên quan gì đến những điều mình vừa nói lúc nãy chứ? Điều mà mình muốn nói đó là, phần lớn hành vi của con người, đều chịu sự thúc đẩy của passions. Kỳ thực chúng ta là sản phẩm của sự "đam mê" của cơ thể. Tự do mà chúng ta có thể thực hiện được, là hết sức có hạn. Rất nhiều lúc, ý chí không hề thực sự khống chế "đam mê", mà chỉ là phụ họa thêm cho "đam mê", ban bố cho "đam mê" một reason, một cause, sau đó ý chí bèn giả vờ như đã áp dụng hành động. Và như vậy, passion và action xem ra đã có được sự nhất trí. Những gì mà mình làm, cũng chẳng có gì đặc biệt, chẳng qua chỉ là đem những đam mê trong lòng, có thể là tình yêu, có thể là thù hận, ném vào một cái reason, một cái cause, đồng thời đưa ra lựa chọn và hành động. Còn sự tự do thể nghiệm được ở trong đó, hoàn toàn không liên quan đến tính khả thi và chân lý thực tế. Kết luận mà mình có được như thế này, ít nhất nói lên rằng không hề uổng phí việc đọc Descartes trong mấy năm gần đây. Cuộc đời đi học ở khoa triết học của mình cũng không hề uổng phí. Thậm chí mình có thể nói, mình không uổng cho kiếp này."

Con vui mừng phát hiện rằng, K vẫn là K. Nhưng con cũng lo lắng, K trở nên không còn là K, hoặc là trở thành phần không phải là K. Cậu ấy không cho con cơ hội để nói chuyện, nắm chặt lấy cánh tay con, nói: "Có lẽ cậu nói đây là động lực là đúng. Tất cả đều là bản năng mà thôi. Khi con người hay động vật bị ép đến đường cùng, phản công trở thành chuyện bất đắc dĩ. Vả lại, một khi đã phản công, thì phải bỏ mạng một lần cay cú, không có không gian để do dự và thỏa hiệp. Việc mà mình đang làm đây hết sức nguy hiểm, cũng có nghĩ đến việc sẽ thất bại. F, mình không muốn liên lụy đến cậu. Cậu không giống mình, cậu không phải là loại người như mình, một người dùng fight for a lost cause để thực hiện sự tự do. Cause của cậu là có thể. Cậu phải tiếp tục. Cậu phải sống một cách đàng hoàng và an nhiên, khe khẽ, lẳng lặng, đồng thời cũng là fight for your own cause một cách cô đơn. Do đó, mình quyết định dùng thân phận biên tập tạp chí của Hội nghiên cứu và xúc tiến tiếng Quảng Đông, để từ chối đăng tải bài viết mà cậu đã gửi đến. Cậu không hề có quan hệ gì với hội của tụi mình và những hành động của tụi mình! Cậu biết không? Sau này chúng ta cũng không cần phải gặp lại nhau nữa!"

K nâng ly cà phê espresso lên, cụng vào ly của con, như thể đang uống rượu vậy, ngẩng cổ lên, uống một cái hết sạch. Con cũng uống cạn ly của mình. Khi con nhìn thấy cậu ấy đặt chiếc ly xuống, tay có hơi run. Cậu ấy sắp sửa đứng dậy. Con có nên kéo cậu ấy ngồi xuống không chứ. Có lẽ con nên giữ cậu ấy lại, nói với cậu ấy lời tận đáy lòng con. Đến bây giờ con mới hoàn toàn hiểu được, hồi đó tại sao con lại ngăn chặn cậu ấy và R. Passion trong lòng con vô cùng mãnh liệt, khiến con như muốn nghẹt thở, nhưng ý chí của con lại từ chối đưa ra action. Con không thể trở thành một người hành động. K vỗ mạnh lên vai của con một cái, quay người bước đi. Thậm chí tụi con còn không có cái ôm cuối cùng.

Ba, rốt cuộc thì con đã nói cho ba nghe một cách ngọn ngành chi tiết những lời mà con vẫn luôn không thể nói ra. Kính cẩn xin thưa.

Kim an.

Nam Hoa khấu bẩm

Ngày… tháng…

13.

Thưa phụ thân đại nhân:

Kính bẩm, hồi đầu khi con đề nghị với ba là con muốn trưởng thành, con không hề biết rằng trưởng thành lại gian nan và đau khổ như thế này. Có thể là trên thế giới có người trưởng thành thì nhẹ nhàng và vui vẻ. Con thành tâm chúc phúc cho những người may mắn này. Vấn đề trưởng thành của con, có thể là do cài đặt bẩm sinh của con. Mỗi người đến với thế giới này đều không phải là một tờ giấy trắng. Hoặc có thể là trên bề mặt của nó thể hiện là một tờ giấy trắng, nhưng đằng sau đó kỳ thực đã được viết đầy rẫy những mật mã. Có một số mật mã thì có thể mở được, còn một số thì không. Còn về những mật mã mở ra thì tốt, hay là mở ra thì không tốt, cũng không thể nào xác định được. Trên bề mặt của tờ giấy trắng, vẫn buộc lòng phải viết chữ lên đó. Viết tốt, hay viết không tốt, còn phải nhờ vào rất nhiều nhân tố. Một số phần thì bị những mật mã ở phía sau nó quyết định, một số thì do người khác, một phần nữa là do chính mình. Con chỉ có thể cố gắng hết sức để viết tốt phần của mình.

Ba, con đã hoàn thành chương trình bốn năm đại học ở khoa Văn Học So Sánh trường Đại học Hong Kong, đồng thời đã nhận được thành tích vinh dự hạng nhất. Nhưng mà, con không hề thấy kiêu hãnh một chút nào hết. Con cảm thấy hoảng hốt bất an với tình cảnh trước mắt. Tiếp theo con nên làm như thế nào đây? Con nên tiếp tục học ở viện nghiên cứu, hay là con phải nhảy ra khỏi "vùng thoải mái" của mình? Hoặc là, cái con phải nhảy ra, kỳ thực là câu chuyện trưởng thành của con, tư duy của con, sự tồn tại của con? Trong câu chuyện này, con mãi mãi chỉ là một nhân vật dưới ngòi bút của ba. Bất luận là ba có nỗ lực đến thế nào để tưởng tượng ra con, con cũng chỉ là một đứa con tên Hoa mà ba đã sáng tạo ra. Có lẽ con cũng trở thành một vật thế thân của ba một cách cục bộ. Nhưng, dù thế nào đi nữa thì con cũng không phải là một sản phẩm sao chép của ba. Con trải nghiệm cuộc sống của con dưới ngòi bút của ba, ba cũng trải nghiệm tính khả năng của ba trên người con. Nhưng, con và ba, vẫn là khác nhau. Ngay từ khi mới bắt đầu, con đã tồn tại bằng thân phận người khác của ba. Còn ba, cũng vì vậy mà trở thành một người khác của con. Rốt cuộc thì ai là chủ, ai là khách, đã không thể nào nói cho rõ được. Hoặc vốn dĩ đã không có sự phân biệt giữa chủ và khách, chỉ có mối quan hệ của người khác với người khác. Nhưng mà, giữa người khác với người khác, có thể có tình cảm không? Có thể có tình yêu hay không?

Có lẽ, ngay từ ban đầu để thực hiện được kỳ vọng không thể thực hiện được, mà ba mới sáng tạo ra con, đồng thời ban cho con điều kiện "thích đọc sách", "yêu văn học" và "trở thành một người như là ba". Trong cuộc đời ngắn ngủi này, con cũng cố gắng hết sức của mình để đạt thành nguyện vọng trong lòng của ba. Nhưng mà, con vẫn có một số thứ thuộc về mình, là những thứ nằm ngoài dự liệu của ba, cũng là những thứ nằm ngoài dự liệu của con. Thế là cuối cùng con cũng trở thành một chàng thanh niên khác với tưởng tượng ban đầu của ba. Có lẽ là ba đã có một sự chuẩn bị về tâm lý cho điều này từ sớm. Còn con vẫn có thể tiếp tục tồn tại trong tưởng tượng của mình, cũng có nghĩa là trong tưởng tượng của ba, sẽ trở thành một người thành niên, rồi người trung niên, thậm chí là người lão niên không? Chẳng qua, nó đã trùng lặp lại với điều kiện tồn tại mà ba đã cài đặt, chi bằng để con sớm rời khỏi đây một cách tốt đẹp, kết thúc câu chuyện của mình. Ý của con là, sự trưởng thành của con cũng đã đủ lắm rồi.

Có thể là ba sẽ cho rằng, những trắc trở và thất bại nhỏ nhặt mà con đã trải qua, vẫn chưa đến nỗi phải cảm thấy hoang tàn đối với nhân sinh, hay cảm thấy tuyệt vọng đối với thế giới. Cho dù con có thể nghiệm được tính vô dụng của việc "thích đọc sách" và "yêu văn học", phát hiện ra điều vốn dĩ không đáng để kiêu hãnh của việc "trở thành một người giống như ba", con cũng không nên phủ định bản thân của sự sinh tồn, vì nói theo cách của K - vẫn còn có rất nhiều những cause khác đáng để cho người ta theo duổi, thực hiện. Nhưng mà, đúng như cause mà bản thân K lựa chọn vốn dĩ chính là một cái lost cause, nhưng lý do để cậu ấy kiên trì chỉ là mong muốn trải nghiệm được cảm giác tự do trong quá trình ấy, điều mà con muốn nói đó là, con đã không thể nào có được cảm giác ấy trong sự tồn tại ở bất cứ hình thức nào. Sở dĩ K có cảm giác ấy, vì trong passion của cậu ấy có love, đồng thời còn có cả hatred; còn sở dĩ con không có cảm giác đó, là vì trong passion của con không có love, cũng không có hatred, mà chỉ có wonder. Descartes đặt wonder đứng đầu trong sáu passions lớn, cho rằng nó là passion quan trọng nhất, rất có thể là vì, đối với những nhà tư tưởng, những nhà triết học giống như bản thân ông ấy, wonder chính là cội nguồn của tri thức. Còn khi ông ấy nói đến love, thì luận cứ lại tương đối yếu ớt, thực tiễn của bản thân ông ấy chắc chắn cũng tương đối nghèo nàn.

Vốn dĩ, con không có love thì cũng có thể tồn tại tốt, tự do tự tại. Cài đặt như vậy tuyệt đối không thể nói là thiếu sót. Chỉ cần có wonder, có joy và đầy đủ thiện ý, con cho rằng sự tồn tại là không hề tiếc nuối. Thậm chí là sau khi gặp được R, trải nghiệm được vị đắng chát của tình yêu nam nữ, con vẫn có thể khôi phục trở lại cài đặt gốc, cũng giống như chức năng cài đặt lại của sản phẩm điện tử. Nhưng mà, luôn luôn là K, khiến con không thể nào khôi phục được một cách hoàn chỉnh. Cuối cùng con mới phát hiện, vốn dĩ cậu ấy đã trở thành một phần không thể cắt bỏ đi trong cuộc đời của con. Tụi con đã hòa nhập lại thành một chỉnh thể, ít nhất là trong lòng con nghĩ vậy. Hiện giờ cậu ấy lựa chọn lost cause tự sát để làm mục tiêu passion và action của cậu ấy, như vậy có nghĩa là đồng thời cũng giết chết con luôn, vì từ nay về sau con cũng không thể là một chỉnh thể nữa. Cậu ấy làm cái việc cắt đứt với con mà cậu ấy cho rằng là không muốn liên lụy con, nói cho đến cùng thì không có ý nghĩa gì cả. Từ lâu con đã bị liên lụy rồi, mà không thể nào cắt bỏ đi được. Vậy nên con muốn nói, rốt cuộc thì đây có lẽ chính là love. Từ R là một người có thể hình dung một cách chính xác là không có tình yêu, cuối cùng con cũng nếm được tình yêu, nhưng loại tình yêu này cũng khiến cho con phải quyết định, con buộc phải kết thúc nó. Vì, con không thể chịu nổi việc phải nhìn thấy sự hủy diệt của K trong cuộc sống của con, cũng tức là trong câu chuyện của con. Để tránh xảy ra sự hủy diệt tất nhiên này, duy nhất con chỉ có thể quyết định chấm dứt câu chuyện. Ngay từ lúc bắt đầu, con tư duy, tức là con tồn tại; đến hiện tại, con không tư duy, cho nên con không tồn tại. Chỉ cần con ngưng viết, thì thế giới của con sẽ biến mất. Ba, xin ba hãy tha thứ cho con vì đã quyết định như vậy. Đối với một người ba mà nói, đây có lẽ là một sự ngỗ nghịch lớn nhất của một đứa con trai. Xin thứ lỗi cho con không thể tiếp tục đáp ứng được tưởng tượng và kỳ vọng của ba. Để cho con thực hiện một lần, sự tự do cùng cực ấy đi nhé.

Nhưng mà, trước lúc này đây, con vẫn còn có một vài chuyện muốn làm, xin ba hãy cho con thêm một ít thời gian.

Việc thứ nhất, con muốn chơi lại một lần nữa chương hai Andante Cantabile bản tứ tấu số 1 của Tbaikovsky. Ba, ba có nghe thấy không? Con đang ở trong phòng của con, bắt đầu kéo. Ba đang ở bên phòng sách bên cạnh, có lẽ cũng nghe thấy được chứ. Có lẽ tạm thời ba sẽ dừng lại công việc trên tay, nghĩ bụng: "À! Con trai Hoa của mình đang kéo Vi-ô-lông đây!" Ba phải ghi nhớ, đây là tác phẩm đàn dây mà con thích nhất. Nó không có mức độ khó về kỹ xảo ngoài mặt, rất đơn giản, rất chậm rãi, rất tự sự, rất thuần tuý. Nhưng hình như chưa bao giờ con không bị tác phẩm này làm cho cảm động đến rơi nước mắt. Đương nhiên con không phải là Leo Tolstoy. Nhưng rơi nước mắt không phải là việc chỉ mình Leo Tolstoy được làm. R cũng rơi nước mắt vì nó. Hoặc giả, kỳ thực cô ấy đã rơi nước mắt vì con, vì một thằng không đáng để cô ấy yêu như con. Sau đó, con lại nhớ về khung cảnh mà con đã kéo khúc nhạc này cho K nghe, trong ký ức nó đã trở thành một cảnh tượng có chút hài hước, nhưng lại rõ ràng ngay trước mắt.

Việc thứ hai, con muốn xem lại một lần nữa bản giao hưởng số 5 của Tbaikovsky do dàn nhạc giao hưởng West-Easterm Divan biểu diễn, muốn thưởng thức lại một lần nữa vẻ đẹp và nét tuấn tú của những nhạc công nam nữ trẻ trung ấy. Họ đẹp đẽ đến như vậy, thanh xuân đến như vậy, thuần khiết đến như vậy, và giàu sức sống đến như vậy. Nghĩ lại hồi còn trẻ, con đã hoang tưởng như thế nào rằng mình là một thanh niên người Israel, hoặc là Palestine, Jordan, Syria, Ai Cập ở trong đó, cùng với mấy chục nam thanh nữ tú có độ tuổi ngang nhau, cùng nhau diễn tấu với một mục tiêu giống nhau, đó chính là một "niềm yêu âm nhạc" đơn giản nhất, philharmonic. Đó có lẽ là một chuyện đẹp đẽ nhất trên thế giới phải không! Nhưng mà, con luôn lo lắng rằng, thực sự mình có thể trở thành một thành viên trong một dàn nhạc hay một chỉnh thể không? Có thật là con có thể "vui âm nhạc cùng mọi người" và "cùng vui với mọi người" hay không? Hay là bẩm sinh của con chỉ có thể "vui âm nhạc một mình mình" mà thôi? Nhưng mà, những điều này giờ đây đã không còn quan trọng nữa.

Con tìm cả buổi trời trên kệ đĩa, cũng không tìm thấy DVD năm đó, trên mạng cũng không tìm thấy những bản ghi hình có liên quan. Nó giống như một đoạn ký ức bị đánh cắp đi mất. Nhưng, rõ ràng con cùng với ba, ngồi ở trên sô pha ở nhà mà xem. Điều này tuyệt đối không hề sai. Tuyệt đối không phải là một ký ức được hư cấu. Những gì có thể tìm thấy được ở trên mạng, chính là đoạn ghi hình buổi diễn khác của West-Eastern Divan, bản giao hưởng số 6 của Tbaikovsky. Tiêu đề của bản giao hưởng này được dịch ra tiếng Pháp là "Pathétique", rồi lại dịch sang tiếng Trung là "Bi thương", nhưng vốn dĩ bản tiếng Nga thì có nghĩa là "Passionate". Nói không chừng nó lại phù hợp với tâm trạng hiện giờ của con. Thôi được! Vậy chúng ta hãy xem cái này đi! Cũng giống như hồi năm đó vậy, hai cha con mình cùng vùi vào trong sô pha, cơ thể bé nhỏ của con dựa vào thân hình cao gầy của ba, trên người của cả hai chúng ta cùng đắp một chiếc chăn bông, vừa xem vừa nghe "khúc nhạc yêu thích" không thể so sánh được ấy. Con cũng tặng bản nhạc này đến một người sẽ không nghe được nó là K.

Con biết, âm nhạc không thể miêu tả bằng chữ viết. Do đó, con cũng không cần phải làm gì hơn nữa. Con chỉ muốn nói rằng, ba nhất định hiểu được ý nghĩa cuối cùng của việc con đặt nó vào trong bao thư. Ba hãy làm khúc kết của bản giao hưởng, một cây contrabass chìm xuống một cách qua qua lại lại, chậm dần, rồi yên ắng và con quơ tay, hình ảnh từ từ đi ra xa và biến mất.

Thưa ba thân yêu, sự cố chấp của con về việc trưởng thành, hại ba uổng phí hết một mớ công sức. Ba có thể dừng lại. Con cũng chào tạm biệt ba từ đây. Nhưng mà, nói không chừng cuộc đời của con, câu chuyện của con, sẽ tái sinh thực hiện và tiếp tục trên một cơ thể thanh niên khác, từ đó mở ra một thế giới hoàn toàn mới. Trong một thế giới mới, điều kiện sẽ khác đi, câu chuyện có lẽ cũng sẽ trở nên khác đi. Con hy vọng đó là một thế giới có thể dung chứa được ba và con, và tất cả những người khác. Đến lúc đó, nếu chúng ta gặp lại, ba sẽ nhận ra con chứ?

Đứa con trai không tồn tại của ba

Hoa, Ngày… tháng…

Hậu ký: Một đứa con trai giống như tôi

Từ tháng 8 đến tháng 12 năm 2018, tôi làm tác giả đóng tại trường ở trường đại học Công nghệ Nanyang (Nanyang Technological University) Singapore. Công việc dạy học không hề khổ cực, sinh viên rất mực chăm chỉ, bài tập trên lớp và bài tập về nhà đều làm rất chăm chỉ. Những buổi thuyết trình và hoạt động yêu cầu một tác giả phải tham dự cũng không nhiều, tôi có nhiều thời gian tự do để viết lách và đọc.

Ký túc xá mà tôi ở nằm tại "Nanyang Valley", rất gần nhà ăn và siêu thị, đối với một người không kén ăn như tôi, vấn đề ăn uống được giải quyết một cách dễ dàng. Một tòa ba nhà hai sảnh, đối với người ở một mình mà nói thì có hơi lớn quá. Tôi dọn bàn ăn lớn thành bàn làm việc của mình, phía trước là một sảnh lớn rộng thênh thang. Tôi chưa từng ngồi viết lách ở một không gian rộng rãi như vậy. Buổi sáng có tiếng chim kêu, buổi tối có tiếng trùng gáy, chung quanh yên tĩnh đến nỗi như đang ở sâu trong một ngọn núi. Nhiều lúc những mấy ngày liền không có ai quấy nhiễu, từ sáng tới tối không cần nói một câu nào. Đột nhiên tôi tìm thấy được cuộc sống ẩn cư mà từ lâu đã mong muốn.

Đơn vị ở lầu hai của căn nhà, cảnh quan rất đẹp, đôi diện là cây cối và một ngọn núi nhỏ. Vì có hơi cao, nên côn trùng và kiến cũng tương đối ít hơn. Thường trông thấy nhất đó là những con thằn lằn mà tối nào cũng chui vào từ khe cửa, men theo vách tường mà đi vào nhà bếp. Thằn lằn di chuyển rất nhanh nhẹn, không phá người ta, chỉ là thường hay để lại phân. Một phần thiếu sót cho cái đẹp đó là hồ xanh và công viên nghe nói là rất đẹp ở trước mặt căn nhà, vì công trình phát triển của nhà trường, ngày nào cũng đào xới, đổ bê tông và gia cố những công trình kiến trúc, ban ngày nhiều khi có hơi ồn. Nhưng nếu đóng cửa sổ lại, quen rồi cũng không có vấn đề gì. Trong những tháng này, nhìn thấy những người công nhân lao động cần cù cực nhọc hằng ngày, dần dần đắp lại hoàn toàn địa hình, cảm thấy có hơi giống với công việc viết tiểu thuyết dài.

Ngày nào cũng thức dậy vào lúc bảy giờ, trong khuôn viên trường học xanh mướt, đi bộ men theo những cung đường hơi nhấp nhô cao thấp, nhìn thấy những cây to nhiệt đới đang mang các loại thực vật ký sinh, cảm nhận hơi thở hơi ẩm ướt và ngọn gió mát mẻ của buổi sớm mai, hoặc nhìn những tia nắng mặt trời ban mai rọi xuyên qua những đám mây bàng bạc, từ giữa những tán lá trên ngọn cây tỏa ra một cột sáng tràn đầy cảm giác thần thánh. Khi đi ngang qua sân điền kinh, nhìn thấy những người chạy bộ ba ngày nào cũng gặp, hoặc những thanh niên luyện tập bóng đá vào những ngày thứ hai đến thứ ba (trong đó đội ngày thứ ba có ba học sinh nữ), hay những người bơi sáng chạy từ hồ bơi ra với bộ dạng ướt nhẹp, cảm thấy thời gian được lặp đi lặp lại một cách vĩnh hằng, nhưng lại không ngừng trôi qua và thay đổi.

Phần hai và phần ba của quyển Mệnh tử, được hoàn thành trong thời gian đóng ở trường. So với đoạn ghi chép hồi ức hay là hình thức tản văn đời sống của phần một, thì phần thứ hai hoàn toàn hư cấu "Con gái của Descartes" là một sự tương phản. Tôi cố ý thêm vào rất nhiều chú thích, hình thức viết ra như thể đang dịch đoạn tiểu sử của nhân vật từ tiếng nước ngoài, nhưng ngược lại với một góc độ chủ quan, cũng chính là góc độ của một người ba. Sau khi cấu tạo một đứa con gái trong tưởng tượng xong, tôi cảm thấy chẳng gì phải ngại để cấu tạo thêm một đứa con trai trong tưởng tượng, thế là tôi bèn cấu tứ nên phần thứ ba. Đứa con trai tên là Hoa không hề tồn tại này, là một sự đối chiếu với đứa con trai tên Quả ngoài đời thực. Với vai trò là một "em trai", tôi muốn biết "một đứa con trai nữa hoàn toàn khác" có khả năng gì. Có lẽ nó chỉ là một sự ngụy trang của một người lớn như tôi với ý đồ muốn quay trở lại thời trai trẻ.

Trước khi tôi rời khỏi Hong Kong vào đầu tháng 8, con trai tôi đang hì hục viết lấy tập tản văn thứ hai của nó. Tôi không biết để tiếp nối việc viết văn một cách chăm chỉ và dày đặc của lần thứ nhất vào hai năm trước, thì động lực nào thúc đẩy thằng bé thổi bùng lên trở lại niềm nhiệt tình viết lách. Khi "xuất bản" tập tản văn lần này (tự mình đánh máy, dàn trang, in ấn và đóng quyển), thì tôi đã ở Singapore rồi. Thằng bé tổ chức buổi ra mắt sách ở nhà, tôi không thể đích thân đến dự, chỉ có thể xem những đoạn ghi hình trên điện thoại. Sách thành phẩm mà thằng bé in ra, cũng phải đợi cho đến cuối tháng 8 thằng bé đi cùng với mẹ mình đến Đại học Công nghệ Nanyang thăm tôi thị tôi mới cầm được trong tay. Đương nhiên là không thể miễn việc trả 5 đô Singapore, tức là 30 đô Hong Kong. Tuy là trước đây vợ tôi đã chuyển nội dung tập tản văn ấy qua điện thoại, nhưng việc cầm sách trong tay vẫn là thói quen khó thay đổi được của người theo trường phái cũ kỹ như tôi.

Tập tản văn lần này có tựa, đặt là Một đứa con trai giống như tôi, chỉ cần nhìn thôi là đã biết nó xuất phát từ Xi Xi, nhưng kỳ thực thì con trai tôi chưa từng đọc nguyên tác. Tựa phụ là "Để hiểu một đứa con trai mười lăm tuổi đến từ ngoài Trái Đất nhìn thế giới như thế nào". Mở ra thì thấy ngay lời tựa của nó "Tôi đến từ một ngôi sao". Tại sao lại gọi mình là "người ngoài Trái Đất" hoặc là "đến từ một ngôi sao"? Vì thằng bé tự cảm thấy rằng mình có những suy nghĩ và hành động khác với "người Trái Đất". Và trách tôi ngày trước viết "Con của ngôi sao" (ở phần thứ hai của quyển sách này), sau khi đưa cho nó xem thì nó cảm thấy rất đồng ý, do đó mới nảy ra ý nghĩ này. Trong phần lời tựa có giải thích lý do mà nó lại viết tập tản văn này: Vì hắn xem lại những tản văn cũ, phát hiện ra hai năm nay mình có rất nhiều thay đổi, do đó muốn chia sẻ với mọi người. Sau đó giới thiệu sơ lược về bài viết và phân loại nội dung trong tập tản văn. Cuối cùng cũng cảm ơn giáo sư

Hoàng Niệm Hân (mẹ nó) đã cung cấp ý kiến viết văn cho nó, và có nghĩa vụ giúp nó hiệu đính. Tôi không hề cảm thấy lạ, thằng bé không nhắc đến tôi.

Tôi từng suy nghĩ rất lâu, có nên trích dẫn tác phẩm mới của thằng bé vào quyển này không, thậm chí biên lục vào trong đây một vài chương. Bản thân con trai tôi cũng rõ, những thứ này không thể coi như là sáng tác văn học, mà là những bài viết của một thiếu niên chia sẻ những suy nghĩ của mình với người khác. Tuy nhiên, thằng bé cũng đầy tự tin về sự tiến bộ trong năng lực viết tiếng Trung của mình. Nói thực thì, đối với một đứa con trai thường ngày không viết thứ gì cả mà nói, hễ viết là có thể viết ra được những câu chữ có sức biểu đạt như thế này, tôi thật sự rất là kinh ngạc. Trong mắt tôi những bài viết này viết rất tốt, nhưng cái sự "tốt" ấy không phải là cái sự tốt của một tác phẩm văn nghệ phán đoán thông thường, ngoài việc diễn đạt ngôn ngữ rõ ràng chuẩn xác, còn có cả sự chân thành của nó nữa. Sự chân thành này bao gồm cả sự tự thưởng thức không hề đỏ mặt và cũng không hề khoác lác, nhưng đồng thời lại có sự rõ ràng của việc tự phê bình và tự biết phản tỉnh. Có vài chuyện viết về bạn bè, có thể là nói hơi quá thẳng thắn, khiến cho người ta cảm thấy ít nhiều ngại ngùng, nhưng mọi người đều sẽ thông cảm cho sự bộc bạch của thằng bé. Thằng bé là người không hiểu được và cũng không biết được thứ gì cần phải che giấu, gồm cả việc của mình và việc của người khác. Đối mặt với một người như thế này, bạn sẽ rất dễ dàng thích nó, nhưng cũng sẽ bị nó làm cho tổn thương một cách vô ý. Sau đó, rồi lại sẽ khoan dung với nó mà không cần lý do.

Nhưng mà, để đảm bảo sự riêng tư của thằng bé, tôi vẫn quyết định không trích dẫn và biên tập bài viết mới nhất của nó. Những thứ đẹp đẽ như thế, hãy cứ giữ lại cho người thân của mình vậy. Còn về phần thứ nhất có liên quan đến thằng bé trong quyển sách này, khi tôi viết, tôi đã hết sức cẩn thận, suy đi xét lại, phải lựa từ dùng như thế nào, tuyển chọn ra làm sao, cắt xén như thế nào, hoặc sử dụng ngữ điệu và góc độ như thế nào, để trình bày một hình tượng vừa chân thực nhưng lại không làm thương tổn đến thằng bé. Cho dù tôi là cha, và lại là một tác giả, tôi cũng không có quyền tùy tiện lấy cuộc đời của con trai để làm chất liệu cho việc viết lách của mình. Điểm này tôi rất tự giác, nhưng có làm đến nơi đến chốn hay không, thì vẫn cảm thấy có chút gì đó không chắc chắn lắm. Bản sơ thảo của phần này, tôi đã đưa cho con trai mình đích thân xem qua, lấy sự không phản đối của thằng bé làm giới hạn gốc. Thằng bé sửa lại và bổ sung một vài sự thực ở trong đó, nhưng đối với một vài sự thay đổi và hư cấu chi tiết, thì thằng bé lại không quan tâm, như thể hiểu rõ bản chất của việc sáng tác. Nói một cách tổng thể, lời bình luận của thằng bé là: "Viết rất buồn cười." Tôi cho rằng, đây là là lời bình luận có giá trị cao nhất mà tôi có thể có được từ bản thân thằng bé. Sau khi hoàn thành bản thảo, vốn dĩ định để cho thằng bé duyệt lại một lần nữa, nào ngờ nó nói: "Đây là quyền tự do sáng tác của ba, con không có lý do gì để can dự."

Còn về tập tản văn mới nhất của thằng bé, tôi đã lấy mục lục trong sách của nó để chép vào đây, để mọi người lén nhìn thấy một vết tích, một thế giới suy nghĩ của một thiếu niên tự cho mình là người ngoài hành tinh: "Phần suy tư: 1. Ký ức siêu cường; 2. Thuyết âm mưu; 3. hồi ức; 4. Cấm kỵ; 5. Chiếc gương (2): kính vạn hoa"; "Phần cuộc sống: 1. Bản thân mình cũng không hiểu; 2. Cười như điên; 3. Giáo viên; 4. Các chuyện lặt vặt; 5. Không linh hoạt; 6. Hưởng thụ; 7. Biết sai nhưng không thể sửa"; "Phần ở trường: 1. Đứa rất ngoan; 2. Nỗi sợ đoàn thể".

Ở trang bìa của tập tản văn mới, con trai tôi dùng một tấm ảnh được chụp hồi đi Hành Sơn lúc trước. Hình ảnh của thằng bé đứng quay lưng lại với ống kính trong ảnh, đứng ở một bên triền núi, mặt hướng về ánh tà dương trên không đang ngả về Tây, và biển lớn tỏa ánh vàng óng ánh. Thằng bé dang rộng hai cánh tay, lòng bàn tay hướng lên, như hình cắt của một cây thập tự giá, giống như một vị thần đang hấp thụ tinh hoa của trời đất, hoặc là một người ngoài hành tinh đang tiếp nhận thông tin từ vũ trụ. Dưới tấm ảnh in một hàng chữ: "Tôi hòa vào vạn hóa." Lần đầu tiên tôi nhìn thấy, trong đầu bỗng nhiên giật thót. Đây có giống với lời của một thiếu niên hay không? Đây chẳng phải là di nguyện mà người làm ba như tôi từng viết ra sao? Ba và con, đã tương thông với nhau tại một điểm không thể nào ngờ được nhất.

Ngày 14 tháng 5 năm 2019

Tái hậu ký: Thương tiếc ba

Phụ thân không kịp đọc quyển sách này. Hai ngày trước khi nhận được bản thảo hiệu đính, ông đã ra đi. Thậm chí ông còn không biết là có sự tồn tại của quyển sách này. Một quyển sách có liên quan tới cháu của ông, đồng thời cũng là quyển sách có liên quan tới con trai của ông. Đến phút cuối cùng, thì nó lại trở thành một quyển sách có liên quan đến cha của con trai ông, cũng chính là bản thân ông. Mỗi một người cha đều từng là một đứa con trai, đây là một sự thật mà nếu nói ra thì thật dư thừa. Nhưng mấy ngày hôm nay tôi cứ nghĩ mãi, lời này không hề dư thừa một chút nào; thậm chí, thực sự còn là một danh ngôn chí lý.

Bắt đầu từ khi tôi muốn viết về đứa con trai, tiếp theo đó thì phát hiện không thể không viết về bản thân mình với tư cách là một người ba. Sau đó lại nhận ra rằng, cần phải hiểu về vai trò của một người ba, không thể không hiểu cha của mình từ góc độ chính mình là một đứa con; và tưởng tượng rằng, một người cha hiểu con trai của mình như thế nào, tức là hiểu tôi. Cha và con, con và ba, con và cha, cha và con, không ngừng truyền nối, lặp đi lặp lại. Vào thời khắc ly biệt đến gần, thì lại sáng tạo ra một mối quan hệ mới - người sống và người chết; một cảm nhận mới - tưởng nhớ. Rốt cuộc rồi cũng phải xác nhận, thời gian không thể quay trở lại được nữa.

Trong sách tôi đã viết di thư của mình cho vui, nhưng trên thực tế lại đối diện với sự ra đi của cha mình. Ông không để lại di thư, hay là di ngôn. Nhưng mà, sự im lặng ấy đã ẩn chứa tất cả. Cuộc đời của ông có lẽ không có gì để tiếc nuối, có thể kết thúc một cách viên mãn. Đây là một việc hạnh phúc biết bao nhiêu. Vào lúc cha tôi trút hơi thở cuối cùng, cả nhà tôi đến bên giường của ông, nhịp tim của ông đã ngừng đập, thoạt trông như thể đang nằm ngủ. Tôi cúi người xuống thì thầm vào tai ông: "Ba, ba đã làm rất tốt, cuộc đời của ba rất mỹ mãn. Chúng con đều rất cảm kích ba, cũng luôn luôn nhớ về ba. Ba đừng lo, ba có thể an tâm mà lên đường."

Kỳ thực thì những lời như thế này, bốn năm trước tôi đã từng nói một lần. Không chỉ một lần, mà rất nhiều rất nhiều lần. Tháng 10 ấy, vài hôm trước cái ngày sinh nhật tám mươi tuổi của ba, vào khoảng năm giờ sáng nào đó, tôi nhận được điện thoại của mẹ tôi gọi từ phòng cấp cứu về, bảo rằng ba thở gấp phải nhập viện. Khi tôi đến được phòng bệnh, trông thấy trên mặt ba đã đeo máy thở, đang giằng co một cách đau khổ. Bác sĩ nói với tôi bằng vẻ mặt nặng nề, vì căn bệnh viêm phổi của ba tôi đã ảnh hưởng đến tim nên suy kiệt, tình hình nguy cấp, phải chuẩn bị tâm lý, bảo tôi cố gắng ở bên cạnh ông. Tôi cho rằng lần này chắc hẳn là lành ít dữ nhiều. Thế là, tôi bèn thỏ thẻ vào tai ông những lời cổ vũ ông, lời cảm kích ông, những lời khiến cho ông yên tâm. Tôi mong rằng ông không sợ cái chết, ra đi trong tâm trạng an nhiên nhất. Nói cả buổi trời, thì bệnh tình của ông lại chuyển biến tốt, vượt qua được giai đoạn nguy hiểm.

Những lời thể hiện tình cảm trực tiếp như vậy, tôi chưa từng nói với ông. Và một người cha lặng lẽ ít lời, không giỏi ăn nói, cũng không quen nói về những cảm nhận ở trong lòng mình với chúng tôi. Tôi không thể nào xác nhận được, lúc ấy ông ở trong trạng thái tinh thần mơ hồ, có nghe được những lời đó hay không, hoặc có thể cảm nhận được rằng có người đang ở bên cạnh cổ vũ ông hay là không. Cách giao tiếp để hiểu nhau giữa ba và chúng tôi, trước giờ luôn luôn là hiểu ngầm ý nhau. Lúc đến thăm ông chỉ là hàn huyên tâm sự, dừng lại ở những gì mà cuộc sống cần thiết, đại loại như ăn uống như thế nào, ngủ ngon không, có chóng mặt hay sốt gì không, thậm chí còn có thái độ lễ phép đến nỗi kính nhau như là khách. Chỉ khi nhắc tới những chuyện xưa hồi trẻ của ông, hay công việc chuyên ngành, hay là chuyện sửa chữa điện nước ở trong nhà, thì ba tôi mới có hứng thú mà nói, hễ nói rồi thì khó mà ngưng được, cứ một mạch thao thao bất tuyệt.

Trong trí nhớ của tôi thì ba chưa từng rầy la chúng tôi. Chưa từng giảng về đạo lý nhân sinh, cũng chưa từng cản trở những quyết định của chúng tôi. Khi chúng tôi làm tốt, ông công nhận bằng một nụ cười; khi chúng tôi làm không tốt, ông nhắc nhở bằng một thái độ quan tâm. Ông trầm tĩnh chứ không lãnh đạm, chất phác chứ không cứng nhắc, tiết kiệm chứ không bủn xỉn, khoan dung chứ không phóng túng, thẳng thắn chứ không nghiêm khắc. Đối xử với mọi người bằng tính thiện, xử sự bằng chân thành, phàm có việc gì thì đều phải quan tâm đến người khác trước đã, rồi sau mới đến mình. Tuy là trình độ giáo dục không cao, nhưng nhờ cần cù mà sáng suốt, chú ý đến lễ nghi và nhân cách, đối với con cái thì áp dụng cách giáo dục không cần phải nói nhiều, tuy không thấy dạy nhưng mà có dạy. Trong vô thức, chúng tôi đều lĩnh hội sâu sắc việc phải làm một người không hổ thẹn với lương tâm như thế nào. Mặc dù vào những năm cuối đời ông có những chỗ cố chấp, thỉnh thoảng tranh cãi với mẹ chỉ vì một chuyện nhỏ, nhưng nghĩ lại, đó cũng trở thành những trò đùa của một đôi vợ chồng có kỷ niệm vô cùng thú vị.

Vào cái lần cận kề với sự sống và cái chết, ba tôi cảm thấy là mình đã nhặt lại được tính mạng. Vì động mạch tim đã tắc nghẽn nghiêm trọng, không thể tiến hành phẫu thuật "nong mạch" (phương pháp trị liệu thâm nhập vào ống dẫn tim). Bác sĩ kiến nghị dùng phương pháp "nối mạch" (cấy ghép một đường bên động mạch vành), ba tôi cho rằng mức độ nguy hiểm quá cao, e là cơ thể mình không chịu nổi. Với tính cách cẩn thận chi li, không thích mạo hiểm, mà ông đã chọn phương pháp trị liệu bằng thuốc cho chắc ăn, được ngày nào hay ngày nấy. Khi ấy tôi còn tưởng là ngày tháng của ba mình không còn nhiều. Nhưng mà, sau khi xuất viện, với một người mà chức năng của tim chỉ còn lại có mười lăm phần trăm, từng suy yếu cực độ như ông, mà lại hồi phục dần dần một cách kỳ tích, ít nhất đã đến được mức có thể tự mình đi ra ngoài được. Và như thế ông đã nhặt lại được gần bốn năm trời cuộc sống.

Nói từ phía vật chất, cả đời ba kiếm được không nhiều. Ngoài việc khi mà giá nhà vẫn có thể coi là hợp lý ấy, ông đã lao động cực nhọc để có được một căn nhà nhỏ, nuôi dưỡng chúng tôi trưởng thành, không dành dụm được bất cứ tài sản riêng tư gì. Vào những năm cuối đời của ông nội tôi, ba và hai chú tôi đã thành lập một công trường Ngũ Kim Đổng Phú Ký trên đường Tong Mi ở Sham Shui Po, chuyên sản xuất linh kiện máy may cho những xưởng may mặc. Theo đà suy sụp của ngành công nghiệp may mặc Hong Kong, công trường đã đóng cửa vào năm 1998, ba tôi chính thức về hưu. Tôi vẫn còn giữ lại hai quyển sổ kết toán lớn được khâu chỉ vào thập niên 60, 70 của Đổng Phú Ký. Quyển trước là bút tích của ông nội, quyển sau đã chuyển sang cho ba tôi viết. Những khoản thu chi đều là những điều lặt vặt thường ngày, như một số ít nguyên liệu về linh kiện, một số về dầu nến điện đóm, buôn bán lẻ, chẳng phải là những cuộc làm ăn to tát gì. Nhưng thanh toán thu chi trong cuộc sống của ba, cũng giống như quyển sổ kết toán này vậy, đều là những được mất nhỏ nhặt thường ngày, cắt ca cắt củm, như nước rỉ rả mà chảy lâu dài, mỗi một xu một cắc cũng không dễ dàng mà có được, nhưng mỗi khoản cần phải chi ra cũng không hề hà tiện.

Mười sáu mười bảy năm trước, để viết một tiểu thuyết lấy gia đình mình làm bối cảnh, tôi và ba đã có một cuộc trao đổi chi tiết. Ông đã bắt đầu nói từ những ký tức thời thơ ấu ở Quảng Châu, rồi đến những gì đã trải qua trong thời kỳ kháng chiến chống quân Nhật phải ly tán, cho đến sau chiến tranh thì ông nội đưa hai anh em của ba đến định cư ở Hong Kong, lần lượt nói ra hết thảy. Sau đó là việc học hành đột nhiên phải chấm dứt, cuộc đời khi mới bắt đầu là một thợ học việc, kể từ khi học ngành cơ khí và tự mình mò mẫm và dốc sức để mở một cửa hàng. Đương nhiên là không thể thiếu việc quen biết và kết hôn với mẹ, cùng với việc ra đời và trưởng thành của ba anh em trai gái của chúng tôi. Sự trải qua trong hơn nửa đời người của ông, tôi đều biến nó thành tiểu thuyết, đưa vào quyển Thiên công khai vật - sống động như thật. Sau đó tiểu thuyết được cải biên làm kịch sân khấu, đoàn kịch còn đưa cả dàn máy tiện cỡ nhỏ mà ba tôi vẫn còn giữ lại lên sân khấu (dàn máy tiện cũ được sử dụng trong nhiều năm đã bán đi cùng lúc đóng cửa công trường). Quyển sổ kết toán cũ đã nói ở trên, cũng được sử dụng trong vở kịch. Khi ba tôi đi xem kịch, nhìn thấy diễn viên diễn vai ông nội và mình, nhìn thấy được sự tái hiện của công trường mà mình lấy làm hãnh diện cùng với những dụng cụ quen thuộc ấy, trong lòng chắc chắn là sẽ dâng trào cảm xúc nhỉ. Vào buổi tạ ơn bế mạc, ông đã được một tràng vỗ tay của toàn thể khán giả. Đó là lần đầu tiên của ba, cũng là lần duy nhất, trở thành vai chính ở trước mặt công chúng.

Bảng thành tích của cuộc đời ba chắc chắn là rất sáng sủa và rực rỡ. Cả cuộc đời là một công nhân kỹ thuật, một thợ thủ công, ông đã tạo ra từng sản phẩm bằng cả sự tận tụy và nhẫn nại, không bao giờ nuốt công hay cắt giảm nguyên liệu, làm đại làm càn. Để ngoài việc phải nuôi những miệng ăn trong nhà ra, còn phải xuất phát từ sự tận tâm và hết sức sinh ra để làm người. Ở việc công hay việc tư, ba tôi đều có một trách nhiệm thuần túy, không vì một mục đích lợi lộc nào cả. Nếu nói về tiêu chuẩn của nhân thế, ba là một người bình thường không có một thành tựu gì đáng nói; nhưng nói về việc hoàn thành nhân cách thắng nghĩa, ông hơn hẳn một số đông người có thể nói là thành công.

Ba lúc còn nhỏ rất có thiên tư học hành, nhưng vì gia cảnh khó khăn, hồi vừa mới học xong tiểu học bèn bước ra làm một thợ học việc. Ông cảm thấy rất có hứng thú với nguyên lý vận hành của sự vật, giỏi trong việc thiết kế các bộ phận của máy móc; nếu như ông sinh vào đúng thời buổi, thì chắc chắn là ông sẽ có thành tựu trong ngành kỹ thuật. Bởi sự hạn chế của thời đại, ông chỉ có thể trở thành một người thợ kỹ thuật, nhưng suốt đời yêu nghề lạc nghiệp, tự lực cánh sinh. Nếu bảo là ba tôi có khát vọng gì, thì chắc chắn đó là con cái có thể làm được những việc mà bản thân ông không thể thực hiện được. Nhưng ông chưa bao giờ tạo áp lực cho chúng tôi, và cũng không bao giờ cản trở sự tự do của chúng tôi. Cái điều người ta nói là giàu nghèo bởi tự bản thân con người ta, chỉ cần chúng tôi cố gắng hết sức, làm được bao nhiêu thì ông cũng cảm thấy hài lòng. Và trong giai đoạn cuối đời của ông, điều quan tâm nhất chính là sự trưởng thành của đứa cháu duy nhất của ông.

Khi con trai Tân Quả của tôi vừa mới chào đời, sức khỏe của ba tôi vẫn còn tốt, thường xuyên giúp đỡ chúng tôi chăm sóc nó. Lúc nó còn nhỏ thì mỗi tuần ít nhất cũng có một buổi tối ở nhà ông bà nội. Khi đứa cháu bước vào độ tuổi nhi đồng, thỉnh thoảng ông nội đưa nó ra ngoài, đón xe buýt đi chơi khắp nơi, gần thì ở các công viên và viện bảo tàng ở các khu vực, xa thì lên đỉnh núi và bãi biển. Sau đó khi Quả chơi trò dạy học ở nhà, bắt buộc ông bà nội phải làm học sinh, chịu sự khảo tra về bài tập với mức độ siêu khó. Đối với một người học thức không nhiều, viết còn có chữ quên như ba tôi mà nói, chắc chắn là khổ không thể nào nói cho hết được. Bản thân tôi là con, đem lại cho ba mình một sự phiền toái như thế này, nên cũng thường có điều áy náy. Cho đến khi lớn hơn một chút, Quả cũng biết được trước đây mình quả thực là quá đáng, bèn đổi cái tính nết lôi thôi và cố chấp đi, học hành và làm người nghiêm túc. Cho dù có chịu bao nhiêu điều phiền toái từ đứa cháu trai, thì ba tôi vẫn luôn một mình bác bỏ ý của số đông, tán thưởng hơn nữa với thằng nhỏ này, tin chắc rằng có một ngày thằng bé sẽ ngoan ngoãn gật đầu, nổi bật hơn người. Đây chắc có lẽ là nguyện vọng cuối cùng ở trong lòng ông vào lúc lâm chung.

Sau hơn ba năm sống thêm của đời người ấy, ba tôi được chẩn đoán là mắc bệnh ung thư đại tràng. Tin tức này khiến cho ông có hơi bỡ ngỡ không kịp chuẩn bị. Ông luôn cho rằng, căn bệnh uy hiếp tính mạng của mình là căn bệnh tim và phổi. Đối với ông mà nói thì ung thư là chuyện ngoài dự liệu. Nhưng mà, với ý chí ngoan cường thì ba tôi vẫn thản nhiên đối mặt. Bất luận là về mặt tài chính hay là tâm lý, vốn dĩ mọi người đều đã chuẩn bị tâm lý phải đánh một trận lớn rồi.

Việc chẳng thể ngờ được đó là, sau nhiều lần kiểm tra, tuổi tác và thể chất của ba không thích hợp cho một cuộc trị liệu khó khăn. Thêm nữa là trong thời gian nằm viện không may căn bệnh tim lại tái phát một lần nữa, đến cả điều kiện cho việc tiến hành phẫu thuật cắt bỏ khối u đơn giản cũng không phù hợp. Suy đi xét lại một lúc, kết quả lại quay trở về điểm ban đầu, tốt nhất vẫn là phương pháp trị liệu bảo thủ, trên thực tế chính là nghe theo số trời.

Lần xuất viện này tình trạng sức khỏe của ba kém nhất từ trước tới nay. Chức năng tim mỗi ngày một kém hơn, xuất huyết đường ruột trong thời gian dài dẫn đến sức khỏe suy yếu không còn sức lực, tinh thần sa sút, cân nặng cũng sút nhanh chóng, trở nên gầy gò chưa từng thấy trước đây. Về mặt ăn uống, không những cần phải tiết chế dầu mỡ đồ mặn ra, đến cả những thực phẩm chứa chất xơ cũng không được ăn. Mỗi ngày chỉ được ăn cháo thịt bằm và súp thịt, uống một ít nước ép trái cây thanh đạm. Trước giờ ba tôi luôn luôn không có ham muốn về ăn ngon, mùi vị đơn giản thanh đạm không ảnh hưởng gì đến ông cả. Nhưng mà, với thực đơn như thế này, muốn khôi phục được thể chất cũng rất khó khăn. Hồi mới đầu xuất viện chỉ dám hoạt động ở trong nhà, đi lại từng bước từng bước là được, chỉ lo là ảnh hưởng đến tình trạng sức khỏe một lần nữa. May mà mùa đông năm này không lạnh, mùa xuân và mùa hè cũng đến nhanh, đối với một người tuần hoàn máu kém như ba tôi mà nói thì đây là một hiện tượng đáng mừng. Tôi chỉ lo là ông không thể trải qua thêm một mùa đông nữa. Tính mạng của ông đã đi đến bước phải đếm ngược rồi.

Ba tôi chưa chịu từ bỏ như vậy. Hồi mới bắt đầu, có một dạo ông từng có suy nghĩ hơi tiêu cực, cảm thấy mình không thích hợp để ra ngoài nữa. Thế là, tôi bèn cách ngày thì đến đưa ông xuống lầu tản bộ. Đầu tiên là đi hai vòng ở khuôn viên vườn hoa trong khu dân cư, sau đó đi mua bánh mì và vật dụng thường ngày ở chợ. Thường thì tôi đi vào lúc hai giờ chiều, gặp ngày trời quang đãng, ba tôi ưa ngồi lại phơi nắng một lúc. Bởi khí huyết không được tốt, nên da của ông trở nên rất trắng, nhưng bề mặt da có một sự sáng sủa mượt mà như thể cải lão hoàn đồng vậy. Ngồi dưới nắng nhưng tay của ông vẫn cứ lạnh, nhưng đầu ngón tay lại rất mềm mại, không giống với những gì trong trí nhớ của tôi. Trong ký ức của tôi tay ba dính đầy những bụi kim loại và dầu nhớt ở công trường, da tay thô ráp và cứng cỏi. Tháng năm có thể khiến cho người ta gội sạch những phồn hoa, cũng có thể khiến người ta cởi bỏ những vết tích mà tái sinh. Trước mắt tôi hình như không phải là một người cha già, mà là một đứa trẻ đang chập chững tập đi. Quả thực là ông cảm thấy, chỉ cần luyện tập trở lại, thì sẽ có thể phục hồi lại năng lực hoạt động như trước đây. Đến sau này, trong những ngày không có tôi đưa đi, ông cũng có thể tự mình ra chợ mua đồ đạc.

Những ngày đưa ba đi tản bộ, chúng tôi đã nói với nhau rất nhiều thứ. Cũng không thể coi là một cuộc giao lưu tình cảm sâu sắc gì, chỉ là nói chuyện phiếm với nhau ý kiến về những chuyện thường ngày. Ngoài việc thảo luận về bệnh tình và việc điều tiết ăn uống hằng ngày, còn nói về tình hình của người nhà, ví dụ như tại sao em trai tôi lại bỏ việc, nhà cũ mà em gái tôi sống thay đổi thiết bị điện gì… Đương nhiên là sẽ nói đến các việc của mẹ. Trước mặt mẹ, lúc nào ba tôi cũng dễ dàng đưa ra lời phê bình, nhưng sau lưng, những gì ông nói đều là sự quan tâm đối với vợ mình. Còn nói đến việc bảo trì khu dân cư, vật giá của siêu thị, sự thay đổi thời tiết, hoặc những chuyện xưa của nhau. Trong những ngày khoảng tháng 7 tháng 8, cũng có nói đến thời sự.

Vĩ nhân lịch sử khiến cho người đời ghi nhớ công trạng vĩ đại của họ, còn người thân thì khiến cho chúng ta ghi nhớ những tận tụy nhỏ nhặt trong cuộc sống. Hình như những chuyện càng chi li, thì sẽ ghi khắc càng đậm sâu hơn; càng lặt vặt, càng mang nhiều cảm xúc của cuộc sống. Trong mấy tháng gần đây, tôi mua cho ba mình nước cốt gà, nước ép trái cây, thực phẩm dinh dưỡng, nhìn thấy sức khỏe của ông ngày càng có khởi sắc. Tôi đưa ông đi mua bệ ủi đồ, quần ngủ, dép lê, dụng cụ ăn uống, đưa ông đi khám bác sĩ, cắt tóc, đổi thẻ căn cước, như thể có rất nhiều thời gian cho sự sống còn dài ở phía trước. Sau khi ba ra đi rồi, mẹ mới nói, nhiều năm qua, ba thường dậy sớm hơn bà, nấu nước pha trà, rót cho bà một cốc, đặt trên bàn, ngày nào cũng vậy, mãi cho đến cuối đời. Tôi thì nhớ hồi còn nhỏ, sau mỗi bữa cơm tối ba tôi luôn luôn gọt vỏ táo và cắt miếng cho chúng tôi, rồi sau đó mới quay trở lại công trường tiếp tục làm việc. Thói quen cắt táo cho cả nhà, sau đó do tôi kế thừa. Nhưng ba tôi kiên quyết là phải tự mình lựa mua táo. Mỗi buổi tối chủ nhật mọi người trong nhà đều về ăn cơm, ba nhất định phải chọn những quả táo ngon nhất ở chợ. Cho dù là, bản thân ông đã không thể ăn táo được nữa.

Đêm hôm trước khi xảy ra chuyện, con trai Quả sang nhà ông bà nội ăn cơm. Thằng bé quay trở về nhà và nói, ông nội còn nói năng rất khỏe, vẫn tranh luận với bà như thường lệ, xem ra không hề có chuyện gì cả. Sáng sớm hôm sau, mẹ tôi gọi điện tới, nói rằng đêm hôm qua ba không khỏe, ói mửa và đau bụng, bảo tôi sang đưa ông nhập viện. Qua bước đầu chẩn đoán ở phòng cấp cứu, nghi ngờ là viêm đường ruột. Còn lại những chỉ số khác đều bình thường. Nằm ở phòng bệnh nửa ngày, không có phương án điều trị đặc biệt. Đến tối thì đưa tới một viên thuốc kháng sinh. Vừa mới uống vào thì liền ói ra. Bác sĩ vội vàng ra quyết định chích một mũi thuốc ngăn ói mửa. Khi tôi chuẩn bị ra đi, ba ngồi dậy ở trên giường, vẻ như đang chịu đau đớn, nhưng cũng đã không còn ói mửa nữa. Tôi vỗ vỗ vào vai của ông, nói: "Ba nghỉ ngơi một tí, không sao rồi, sáng sớm ngày mai con quay lại." Về đến nhà, mặc dù có lo lắng, nhưng chưa chuẩn bị tinh thần xấu nhất xảy ra, vẫn đang suy nghĩ về ngày mai. Đang ngủ thì nghe thấy điện thoại reo, chợt dậy chớp chớp mắt, thì trong lòng đã biết có chuyện không hay. Đầu dây bên kia nói: "Cả nhà hãy mau đến ngay lập tức, bệnh nhân đang cấp cứu."

Đến bệnh viện, tôi nhìn thấy rất nhiều y tá đang vây quanh giường bệnh, bác sĩ bước ra, bảo: "Tim đã ngừng đập, người nhà quyết định rằng có tiếp tục cấp cứu hay không?" Tôi nghe không hiểu. Tim đã ngừng đập, vậy thì còn quyết định gì được nữa? Sau đó tôi mới biết, là bác sĩ không được tùy tiện nói "chết". Cho dù trên thực tế là đã chết, thì họ cũng sẽ hỏi: "Cứu hay không?" Nếu như không cấp cứu, thì sẽ dành thời gian để người thân gặp mặt người chết. Như lời của một bác sĩ nam có dáng người nhỏ con như một học sinh trung học nói: "Có thể là ông ấy vẫn còn ý thức, người nhà có thể nói những lời cuối cùng với ông." Tôi không nghi ngờ cậu ta: Chẳng phải là đã chết rồi sao? Còn nói năng gì được nữa chứ? Về mặt y học làm thế nào chứng minh được là sau khi nhịp tim của một người không còn đập nữa mà vẫn còn ý thức chứ? Còn ý thức thì có nghĩa là đã chết chưa? Đừng nghi ngờ gì nữa hết, hãy cứ tin là như vậy đi.

Y tá đã đặt ba tôi nằm ngay ngắn lại. Ông nằm trên giường một cách an nhiên, đắp một chiếc chăn, không còn viết tích xốc xổ của hồi cấp cứu, quả thật là dáng vẻ giống như người đang ngủ yên ổn và thoải mái lắm vậy. Sau tôi, mẹ và vợ tôi, em trai, em dâu, em gái, và cả con trai của tôi cũng đều tới cả. Thế là chúng tôi bèn lần lượt nói chuyện với ba, có lời nói ra được, có lời nói ở trong lòng. Tôi sờ vầng trán, gò má, mũi và mắt của ba, nói vào tai ông những lời ấy. Tôi tin chắc là ông ấy đã nghe thấy.

Mặt trời đã ló dạng, một tia nắng buổi bình minh, xuyên qua cửa sổ đổ xuống giường bệnh, rọi sáng khuôn mặt của ba. Gò xương chân mày cao cao, chiếc mũi thẳng tắp, hốc mắt sâu thẳm, từng đường nét càng hiện lên rõ rệt. Em trai tôi định kéo rèm cửa lại, tôi bảo đừng, ba thích được phơi nắng lắm. Dung nhan của ba tôi được tắm trong ánh hào quang ấm áp đó một cách tĩnh lặng, cứ như thể ánh sáng được phát ra từ khuôn mặt của ông vậy. Hình ảnh ấy rạng rỡ biết bao nhiêu, đẹp đẽ biết nhường nào, nhưng đó cũng chính là thời khắc khiến cho người ta đau lòng biết bao nhiêu.

Sau khi xong xuôi, bác sĩ xác nhận thêm một lần cuối cùng nữa, sau đó mới tuyên bố là ông đã chết. Tiếp theo đó đều là những công việc theo tục lệ.

Ngày 23 tháng 8 năm 2019

PHỤ LỤC

NIÊN BIỂU TÁC PHẨM CỦA ĐỔNG KHẢI CHƯƠNG (Dung Kai Cheung) (TỪ 1992 ĐẾN NAY)

1992: Đăng tiểu thuyết đầu tiên Sicília trên Văn học Tố Diệp vào tháng 5.

Đăng những truyện ngắn Hoa hồng có tên, Câu chuyện hợp nhất tiệm ăn nhanh Thi Thi Tư Tư CC và Virginia, Cô con gái trong chiếc hộp da… trong "Văn nghệ khí tượng" trên Tinh Đảo nhật báo.

1994: Antojeny Lịch sử tiến hóa của một thứ không tồn tại, giải nhất cuộc thi tiểu thuyết vừa cho cây bút mới của văn học Liên Hợp.

Thần Nông thời trẻ đạt được giải khuyến khích truyện ngắn cho cây bút mới của văn học Liên Hợp.

1995: Song thân giải nhất cuộc thi tiểu thuyết vừa cho cây bút mới của văn học Liên Hợp.

Sổ lưu niệm (Hong Kong: Đột Phá); Khuông viên trường Tiểu Đông (Hong Kong: Đột Phá)

1996: Antojeny Lịch sử tiến hóa của một thứ không tồn tại (Đài Bắc: Văn học Liên Hợp).

Vở bài tập về nhà, (Hong Kong: Đột Phá)

Người đọc sách - hợp tuyển đọc và phê bình (Hong Kong: Hương Giang)

Đổng Khải Chương, Hoàng Niệm Hân: Văn chương nói: phỏng vấn, đọc mười tác gia Hong Kong (Hong Kong: Tam Nhân).

1997: Tập bản đồ: khảo cổ học của một thành phố trong tưởng tượng (Đài Bắc: Văn học Liên Hợp).

Song Thân (Đài Bắc: Văn học Liên Hợp).

Hoa hồng có tên (Hong Kong: Phổ Phổ).

Đổng Khải Chương, Hoàng Niệm Hân: Văn chương nói I: Phỏng vấn và phê bình tác giả trẻ Hong Kong, (Hong Kong: Tam Nhân).

Nhận được giải tân tú giải thưởng văn học cục phát triển nghệ thuật Hong Kong.

1998: V thành phồn thắng lục (Hong Kong: Trung tâm Nghệ thuật Hong Kong).

Người đồng đại (Hong Kong: Tam Nhân).

Hoa hồng có tên (Đài Bắc: Nguyên Tôn Văn Hoá).

1999: The Catalog (Hong Kong: Tam Nhân).

2000: Cuộc phiêu lưu văn tự của Bối Bối - Sự kỳ diệu của lời chú thực vật (Hong Kong: Đồng Phú Ký).

2002: Lược sử con mọt sách (Đài Bắc: Văn học Liên Hợp).

Sổ luyện tập (Hong Kong: Đột Phá).

2003: Thời kỳ thể dục (Hong Kong: Nghị Oa).

Đêm thứ 1002 (Hong Kong: Đột Phá).

Thời kỳ thể dục (phiên bản Đài Loan) (Đài Bắc: Cao Đàm Văn Hoá).

Tokyo - Hōjō no umi - Okutama (Đài Bắc: Cao Đàm Văn Hoá).

2005: Thiên công khai vật - sống động như thật (Đài Bắc: Mạch Điền).

Thiên công khai vật - sống động như thật nhận được giải thưởng sách hay của người đọc trên báo Liên Hợp Đài Loan và giải sách hay bình chọn của Trung Quốc Thời Báo, mười quyển sách hay tiếng Hoa tuần báo Hong Kong Á Châu.

Đổng Khải Chương, Lợi Chí Đạt cùng viết, Văn học chéo (Đài Bắc: Cao Đàm Văn Hoá).

Kịch bản Khuôn viên trường Tiểu Đông và giấc mộng rừng sâu, do Diễn Hý Gia Tộc diễn.

2006: Thiên công khai vật - sống động như thật đạt được giải đoàn thẩm duyệt quyết định giải tiểu thuyết dài Hồng Lâu Mộng lần thứ nhất.

Kịch bản Vũ trụ liên hoàn đồ, do phòng công tác hí kịch tiền tiến tiến diễn.

2007: Phồn sử thời gian - ánh sáng Yawa (Đài Bắc: Mạch Điền).

Kịch bản Thiên công khai vật - sống động như thật, hợp biên cùng Trần Bỉnh Chiêu, diễn trong ngày hội nghệ thuật Hong Kong.

Thời kỳ thể dục cải biên từ tổ kịch lớp 7A thành vở nhạc kịch Thời kỳ thể dục - thanh xuân - ca - kịch.

2008: Phồn sử thời gian - ánh sáng Yawa đạt giải đoàn thẩm duyệt và quyết định giải tiểu thuyết dài Hồng Lâu Mộng lần thứ hai.

2009: Chí đồng địa nhân (Hong Kong: Minh Báo Nguyệt san).

Đạt giải nghệ sĩ hay nhất hằng năm giải thưởng phát triển nghệ thuật cục phát triển nghệ thuật Hong Kong.

Đến ban Lowa nước Mỹ tham gia “Kế hoạch sáng tác quốc tế”.

2010: Thời kỳ thể dục (phiên bản chữ giản thể) (Bắc Kinh: Tác Gia).

Thiên công khai vật - sống động như thật (phiên bản chữ giản thể) (Thượng Hải: Thế Kỷ Văn Cảnh).

Antojeany (phiên bản kinh điển) (Đài Bắc: Văn học Liên Hợp)

Thời đại học tập (quyển thượng của Nguồn gốc vạn vật - Bối Bối tái sinh) (Đài Bắc: Mạch Điền).

Song thân (Nhị bản) (Đài Bắc: Liên Kinh).

Kịch bản Thiếu nữ K tuyệt thực (Tên gốc Nghệ sĩ đói khát), do phòng công tác hí kịch tiền tiến tiến diễn.

Thời đại học tập nằm trong top mười quyển sách hay tiếng Trung tuần san Hong Kong Á Châu.

Viết trong thế giới, viết vì thế giới (Đài Bắc: Liên Kinh).

Thời đại học tập (quyển thượng của Nguồn gốc vạn vật - Bối Bối tái sinh) đạt "giải thưởng sách Hong Kong lần thứ tư" do đài truyền hình Hong Kong và thư viện công cộng Hong Kong cùng tổng hội xuất bản Hong Kong hợp tác tổ chức.

Tập bản đồ (Đài Bắc: Liên Kinh).

Mộng hoa lục (Đài Bắc: Liên Kinh).

Thiên công khai vật - sống động như thật (phiên bản chữ giản thể) đạt giải thưởng văn học Huệ Sinh - Thi Nại Am lần thứ nhất.

2012: Đáp đồng đại nhân (Bắc Kinh: Tác Gia).

Tập bản đồ (bản dịch tiếng Nhật) Fuji Shozo và Kyoko Nakajima dịch (Tokyo: Kawade Shobō Shinsha).

Phồn thắng lục (Đài Bắc: Liên Kinh).

Bác vật chí (Đài Bắc: Liên Kinh).

Atlas: Arbaeology of an Imaginary City (New York: Columbia University Press).

2013: Thời kỳ thể dục (phiên bản kịch) [học kỳ I, II] (Đài Bắc: Liên Kinh).

Thời kỳ thể dục do đoàn kịch Lãng Nhân cải biên thành vở nhạc kịch Thời kỳ thể dục 2.0.

2014: Mỹ đức (Đài Bắc: Liên Kinh).

Tập truyện ngắn và vừa của Đổng Khải Chương (I) - Hoa hồng có tên (Đài Bắc: Liên Kinh).

Tập truyện ngắn và vừa của Đổng Khải Chương (II) - Lược sử con mọt sách (Đài Bắc: Liên Kinh).

Tuyển tập tác phẩm tác giả đương đại Hong Kong: Đổng Khải Chương quyển (Hong Kong: Thiên Địa).

Được chọn làm "Tác gia trong năm triển lãm sách Hong Kong).

2016: Tâm (Đài Bắc: Liên Kinh).

Viết song song mập và ốm (Tân Bắc Thị: INK ấn khắc).

2017: Cantonese Love Stories (Penguin China).

Thần (Đài Bắc: Liên Kinh).

Tâm đạt "giải thưởng sách Hong Kong lần thứ mười" do đài truyền hình Hong Kong và thư viện công cộng Hong Kong cùng tổng hội xuất bản Hong Kong hợp tác tổ chức.

Thần "giải thưởng sách Hong Kong lần thứ mười một" do đài truyền hình Hong Kong và thư viện công cộng Hong Kong cùng tổng hội xuất bản Hong Kong hợp tác tổ chức.

Thiên công khai vật - sống động như thật bản dịch tiếng Anh: The history of the Adventures of Vivi an Vera (Hong Kong: East Slope Publishing Ltd.).

Thương vợ (còn có tên là Phù sinh) đạt "giải thưởng tiểu thuyết" trong giải thưởng lớn triển lãm sách quốc tế Đài Bắc lần thứ hai mươi bảy.

Mệnh tử (Đài Bắc: Liên Kinh).

LỜI CẢM ƠN

Quyển sách này là tác phẩm được hoàn thành trong thời gian tác giả đảm nhiệm vai trò là tác gia của trường Đại học Công nghệ Nanyang (tháng 8 đến tháng 12 năm 2018), đặc biệt gửi lời cảm ơn đến trường Đại học Công nghệ Nanyang Singapore và hội lý sự nghệ thuật quốc gia Singapore đã cơ cấu hỗ trợ.

Mục lục

NHÀ XUẤT BẢN THANH NIÊN
Tầng 11, D29 Phạm Văn Bạch, Yên Hòa, Cầu Giấy, Hà Nội
ĐT: (84.024).22147825
Fax: 024.39436024. Website: nxbthanhnien.vn;
Email: info@nxbthanhnien.vn
Chi nhánh: 145 Pasteur, Phường 6, Quận 3,
Tp. Hồ Chí Minh. ĐT: 028 39106962 - 028 3910696

MỆNH TỬ
Đổng Khải Chương

Chịu trách nhiệm xuất bản:
Giám đốc - Tổng Biên tập: LÊ THANH HÀ

Biên tập: Nguyễn Thị Hảo
Trình bày: Bún
Vẽ bìa: Tahtag
Sửa bản in: Thương Thương, Ánh Hồng

Liên kết xuất bản và phát hành
CÔNG TY TNHH VĂN HÓA VÀ TRUYỀN THÔNG AZ VIỆT NAM
Số 50, Đường 5, Tập thể F361, An Dương, Yên Phụ, Tây Hồ, Hà Nội.
Tel: (+84-24) 3717 2838 - Fax: (+84-24) 3717 2838
Email: ilovenovel.azgroup@gmail.com
Facebook: https://www.facebook.com/ILoveBooks.TiemsachToiYeu

Phát hành tại Hồ Chí Minh
148 Nguyễn Hữu Dật, Phường Tây Thạnh, Quận Tân Phú, Tp. Hồ Chí Minh.
Tel: (028) 3816 1126

In 2.000 cuốn, khổ 16 x 24 cm. In tại Công ty Cổ phần Văn hóa Hà Nội.
Địa chỉ: Cụm công nghiệp Đa nghề Đình Bảng, P. Đình Bảng, TP. Từ Sơn, Bắc Ninh.
Số xác nhận ĐKXB: 1187-2022/CXBIPH/49-32/TN.
Số QĐXB: 1333/QĐ-NXBTN, cấp ngày 26/05/2022.
Mã ISBN: 978-604-371-160-8
In xong và nộp lưu chiểu năm 2022.